മണ്ണിലെ ശബ്ദങ്ങൾ

Mannile Shabdangal
Novel

Shiju Eliays

CHINTHA PUBLISHERS
Thiruvananthapuram

First Edition
November 2022

Published
Chintha Publishers, Thiruvananthapuram

Typesetting
Star Communications, Thiruvananthapuram

Cover Design
Vinod Mangoes

ISBN : 978-93-93468-80-2

CO - 3200 / 6231

₹ 280

Email: chinthapublishers@gmail.com
Website: www.chinthapublishers.com

A version is available at National Libraries
Kolkata, Mumbai, Chennai and Delhi

Distribution
DESHABHIMANI BOOKHOUSE
H O Thiruvananthapuram 695035

Branch
Head Office Kunnukuzhi • Statue Thiruvananthapuram
KSRTC Bus Terminal Thampanoor • Saphalyam Complex Thiruvananthapuram
KSRTC Bus Station Alappuzha • KSRTC Bus Station Ernakulam
Machingal Lane Thrissur • IG Road Kozhikode
Mavoor Road Kozhikode • NGO Union Building Kannur
Central Bus Terminal Complex Thavakkara Kannur

മണ്ണിലെ ശബ്ദങ്ങൾ

ഷിജു ഏലിയാസ്

ചിന്ത പബ്ലിഷേഴ്സ്
തിരുവനന്തപുരം-695 035
വില : ₹ 280

ഷിജു ഏലിയാസ്

പുരോഗമന സാംസ്കാരിക പ്രവർത്തകനും എഴുത്തുകാരനും. *ഗ്രാംഷി ദർശനത്തിന്റെ പൊരുൾ, മതവും പ്രത്യയ ശാസ്ത്രവും, സിവിൽ സമൂഹവും രാഷ്ട്രീയ സമൂഹവും, ഇന്ത്യൻ ഫാസിസത്തിനെതിരെ, ചെഗുവേര ജീവിതം* തുടങ്ങിയവ പ്രസിദ്ധീകരിച്ച പ്രധാന കൃതികൾ.

Email : shijueliyas@gmail.com

Mob : 9497153535

ഉള്ളടക്കം

പ്രസാധകക്കുറിപ്പ്

മനുഷ്യൻ സ്വസ്ഥതയില്ലാത്ത ജീവിയാണ്. അലയാനും ചേക്കേറാനും വിധിക്കപ്പെട്ടവൻ. പലായനങ്ങളാണ് മനുഷ്യ ചരിത്രം. കീലത്തുമലയും കാടോത്തിക്കുന്നും പൂവാറൻതോടും കരിമ്പെന്ന ദേശത്തെ അടയാളപ്പെടുത്തുന്ന ഇടങ്ങളാണ്. മലബാർ കുടിയേറ്റ ചരിത്രത്തിൽനിന്നും അടർന്നു വീണ ഒരേടാവാം കരിമ്പ്. കാരിരിമ്പുപോലെ കാർക്കശ്യം നിറഞ്ഞ കരിമ്പുദേശത്തെ പലതരം വിളകളുടെ ഭൂമികയാക്കിയ മനുഷ്യരുടെ കഥയാണ് *മണ്ണിലെ ശബ്ദങ്ങൾ.* മലയോരദേശത്തേക്കു വെട്ടപ്പെട്ട ആദ്യ റോഡും കനാലും തുറന്നുകൊടുത്തത് പുതുലോകത്തേക്കുള്ള വഴികളാണ്. വഴികൾ വരുമ്പോൾ മനുഷ്യർ അതുവഴി നടന്നുപോകുന്നതുപോലെ ചിലർ കടന്നുവരികയും ചെയ്യും. രാമൻ കടന്നുവരുന്നത് കൃഷിയിറക്കാൻ മാത്രമല്ല, ചില ദൗത്യങ്ങൾ വഹിക്കാനുമാണ്. കത്രീനയും രാമനും രാജുവുമെല്ലാം പച്ച മനുഷ്യരാണ്. രതിയും പ്രണയവും വേർതിരിച്ചെടുക്കാനാവാത്തവർ. ഒരു സമൂഹം ഒളിച്ചുവയ്ക്കുന്നതാകെ വാരിവലിച്ച് പുറത്തിടുമ്പോഴാണ് ഒരെഴുത്തുകാരൻ പ്രസക്തനാകുന്നത്. തുറന്നെഴുത്തിന്റെ കൈത്തഴക്കം ഷിജു ഏലിയാസിന്റെ ഈ രചനയ്ക്കുണ്ട്.

ചിന്ത പബ്ലിഷേഴ്സ്

ഭാഗം 1

നല്ല മണ്ണ്

കനത്ത വേനൽമഴയിൽ നാടു വിറങ്ങലിച്ച രാത്രിക്കുശേഷം നേരിയ മഴച്ചാറ്റൽ മാറാതെ നിന്ന ഒരു വെളുപ്പാൻ കാലത്താണ് അവറാച്ചൻ വടക്കൻ നാടുകളിലേക്ക് വണ്ടി കയറിയത്. അമ്മ ശോശാമ്മയും ഭാര്യ മറിയയും അവറാച്ചൻ പറഞ്ഞതിലേറെ ഊഹിച്ചെടുത്തിരുന്നു.

പരാജയപ്പെട്ട പിതാവാണ് താനെന്ന് സ്വയം പഴിച്ച ഇസ്ഹാഖ് ചുമച്ചും നെഞ്ചു തടവിയും ശ്വാസം നീട്ടി വലിച്ചും വീടിന്റെ മൂലയിൽ ഒതുങ്ങിക്കൂടി. ജനിച്ച മണ്ണിൽ കിടന്ന് മരിക്കാനുള്ള ആഗ്രഹം മകന്റെ നിർബ്ബന്ധത്തിനു മുന്നിൽ ഉപേക്ഷിക്കേണ്ടിവന്ന അയാൾ അതോടെ മൗനിയായി. മകനെ കുറ്റപ്പെടുത്തി ഒരു വാക്കു പോലും പറയാതിരിക്കാൻ അപ്പോഴും ഇസ്ഹാഖ് ശ്രദ്ധിച്ചു.

ദിവസങ്ങൾ ആഴ്ചകളായി; അവറാച്ചൻ തിരിച്ചെത്തിയില്ല. വിവരത്തിന് ഒരു കത്തു പോലും വന്നില്ല.

ശോശാമ്മയുടെയും മറിയയുടെയും ആധി ഓരോ ദിവസവും കൂടി വന്നു. ഇടവകക്കാരുടെ ചോദ്യങ്ങൾക്ക് അവർക്ക് മറുപടിയുണ്ടായിരുന്നില്ല.

നാട്ടുകാർക്കു മുന്നിൽ ആവശ്യത്തിലേറെ ശാന്തനായ അവറാച്ചൻ സ്വന്തം കുടുംബത്തിനുള്ളിൽ കാര്യങ്ങൾ തുറന്നു പറയാത്ത പരുക്കനായിരുന്നു എന്ന രഹസ്യം വീട്ടുകാർക്കല്ലാതെ അധികമാർക്കും അറിയുമായിരുന്നില്ല. യാത്രയുടെ പദ്ധതി ഭാര്യയോടു പോലും തെളിച്ചു പറയാത്തതിൽ അവറാച്ചനെ കുറ്റപ്പെടുത്താൻ മത്സരിച്ച ഇടവകക്കാർ, ആഴ്ചകൾ കഴിഞ്ഞിട്ടും അയാളെ കാണാതിരുന്നപ്പോൾ, 'അതിയാന് വല്ല ആപത്തും പിണഞ്ഞിരിക്കും' എന്ന് സംശയിച്ചു.

അവറാച്ചനെക്കുറിച്ചുള്ള ആധിയിൽ മറിയയുടെ പ്രാർത്ഥനാ

വേളകൾ നീണ്ടു പോയി; അവരുടെ പ്രാർത്ഥനയും കരച്ചിലും ഒന്നായി. കാര്യം മനസ്സിലാകാതെ അമ്പരന്ന അഞ്ചു വയസ്സുകാരനായ കുഞ്ഞു പൈലിയെ ആരും ശ്രദ്ധിച്ചില്ല. അവറാച്ചന്റെ പെങ്ങളായ അന്ന പിണക്കം മറന്ന് അമ്മയെയും നാത്തൂനെയും ആശ്വസിപ്പിക്കാനെത്തി.

തൊമ്മിയുമായുള്ള കല്യാണം ഇഷ്ടമില്ലാതെ നടത്തിക്കൊടുത്തതിനു ശേഷം അവറാച്ചൻ അന്നയെ തിരിഞ്ഞു നോക്കിയിരുന്നില്ല. വിരുന്നിനുപോലും അന്നയെ വിളിച്ചില്ല. തന്നെ വേണ്ടാത്തവരെ തനിക്കും വേണ്ടെന്ന് തൊമ്മിയും തീരുമാനിച്ചു; അവറാച്ചനെയോ മറിയയെയോ കാണുകയോ അവരോട് മിണ്ടുകയോ ചെയ്തു പോകരുതെന്ന് അന്നയെ താക്കീതു ചെയ്തു. തൊമ്മിയും അവറാച്ചനും അങ്ങാടിയിൽ വച്ച് കണ്ടപ്പോൾ കാണാത്തതുപോലെ നടന്നു. തൊമ്മിയെക്കാൾ വാശി അന്നയ്ക്കായിരുന്നു. പള്ളിയിൽ വച്ച് മറിയയെ കണ്ടപ്പോഴൊക്കെ അന്ന മുഖം വെട്ടിച്ചു. അവറാച്ചൻ ആരെയും വിലക്കുകയോ ആ വിഷയം സംസാരിക്കുകയോ ചെയ്തില്ല.

ശോശാമ്മ കൂടെക്കൂടെ മകളുടെ വീട്ടിൽ പോയി വന്നു. അന്നയുടെ വിശേഷങ്ങൾ ചോദിച്ച മറിയയോട് ശോശാമ്മ കുത്തുവാക്കുകൾ പറഞ്ഞു. എല്ലാ പിണക്കവും അവസാനിപ്പിക്കണമെന്ന് അന്നയ്ക്ക് തോന്നിത്തുടങ്ങിയ നേരത്തായിരുന്നു അവറാച്ചന്റെ ഒരുപ്പോക്ക്. അവറാച്ചനെച്ചൊല്ലിയുള്ള ആധിയും കരച്ചിലും മൂന്നു വർഷത്തിനുശേഷം വീണ്ടും അവരെ ഒന്നാക്കി.

അവറാച്ചന് എന്തെങ്കിലും സംഭവിച്ചിരിക്കുമെന്ന ആധി മറിയയെ തളർത്തി. രണ്ടുകൂട്ടം തുണിയും കടലാസിൽ പൊതിഞ്ഞ ഒരു പിടി ഉമിക്കരിയും സ്ഥലത്തിന് അച്ചാരം കിട്ടിയ കാശും ഒരു ബാഗിൽ വച്ച് പോയ ഒരുപ്പോക്കാണ്.

അവറാച്ചൻ ഇല്ലാതെ നാലു ഞായറാഴ്ച കുർബ്ബാനകൾ കടന്നു പോയിരിക്കുന്നു. പള്ളി ദിവസങ്ങളിലെ പ്രധാന ചർച്ച ഇതായി.

നാട്ടുകാർ കഥകൾ പലതും പറഞ്ഞു തുടങ്ങി. അവരുടെ അറിവിൽ പഴയകൂറ്റു പള്ളിക്കാരായിരുന്നു മലബാറിലേക്ക് കുടിയേറിയ അധികം പേരും. മലബാറിലുള്ള ബന്ധുക്കൾക്കോ കൂട്ടുകാർക്കോ കത്തയച്ച് വിവരം കൊടുത്ത്, വസ്തുവന്വേഷിക്കാനുള്ള ഏർപ്പാടുകളും ചെയ്ത്, ആവശ്യമെങ്കിൽ ഉപയോഗിക്കാൻ വികാരിയച്ചന്റെ കത്തും വാങ്ങിയായിരുന്നു അവരുടെയൊക്കെ യാത്രകൾ. തലശ്ശേരിയിലോ കണ്ണൂരിലോ തീവണ്ടിയിറങ്ങിയാൽ, അന്നു മുതൽ, തിരിച്ചു കയറുന്ന ദിവസം വരെ, കുടുംബത്തിലേക്കും വികാരിയച്ചനും അവർ കത്തുകളെഴുതി. ഓരോ കുടിയേറ്റത്തിന്റെയും ആലോചനയും തയ്യാറെടുപ്പുകളും നാട്ടുകാർക്ക് വാർത്തയായിരുന്നു. അവറാച്ചന്റെ യാത്ര അവർക്ക് വിചിത്രമായി തോന്നി.

അവറാച്ചനെക്കുറിച്ച് തിരക്കി മലബാറിലുള്ള ഏതാനും പേർക്ക് വികാരിയച്ചൻ കത്തയച്ചു. എങ്ങോട്ടാണ് പോയതെന്ന് തുമ്പില്ലാതെ,

അന്വേഷണംകൊണ്ട് കാര്യമില്ലെന്ന് വ്യക്തമായിരുന്നു.

ശോശാമ്മയും മറിയയും ഇടയ്ക്കിടെ നിയന്ത്രണം വിട്ട് എണ്ണിപ്പെറുക്കി കരഞ്ഞു. ഇസഹാഖ് സുഖമില്ലാതെ കിടക്കുമ്പോൾ, മൂന്നു മാസം വയറ്റിലുള്ള മറിയയെ കാര്യങ്ങൾ ഏല്പിച്ചു പോയ അവറാച്ചൻ ജീവിച്ചിരിപ്പുണ്ടെങ്കിൽ ഒരു കത്തെങ്കിലും എഴുതാതിരിക്കുമോ എന്ന് കൂട്ടക്കാർ അടക്കം പറഞ്ഞു.

അവറാച്ചൻ മരിച്ചു പോയിരിക്കുമോ എന്ന നാട്ടുകാരുടെ സംശയത്തിൽ കാര്യമുണ്ടെന്ന് അന്നയ്ക്ക് തോന്നി. മറിയ കരഞ്ഞപ്പോൾ അന്നയും ഒപ്പം കരഞ്ഞു.

വയസ്സ് അഞ്ചു തികയാത്ത പൈലിയുടെ ആഹാര കാര്യങ്ങൾ അന്ന വന്നതോടെ നേരെയായി. മൂന്നുവർഷം അടക്കി വച്ച സ്നേഹവും വാത്സല്യവുംകൊണ്ട് കുഞ്ഞുപൈലിയെ അന്ന വീർപ്പുമുട്ടിച്ചു. കളിച്ചു വളർന്ന ആറേക്കർ പറമ്പിന്റെ സമൃദ്ധിയിലേക്ക് തിരിച്ചെത്താൻ കഴിഞ്ഞതിൽ മനസ്സിന്റെ ഒരു പകുതി കൊണ്ട് അന്ന സന്തോഷിച്ചു.

അവറാച്ചൻ പോയതിനു തൊട്ടു പിറകെ ജ്വരം വന്ന് കിടപ്പിലായ മേരിക്കുട്ടി ആഴ്ചകൾ നാലു കഴിഞ്ഞിട്ടും എഴുന്നേറ്റില്ല. കരച്ചിലും കണ്ണീരുമായി മറിയ മേരിക്കുട്ടിയെ ശുശ്രൂഷിച്ചു.

പത്തു പെറ്റ ശോശാമ്മയുടെ മക്കളിൽ മൂന്നുപേരേ രണ്ടു വയസ്സിനപ്പുറം ജീവിച്ചുള്ളു. അവറാച്ചന്റെ നേരേ മൂത്തത് ആണായിരുന്നു. കഷ്ടിച്ച് രണ്ട് വയസ്സുള്ളപ്പോൾ അത് ദീനം പിടിച്ച് ചത്തു. പിന്നീട് വന്ന രണ്ടു മക്കളും ജനിച്ച് ആഴ്ചകൾ മാത്രം ജീവിച്ചു. മേരിക്കുട്ടിയുടെ നിറവും തേജസ്സും കണ്ട ശോശാമ്മ ഏഴു പേറും പാഴായതിന്റെ സങ്കടം അവളിലൂടെ മറക്കാൻ ശ്രമിച്ചു. രണ്ടു വർഷം ഇളപ്പമുള്ള അന്ന ജനിച്ച് പിന്നെയും രണ്ടു വർഷം കഴിഞ്ഞാണ് മേരിയുടെ ശരീരം മാത്രമേ വളരുന്നുള്ളു എന്ന സംശയം ശോശാമ്മയ്ക്ക് തോന്നിത്തുടങ്ങിയത്. കറുത്ത നിറമുള്ള അന്ന മുതിർന്നപ്പോൾ ചേച്ചിയുടെ നിറവും രൂപവും കണ്ട് അസൂയപ്പെട്ടു. സൗന്ദര്യമുണ്ടെങ്കിലും ഭ്രാന്തിക്ക് ബുദ്ധിയില്ലല്ലോ എന്നോർത്ത് അന്ന സമാധാനിച്ചു.

അവറാച്ചന്റെ കണ്ണു തെറ്റിയ സമയങ്ങളിൽ അന്ന പറമ്പിൽ ചുറ്റിത്തിരിഞ്ഞു. ഞാഞ്ഞ കാണാതെ നേന്ത്രനും ഞാലിപ്പൂവനും പേരയ്ക്കയും നാരങ്ങയുംതിന്ന് പറമ്പു മുഴുവൻ കറങ്ങി നടന്നു. കരിയിലകൾക്കിടയിലൂടെ കിളിർത്തുവരുന്ന കശുവണ്ടിയുടെ ഇതളുകൾ ഒടിച്ചു തിന്നു.

അന്ന പറമ്പിൽ നിന്ന് അണ്ടി പെറുക്കി തിന്നുന്നതു മേരിക്കുട്ടി കണ്ടാൽ അവൾ ബുദ്ധിമോശം കൊണ്ട് വല്ല അട്ടയോ പാറ്റയോ പിടിച്ച് വായിലിടും എന്ന് ശോശാമ്മ മകളെ താക്കീതു ചെയ്തു.

ബുദ്ധിയില്ലാത്ത മേരിക്കുട്ടി അന്ന ചെയ്യുന്നതെല്ലാം അതുപോലെ ചെയ്ത് അവറാച്ചന്റെ തല്ലു വാങ്ങുമ്പോൾ, അന്ന കണ്ടു നിന്ന് ആനന്ദിച്ചു. പിന്നെയും പിന്നെയും മേരിക്കുട്ടിക്ക് ചുട്ട തല്ലു വാങ്ങി കൊടുക്കാൻ

കഴിയുന്നതൊക്കെ അന്ന ചെയ്തു. ഓരോ ദിവസവും ഞാഞ്ഞ കവലയിൽ പോയി വരുമ്പോൾ പറഞ്ഞു കൊടുക്കാൻ മേരിക്കുട്ടിയുടെ തെറ്റുകുറ്റങ്ങൾ അന്ന മനസ്സിൽ കൂട്ടി വച്ചു.

ഭ്രാന്തി കാരണം ജീവിക്കാൻ പറ്റുന്നില്ലെന്ന് അന്ന പറയുമ്പോൾ ശോശാമ്മ ചിന്തയിൽ അമരുന്നത് മറിയ ശ്രദ്ധിച്ചിരുന്നു.

ബുദ്ധി വളരാതെ മേരിക്കുട്ടി മുതിർന്നു. അവൾക്ക് പ്രായത്തിൽ കൂടിയ ശരീരവളർച്ച ഉണ്ടായിരുന്നു. വളർന്ന മാറിടങ്ങളെക്കുറിച്ചോ മയക്കുന്ന കണ്ണുകളെക്കുറിച്ചോ അന്നയെ കൊതിപ്പിച്ച സ്വർണ്ണ നിറത്തെക്കുറിച്ചോ ചിന്തയില്ലാതെ മേരിക്കുട്ടി ഉമിനീർ ഒലിപ്പിച്ച് നടന്നു. മുറ വരുമ്പോൾ ചോരകണ്ട് പേടിച്ച് ഉറക്കെ നിലവിളിച്ചു. പല്ലു തേക്കാനും ശൗചം ചെയ്യാനും മടിച്ച് പറമ്പിലൂടെ നാറി നടന്നു. അവറാച്ചന്റെ ഷർട്ടുകൾ ഒരു അവകാശം പോലെ എടുത്തിട്ടു. കുടുക്കുകൾ സ്ഥാനം തെറ്റിയ വിടവുകളിലൂടെ മേരിക്കുട്ടിയുടെ വളർച്ച പുറത്തു കണ്ട് അന്ന ചിരിച്ചതിൽ പിന്നെ, അവളുടെ ഉടുപ്പിലും മട്ടിലും മറിയ പ്രത്യേകം ശ്രദ്ധിച്ചു. തലയ്ക്കു ബുദ്ധിയുള്ളതിന് ആ നിറം കൊടുക്കാത്ത ദൈവത്തോട് പ്രാർത്ഥനാനേരങ്ങളിൽ ശോശാമ്മ പരാതി പറഞ്ഞു.

പണിക്ക് ആണുങ്ങളുള്ള ദിവസങ്ങളിൽ മേരിക്കുട്ടിയെ മുറിക്കുള്ളിൽ പൂട്ടിയിടാൻ ശോശാമ്മ പറഞ്ഞപ്പോൾ അവറാച്ചൻ കനപ്പിച്ച് മൂളുക മാത്രം ചെയ്തു. ആ കടുംകൈയും താൻ തന്നെ ചെയ്യേണ്ടി വരുമെന്ന് ഓർത്തപ്പോൾ മറിയയ്ക്ക് ഉള്ളിൽ ഘനം തോന്നി.

പേറെടുക്കുന്ന അമ്മയുടെ മനസ്സോടെ മേരിക്കുട്ടിയെ കുളിപ്പിച്ച് ഒരുക്കുന്ന മറിയയോട് തോന്നിയ മതിപ്പ് ശോശാമ്മ ഒരിക്കലും പുറത്തു കാണിച്ചില്ല. മേരിക്കുട്ടി ചെയ്തു കൂട്ടുന്നതെല്ലാം മറിയയുടെ തലയിൽ കെട്ടിവയ്ക്കാൻ അന്നയും ശോശാമ്മയും മത്സരിച്ചു.

വയസ്സറിയിച്ചതിനുശേഷം അന്നയെ അവറാച്ചൻ തല്ലിയില്ല. അതും ചേർത്ത് മേരിക്കുട്ടിക്ക് പൊതിരെ കിട്ടിക്കൊണ്ടിരുന്നു. അവറാച്ചന്റെ ശിക്ഷ അതിരുവിടുമ്പോൾ മാത്രം മറിയ ഇടപെട്ടു.

ചായിപ്പിൽ ഓലകൾക്ക് ഇടയിൽ തിരുകി വച്ച നീളമുള്ള പുളിവടി ചൂണ്ടിക്കാണിച്ച് മേരിക്കുട്ടിയെ പേടിപ്പിക്കുന്നതിൽ അന്ന സന്തോഷം കണ്ടെത്തി.

അവറാച്ചൻ മറിയയെ കെട്ടിക്കൊണ്ടുവരുമ്പോൾ അന്ന വയസ്സറിയിക്കാത്ത കൊച്ചു പെണ്ണാണ്. പതിനൊന്നോ പന്ത്രണ്ടോ വയസ്സു കാണും. അന്നേ ഏഷണിക്കും കുശുമ്പിനും അന്ന ഒട്ടും മോശമായിരുന്നില്ല. തീറ്റയെക്കുറിച്ചാണ് ഏഷണിയും പരാതിയും ഏറെയും. നാത്തൂൻ പഴം കട്ടു തിന്നു, നാത്തൂൻ നെയ്യപ്പം ഒറ്റയ്ക്കു തിന്നു, കോഴിയിറച്ചിയുടെ കുറക് തിന്നിട്ട് എല്ലു മാത്രം തന്നു – അങ്ങനെയങ്ങനെ കൊച്ചു കൊച്ച് ഏഷണികൾ ആവർത്തിച്ചു കൊണ്ടിരിക്കും.

മറിയ ആദ്യം ഒന്ന് ക്ഷമിക്കും. സഹികെട്ടാൽ തിരിച്ചു കൊടുക്കും. ആരും കേൾക്കുന്നില്ല എന്ന് ഉറപ്പുവരുത്തിയിട്ടാവും മറുപടി.

'ഒരു മൺകലം നിറയെ പഴങ്കഞ്ഞിയും ചമ്മന്തിയും തന്നത് പട്ടിക്കു തിന്നാനല്ല' എന്ന് മറിയ ഒരിക്കൽ പറഞ്ഞത് അന്നയെ ചൊടിപ്പിച്ചു.

നാത്തൂൻ പട്ടിയെന്നു വിളിച്ചു എന്ന് അന്ന പരാതി പറഞ്ഞിട്ട് അത് കേട്ടതായിപ്പോലും അവറാച്ചൻ ഭാവിച്ചില്ല. കെട്ടിയവളുടെ വാക്കുകൾക്കാണ് അവറാച്ചൻ വില കല്പിക്കുന്നതെന്ന് ശോശാമ്മയ്ക്ക് തോന്നി.

മരുമകളോട് അന്നു തോന്നിയ ചൊരുക്ക് ഓരോ സംഭവത്തിലും വലുതായി വന്നു.

മകളേക്കാൾ സ്നേഹം മരുമകൾക്കുണ്ടെന്ന് ഇസഹാഖ് കരുതി. അമ്മാവിയപ്പൻ കിടപ്പിലായ സമയത്ത് മറിയ അതു തെളിയിക്കുകയും ചെയ്തു. മറിയ ദൈവഭയമുള്ള കൊച്ചാണെന്ന് ഇസ്ഹാഖ് പറഞ്ഞത് ശോശാമ്മയുടെ മനസ്സിൽ അലിയാതെ കിടന്നു.

നാത്തൂനെ കുത്തിനോവിക്കാൻ മുനയുള്ള കഥകൾ കണ്ടെത്തുന്നതിൽ അന്ന കാണിച്ച മിടുക്ക് ശോശാമ്മയെപ്പോലും അത്ഭുതപ്പെടുത്തി. അയൽപക്കത്തെ എൽദോയും അയാളുടെ സുന്ദരികളായ പെൺമക്കളും ആ കഥകളിൽ വന്നു പോയി. തന്റെ രണ്ടു പെൺമക്കളിൽ ഒരാളെ അവറാച്ചനെക്കൊണ്ട് കെട്ടിക്കണമെന്ന് പറഞ്ഞപ്പോൾ അതു കൊള്ളാമെന്ന അഭിപ്രായം ശോശാമ്മയ്ക്കും ഉണ്ടായിരുന്നു. ഒന്നര വയസ്സു മാത്രം വ്യത്യാസമുള്ള ലില്ലിയെയും ത്രേസ്യയെയും കണ്ടാൽ അവരിൽ ആരാണ് മൂത്തതെന്ന് മനസ്സിലാക്കാൻ കഴിയുമായിരുന്നില്ല. വെളുപ്പിന് ആറു മണിക്ക് തോട്ടിൽ കുളിച്ച് വൃത്തിയായി നനഞ്ഞ തോർത്തും തോളത്തിട്ട് ഇടവഴിയിലൂടെ വരുന്ന ഞാഞ്ഞയെ രണ്ടുപേരും വായും പൊളിച്ച് നോക്കി നില്ക്കാറുണ്ടെന്ന് അന്ന പറയുമ്പോൾ മകനെക്കുറിച്ചുള്ള അഭിമാനം പുറത്തു കാണിക്കാതിരിക്കാൻ ശോശാമ്മ ശ്രദ്ധിച്ചു പോന്നു. 'അവളുമാര് എന്റെ കൊച്ചിനെ കണ്ണു വയ്ക്കരുതേ കർത്താവേ' എന്നു പറഞ്ഞ് നെഞ്ചിൽ കൈവച്ച് മുകളിലേക്ക് നോക്കുമ്പോൾ ശോശാമ്മയുടെ കണ്ണുകൾ തിളങ്ങും. എന്നും ഇസഹാഖിന്റെയും ശോശാമ്മയുടെയും നല്ല അയല്ക്കാരനായിരുന്നു എൽദോ. രണ്ട് പെൺമക്കളുടെ പിതാവായ അയാൾ അവറാച്ചന്റെ വളർച്ചയെ കൊതിയോടെ കണ്ടു.

അവറാച്ചന്റെ സൗന്ദര്യവും വൃത്തിയും മാത്രമല്ല എൽദോച്ചനെ ആകർഷിച്ചത്. സ്കൂളിൽ പഠിക്കുന്ന കാലത്തുതന്നെ എൽദോ അവറാച്ചനെ ശ്രദ്ധിച്ചു. ഇടവഴിയിൽ കിടക്കുന്ന കശുവണ്ടി കാലുകൊണ്ട് തൊഴിച്ച് പറമ്പിലേക്കു തെറിപ്പിക്കുന്നതല്ലാതെ അവറാച്ചൻ അത് കൈകൊണ്ടു തൊടുന്നതു പോലും കണ്ടിട്ടില്ലെന്ന് എൽദോ പറയുമായിരുന്നു.

വളരുംതോറും ഉടുപ്പിലും നടപ്പിലും അവറാച്ചൻ കൂടുതൽ ശ്രദ്ധിച്ചു. പതിനൊന്നാം ക്ലാസ് പാസായതിനുശേഷം അവറാച്ചൻ കവലയിൽ പതിവായി പ്രത്യക്ഷപ്പെട്ടു. പുറത്തിറങ്ങുമ്പോൾ നേർത്ത പച്ചക്കരയുള്ള കൈത്തറി മുണ്ടും തേച്ചു നിവർത്തിയ വെള്ള ഷർട്ടും മാത്രം ധരിച്ചു. ആഴ്ചയിൽ രണ്ടുവട്ടം മുഖം വടിച്ചു. കൂട്ടുകെട്ടുകളിൽനിന്ന് അകലം പാലിച്ചു.

രാഷ്ട്രീയം ആലോചിക്കാൻ ഷാപ്പിന്റെ ചായിപ്പിൽ ഇരിക്കുന്ന സമയങ്ങളിൽപോലും അവറാച്ചൻ കള്ളു കോപ്പ കൈ കൊണ്ടു തൊടാറില്ലെന്ന് എൽദോ രഹസ്യമായി അന്വേഷിച്ചു മനസ്സിലാക്കി.

എല്ലാ ഞായറാഴ്ചയും പള്ളിയിൽ വരുന്ന ചെറുപ്പക്കാരേക്കാൾ ദൈവത്തിനു പ്രിയം പെരുന്നാളിനും ദുഃഖവെള്ളിക്കും മാത്രം പള്ളിമുറ്റത്തു കയറുന്ന അവറാച്ചനോടാണെന്ന് ഒരിക്കൽ പള്ളിക്കമ്മിറ്റിയിൽ വച്ച് വികാരിയച്ചൻ പറഞ്ഞത് കേട്ടു നിന്നവരിൽ ചിരി പടർത്തി.

അയലത്തെ പെൺപിള്ളാരുടെ നിറത്തിലും ചിരിയിലും അവറാച്ചൻ വീണില്ല. അയല്പക്കത്തുനിന്ന് പെണ്ണു കെട്ടുന്നത് അന്തസ്സല്ലെന്ന് അവറാച്ചൻ പറഞ്ഞപ്പോൾ ആരും നിർബ്ബന്ധിച്ചില്ല.

മറിയ വന്നതിനുശേഷം അന്നയുടെ കുത്തുവാക്കുകളിൽ ലില്ലിയും ത്രേസ്യയും ഇടയ്ക്കിടെ കയറി വന്നു. 'വിധിച്ചതല്ലേ കിട്ടൂ' എന്ന് മറിയ കേൾക്കെ പറയുന്നതിൽ ശോശാമ്മയും അന്നയും സന്തോഷം കണ്ടെത്തി. ശോശാമ്മയുടെ വായിൽനിന്ന് കേട്ടു പഠിച്ച കഥകൾ മറിയയുടെ ഉള്ളു നുറുക്കാൻ പോന്നതാണെന്ന് മനസ്സിലാക്കിയ അന്ന നാത്തൂനെ കുത്തി നോവിക്കാൻ കിട്ടിയ അവസരങ്ങൾ പാഴാക്കിയില്ല.

പറമ്പിലെ കൃഷിക്കാര്യങ്ങളിൽ ഇസഹാഖും അവറാച്ചനും ഒരിക്കലും യോജിച്ചില്ല. കൃഷിയുടെ രീതികൾ മാറുന്നത് അപ്പന് അറിയില്ലെന്ന് പറയുമ്പോൾ അവറാച്ചന്റെ ശബ്ദം ഉയരുന്നത് ശോശാമ്മ ശ്രദ്ധിച്ചു.

അപ്പനിൽ നിന്ന് അധികാരം മകനിലേക്ക് മാറിയപ്പോൾ ശോശാമ്മയും കൂറുമാറി.

ഇസഹാഖ് ആസ്ത്മ വന്ന് അവശതയിലായതോടെ ആറേക്കർ പറമ്പിന്റെ ഉടമ താനാണെന്ന് അവറാച്ചൻ വിശ്വസിച്ചു. രണ്ടാൾ പിടിച്ചാൽ പിടിമുട്ടാത്ത ആഞ്ഞിലി മരങ്ങളും വേരുവരെ കായ്ക്കുന്ന തേൻ വരിക്കപ്ലാവുകളും ഒന്നൊന്നായി തൊടിയിറങ്ങി. വയലിലെ നെൽച്ചെടികൾ രാസവളം തിന്ന് ചീർത്തു. ഒഴിഞ്ഞ പിച്ചളക്കുപ്പികൾ മുറ്റത്തും വയൽ വരമ്പുകളിലും സ്ഥാനം പിടിച്ചു. പാടത്തും പറമ്പിലും നിന്നുള്ള കാറ്റിൽ കീടനാശിനിയുടെ ഗന്ധം തോന്നിയപ്പോൾ ഇസഹാഖ് തോർത്തു കൊണ്ട് മൂക്കും വായും പൊത്തുക മാത്രം ചെയ്തു.

കുരിശു വരയ്ക്കുന്നതിനു മുൻപ് ചോറുവിളമ്പിത്തിന്നുന്ന അന്നയുടെ ശീലം നല്ലതല്ലെന്ന് മറിയ കരുതി.

പല ദിവസങ്ങളിലും വേദപുസ്തകം വായിക്കാൻ മടിച്ച് കൊതികുത്തിയ അന്ന ചായിപ്പിൽ ഇരുട്ടത്തിരുന്നു. പ്രാർത്ഥനാ നേരങ്ങളിൽ ഉറക്കം തൂങ്ങിയ അന്നയെ മറിയ പലപ്പോഴും ശകാരിച്ചു. തരം കിട്ടുമ്പോഴൊക്കെ അന്ന തറുതല പറഞ്ഞു. മുതിർന്നപ്പോൾ മറിയ അന്നയെ അവളുടെ വഴിക്കു വിട്ടു.

'അടയ്ക്കയായാൽ മടിയിൽ വയ്ക്കാം, അടയ്ക്കാമരം മടിയിൽ വയ്ക്കാൻ പറ്റില്ല' എന്ന് എൽദോയുടെ വേലിക്കൽനിന്ന് മറിയ പറയുന്നതുകേട്ട് അന്ന വഴക്കിട്ടു. നാത്തൂൻ ത്രേസ്യയോട് കുറ്റം പറഞ്ഞു

കൊടുത്തുവെന്ന അന്നയുടെ പരാതിക്ക് അവറാച്ചൻ ചെവി കൊടുത്തില്ല.

തൊമ്മിയുമായുള്ള അന്നയുടെ വിവാഹം അവറാച്ചൻ ആഗ്രഹിച്ചില്ല. പെങ്ങളെ ഉപദേശിക്കാനോ ശാസിക്കാനോ നില്ക്കാതെ, വൈരാഗ്യവും വെറുപ്പും മനസ്സിൽ വച്ച് പെരുമാറുകയാണ് അവറാച്ചൻ ചെയ്തത്. പടിഞ്ഞാറേ പറമ്പിലെ വാഴത്തോട്ടത്തിൽ വച്ച് അന്നയേയും തൊമ്മിയേയും കൈയോടെ പിടിച്ചത് എൽദോ നാടാകെ പറഞ്ഞു പരത്തിയിരുന്നു.

"എന്റെ വാഴ വല്ലതും കുലച്ചോ തൊമ്മീ" എന്ന് എൽദോ ചോദിച്ച തിലെ പരിഹാസം തൊമ്മിയേക്കാൾ ആദ്യം അന്നയ്ക്കാണ് പിടി കിട്ടിയത്.

"അവറാച്ചന്റെ പെങ്ങളെയും കൂട്ടി കൃഷി നോക്കാൻ വന്നത് നന്നായി. അതിയാൻ നല്ല കൃഷിക്കാരനല്ലേ."

എൽദോ വിടാതെ പിടിച്ചു.

പരിഹാസം കേട്ട് വിളറിപ്പോയ തൊമ്മിയോട് അവന്റെ കഴുത്ത് നോക്കി വെട്ടാനാണ് അന്ന പറഞ്ഞത്.

ആരെയും വകവയ്ക്കാത്ത പ്രകൃതക്കാരനാണെങ്കിലും സ്വന്തം അപ്പനേക്കാൾ പ്രായമുള്ള എൽദോച്ചനു നേരെ കൈയുയർത്താൻ തൊമ്മിക്കു മനസ്സു വന്നില്ല.

അവറാച്ചന്റെ അന്തസ്സിനേറ്റ അടിയായിരുന്നു അന്നയും തൊമ്മിയും തമ്മിലുള്ള ബന്ധം. നാണവും മാനവുമുള്ള കുടുംബക്കാർക്ക് സഹി ക്കാൻ പറ്റുന്നതല്ല അന്നയ്ക്കും തൊമ്മിക്കുമിടയിൽ നടന്നതെന്ന് അവറാ ച്ചൻ കരുതി. കവലയിൽ കൂടിയ ചെറുപ്പക്കാരുടെ നേരമ്പോക്കുകളിൽ തൊമ്മിയും അന്നയും കഥാപാത്രങ്ങളായി.

അവറാച്ചന്റെ പെങ്ങൾ പണവും തറവാടിത്തവുമില്ലാത്ത തൊമ്മി യുടെ കുടുംബത്തിൽച്ചെന്ന് കയറേണ്ടവൾ അല്ലെന്ന് നാട്ടുകാർ പറഞ്ഞു. നഷ്ടം അന്നയ്ക്കും തൊമ്മിക്കും തന്നെയായിരുന്നു. പൊന്നിന്റെയും പണത്തിന്റെയും കണക്കു പറയാതെ അന്നയെ കെട്ടിച്ചു. അന്നയുടെ കല്യാണ ദിവസം രാത്രി വൈകിയാണ് അവറാച്ചൻ വീട്ടിൽ വന്നത്. ബന്ധുക്കളും സഹായികളായ നാട്ടുകാരും ഉണ്ടായിരുന്നതുകൊണ്ട് ഒന്നിനും ഒരു കുറവും വന്നില്ല എന്നു മാത്രം. പശുവിനെ വില്ക്കുന്നതു പോലെയാണ് അവറാച്ചൻ പെങ്ങളെ കെട്ടിച്ച് അയച്ചതെന്ന് നാട്ടുകാർ പറഞ്ഞു.

പൊന്നുവിളയുന്ന വടക്കൻ മലവാരങ്ങളിൽ നിന്ന് പച്ച പിടിക്കുന്ന ജീവിതങ്ങളുടെയും ഭയം വിതയ്ക്കുന്ന വസൂരി മരണങ്ങളുടെയും കഥകൾ എത്തിക്കൊണ്ടിരുന്നു. പഴയ കൂറ്റുകാരുടെ തിരുമേനി വടക്കേ മലബാറിൽ ആയിരം ഏക്കർ വിലയ്ക്കു വാങ്ങി എഴുപതു കുടുംബങ്ങ ൾക്ക് കൃഷിക്കായി വീതിച്ചു കൊടുത്തത് പള്ളിയിൽ ചർച്ചയായി. ചങ്ങനാശ്ശേരിയിലെ നായന്മാർ മലബാറിൽ അയ്യായിരം ഏക്കർ വാങ്ങി കൃഷി തുടങ്ങിയ കഥയും ഏറ്റുപിടിക്കാൻ ആളുണ്ടായി.

തൂമ്പ പിടിക്കുമ്പോൾ കൈവിറച്ചു തുടങ്ങിയതോടെ അവറാച്ചന്റെ സംരക്ഷണത്തിലാണ് താനെന്ന ചിന്തയിൽ ഇസഹാഖ് ഒതുങ്ങി. പിറന്ന

മണ്ണിൽ മരിച്ചു ചേരാൻ ആഗ്രഹിച്ച ഇസഹാഖിന്റെയും ശോശാമ്മയുടെയും ആഗ്രഹത്തിന് അവറാച്ചൻ പുല്ലുവില നല്കിയില്ല. അപേക്ഷയുടെ സ്വരം അധികാരത്തിന്റെ സ്വരമായി മാറിയതോടെ വസ്തു വില്ക്കാൻ ഇസഹാഖ് സമ്മതിച്ചു. അവറാച്ചന്റെ നന്മയിൽ വിശ്വസിച്ച ശോശാമ്മ മകന്റെ തീരുമാനത്തിന് വിഷമത്തോടെ വഴങ്ങി.

സ്ഥലത്തിന് അച്ചാരം വാങ്ങിയ കാശുമായി അവറാച്ചൻ പോയ ഒരുപ്പോക്ക് പഴയ കഥകൾ മറന്ന് അവറാച്ചന്റെയും തൊമ്മിയുടെയും കുടുംബങ്ങളെ ഒന്നാക്കി. ശോശാമ്മയുടെയും മറിയയുടെയും കണ്ണീർ കണ്ട് സഹികെട്ട്, അവരെ ആശ്വസിപ്പിക്കാൻ തൊമ്മി പലതും പറഞ്ഞു നോക്കി. തൊമ്മിയുടെ കഥകൾ ആരും വിശ്വസിച്ചില്ല. അവറാച്ചന് വല്ല ആപത്തും പിണഞ്ഞിരിക്കുമെന്ന് നാട്ടുകാർ ഉറപ്പിച്ചു.

അവറാച്ചൻ പോയതിന്റെ ഇരുപത്തി നാലാം പക്കം മേരിക്കുട്ടിക്ക് ജ്വരം കടുത്തു. ശരീരം കോച്ചി വിറച്ച മേരിക്കുട്ടി കട്ടിലിൽ നിന്ന് തെറിച്ചു വീണു. വായിലൂടെ വന്ന നുരയും പതയും തുടച്ച് തറയിലിരുന്ന മറിയ നാത്തൂനെ പിടിച്ചെഴുന്നേല്പിച്ച് മടിയിൽ കിടത്തി. അന്നയ്ക്ക് അസൂയയുണ്ടാക്കിയ നിറവും ചൈതന്യവും മേരിക്കുട്ടിയുടെ മുഖത്തു നിന്ന് വാർന്നു പോയതുപോലെ മറിയയ്ക്കു തോന്നി.

അന്നു രാത്രി മുഴുവൻ മറിയ കരഞ്ഞു പ്രാർത്ഥിച്ചുകൊണ്ടിരുന്നു. നാല്പതാം സങ്കീർത്തനം ഒരുവട്ടം കൂടി വായിക്കാൻ ശോശാമ്മ പറഞ്ഞപ്പോൾ ഒരു കുഞ്ഞിനെപ്പോലെ മറിയ അനുസരിച്ചു.

മറിയയുടെ ചുണ്ടിൽ നിന്ന് ദൈവത്തിന്റെ വചനങ്ങൾ പുറപ്പെട്ടു.

ഞാൻ യഹോവയ്ക്കായി കാത്തു കാത്തിരുന്നു.

അവൻ എന്നിലേക്കു ചാഞ്ഞ് എന്റെ നിലവിളി കേട്ടു.

നാശകരമായ കുഴിയിൽനിന്നും കുഴഞ്ഞ ചേറ്റിൽനിന്നും അവൻ എന്നെ കയറ്റി.

എന്റെ കാലുകളെ പാറമേൽ നിർത്തി.

എന്റെ വായിൽ പുതിയൊരു പാട്ടു തന്നു.

നമ്മുടെ ദൈവത്തിനു സ്തുതി തന്നെ.

ശോശാമ്മയുടെ ഉച്ചത്തിലുള്ള കരച്ചിൽ ഉയർന്നപ്പോൾ മറിയ വായന നിർത്തി. ശോശാമ്മയും മറിയയും അന്നയും കെട്ടിപ്പിടിച്ചു കരഞ്ഞു.

കണ്ണീരിന്റെ നാല്പതു ദിവസങ്ങൾക്കു ശേഷം ഒരു വൈകുന്നേരം കൂപ്പിൽ തടി കയറ്റാൻ പോകുന്ന പാണ്ടി ലോറിയിൽ വന്നിറങ്ങിയ അവറാച്ചന്റെ നെറ്റിയിൽ ചോര കിനിയുന്ന ഒരു കെട്ടുണ്ടായിരുന്നു.

കാടുവെട്ടാൻ ഏല്പിച്ച പണിക്കാരുടെ അശ്രദ്ധ കൊണ്ട് ഞാങ്ങണയുടെ കമ്പു പോറിയതാണെന്ന് അവറാച്ചൻ പറഞ്ഞപ്പോൾ, മറിയ രണ്ടു കൈകളും നെഞ്ചത്ത് വച്ച് പ്രാർത്ഥനയോടെ കണ്ണുകൾ ഉയർത്തി,

'ആപത്ത് ഒന്നും വരുത്തിയില്ലല്ലോ ദൈവമേ' എന്ന് സമാധാനിച്ചു. തലയിലെ കെട്ട് അഴിച്ചു മാറ്റിയപ്പോൾ അവറാച്ചന്റെ നെറ്റിയിലെ ഒരു

വിരൽ നീളമുള്ള മുറിവിന്റെ പാട് മറിയ കണ്ടു.

നാല്പതു നാളത്തെ അലച്ചിൽകൊണ്ട് കണ്ടെത്തിയ സ്ഥലത്തെക്കുറിച്ച് കൂടുതൽ പറയാൻ അവറാച്ചൻ കാണിച്ച മടി മറിയയെ വേദനിപ്പിച്ചു. മറിയ വിടാതെ കുത്തിക്കുത്തി ചോദിച്ചു.

"എവിടെയാ വാങ്ങിച്ച സ്ഥലം?"

"എല്ലാ സ്ഥലവും നിനക്കറിയാമോ?," കെട്ടിയവൾക്ക് മറുപടി കൊടുക്കേണ്ട കാര്യമുണ്ടെന്ന് അവറാച്ചന് തോന്നിയില്ല.

കുറച്ചു നേരം മിണ്ടാതിരുന്ന മറിയ അടുത്ത ചോദ്യവും ചോദിച്ചു, "അറിയാൻ വേണ്ടി ചോദിക്കുവാ, എന്തോരം സ്ഥലം മേടിച്ചു?"

"നിനക്ക് എന്തോരം വേണം? കുറഞ്ഞു പോയാൽ, നിന്റെയപ്പൻ കൂടുതൽ മേടിച്ചു തരുമോ?," നിവൃത്തിയില്ലാതെ മറിയ പിൻവാങ്ങി.

ഞാഞ്ഞ മലബാറിൽ വാങ്ങിച്ച സ്ഥലത്തിന്റെ വിവരങ്ങൾ മറിയയ്ക്കു പറഞ്ഞു കൊടുക്കുമ്പോൾ, താൻ വീട്ടുകാരിയും നാത്തൂൻ വന്നു കയറിയവളും ആണല്ലോ എന്നോർത്ത് അന്നയ്ക്ക് അഭിമാനം തോന്നി. അവറാച്ചൻ ഉള്ളി തൊലിച്ചതുപോലെ എല്ലാ കാര്യങ്ങളും അളിയനോട് പറഞ്ഞിരുന്നു.

ജ്വരം മൂത്ത് മേരിക്കുട്ടി മരിച്ചു. മരണത്തിന്റെ ഏഴാം നാൾ മറിയ ഉറങ്ങിയില്ല. യാത്രയ്ക്കുള്ള ഒരുക്കങ്ങൾ പൂർത്തിയാക്കിയതിനുശേഷം, മറിയ പുറപ്പാടു പുസ്തകം വായിച്ചുകൊണ്ടിരുന്നു. 'പകൽ മേഘസ്തംഭമായും രാത്രിയിൽ അഗ്നി സ്തംഭമായും ഇസ്രായേൽ ജനത്തിനു വഴികാണിച്ച' യഹോവയിൽ പ്രാർത്ഥനയോടെ ശരണപ്പെട്ട് മറിയ നേരം വെളുപ്പിച്ചു.

പിറ്റേന്ന് അവറാച്ചനും കുടുംബവും നല്ല മണ്ണു തേടി മലബാറിലേക്ക് യാത്രയായി.

ഭാഗം II

കത്രീന

വാഷ് തിളയ്ക്കുന്ന അടുപ്പിൽനിന്ന് ഒരു കൊള്ളിയെടുത്ത് തെറുപ്പു ബീഡി കത്തിക്കുമ്പോൾ കത്രീനയുടെ നോട്ടം കുന്നുകയറി വരുന്ന ചെറുപ്പക്കാരനിൽ ആയിരുന്നു.

കഴിക്കാനുള്ള വരവാണെന്നു തോന്നുന്നില്ല. വെയിൽ ഉറച്ചിട്ടില്ല. ഇത്രയും നേരത്തേ വാറ്റുമോന്താൻ മാത്രം തലയ്ക്ക് ഓളമുള്ള ആരുണ്ട് നാട്ടിൽ! വെളുത്ത മുണ്ട് മുട്ടോളം എത്തിച്ച് മടക്കിയുടുത്ത് തലയിൽ ഒരു റൗഡിക്കെട്ടുമായി കുന്നുകയറി വരുന്ന ചെറുപ്പക്കാരനെ കത്രീന കൗതുകത്തോടെ നോക്കി. തെരുവപ്പുല്ലുകൾക്കിടയിൽ കറുത്ത പാറയിലെ ചവിട്ടുവഴിയിലൂടെ അയാൾ നടക്കുന്നു.

ഉള്ളിൽ നുര കുത്തുന്ന ചിന്തകൾ അടക്കാൻ കത്രീന പാടുപെട്ടു. ബ്ലൗസിനുള്ളിലെ കെട്ടിൽനിന്ന് ഒരു തെറുപ്പു ബീഡി വലിച്ചെടുത്ത് ചുണ്ടിൽ തിരുകി കെടാത്ത കുറ്റിബീഡിയിൽ നിന്ന് അതിൽ തീ പകർന്നപ്പോഴേക്കും അയാൾ വിളിച്ചാൽ കേൾക്കുന്ന ദൂരത്ത് എത്തിയത് കത്രീന കണ്ടു.

കുഞ്ഞുനാളിൽ കണ്ടു മറന്ന മുഖങ്ങൾ മനസ്സിൽ മിന്നി മറഞ്ഞപ്പോൾ കത്രീന ഒന്നു പതറി.

വേഗത്തിൽ നടന്ന് മുറ്റത്തേക്കുള്ള കുത്തുപടികൾ കയറിയ അയാളെ നോക്കി കത്രീനയുടെ കില്ലപ്പട്ടി വാലാട്ടി. ആരെ കണ്ടാലും വാലാട്ടി ചെല്ലുന്ന കൊടിച്ചിപ്പട്ടിയെ മുട്ടിയിൽ വച്ച് വെട്ടി കഷണമാക്കി തെങ്ങിന്റെ ചുവട്ടിൽ കുഴിച്ചിടാൻ കത്രീന പലവട്ടം ആലോചിച്ചതാണ്. ജന്തുവിന്റെ മോങ്ങൽ കേട്ട് അലിവു തോന്നി പിന്നെയും പിന്നെയും വേണ്ടെന്നു വച്ചു.

"ആളുണ്ടോ?"

മറുപടിക്ക് കാത്തുനില്ക്കാതെ ഒരു പതിവുകാരനെ പോലെ കയറി വന്ന അയാളെ കത്രീന ചോദ്യഭാവത്തിൽ നോക്കി.

ആഞ്ഞ് ഒരൊറ്റ വലിക്ക് പുക മുഴുവൻ ഉള്ളിലാക്കിയ കത്രീന ബീഡിക്കുറ്റി ഇടതു കൈ കൊണ്ട് എടുത്ത് തറയിൽ ഇട്ടു ചവിട്ടിക്കൊണ്ട് അയാളെ നോക്കി പുക ഊതി.

ആരെയോ പ്രതീക്ഷിച്ചതിന്റെ നിരാശയിൽ കത്രീന സ്വയം പഴിച്ചു.

നിന്നിടത്തു നിന്ന് അനങ്ങാതെ ഗൗരവം പിടിച്ചു നിന്ന കത്രീനയുടെ അടുത്തേക്ക് ജാള്യതയോടെ പതിയെ നടക്കുമ്പോൾ അയാൾക്ക് തെല്ലൊരു ഭയപ്പാടുള്ളതു പോലെ തോന്നി.

"ദേവസീന്നാ .... ചേട്ടന്റെ പേര്. എന്നെ രാജൂന്ന് വിളിക്കും. ചേട്ടൻ അക്കരെ മലയിൽ കുറച്ചു വളച്ചുകെട്ടി"

കത്രീന ഒരു ഗ്ലാസെടുത്തു കഴുകി.

ഓലപ്പുരയുടെ പിറകിലെ ഇറയകത്ത് ചകിരിക്കയറിൽ കോർത്ത് തൂക്കിയിട്ടിരുന്ന ചില്ലു കുപ്പി കൈയുയർത്തി ഊരിയെടുക്കുന്ന കത്രീനയെ അയാൾ വിസ്മയത്തോടെ നോക്കി.

കുപ്പിയുടെ കോർക്ക് അടപ്പ് പിരിച്ചു തുറക്കുമ്പോൾ തന്റെ കനത്ത മാറിടം തുടിക്കുന്നത് എന്തിനെന്ന് കത്രീന ചിന്തിച്ചു.

"ഇച്ചിരി ഒഴിക്കട്ടേ?"

എനിക്ക് .....! അയാളുടെ പരുങ്ങലിന്റെ അർത്ഥം മനസ്സിലാക്കാൻ അവൾ വിഷമിച്ചു.

"ഉം.....?" കത്രീനയുടെ നീട്ടിയ മൂളലിൽ അയാൾ വീണ്ടും ചൂളി.

".... കാപ്പി...... മതി." അയാൾ ഒരുവിധം പറഞ്ഞൊപ്പിച്ചു.

ഇത് നല്ല കൂത്ത്. നാട്ടിലെങ്ങും കാപ്പി കിട്ടാത്തപോലെ! കാപ്പി കുടിക്കാൻ മല കയറി വന്നവനെ കത്രീന കൗതുകത്തോടെ നോക്കി.

തന്റെ പെരുമാറ്റത്തിലെ പുച്ഛവും പരിഹാസവും അയാളെ വേദനിപ്പിക്കുന്നുണ്ടെന്ന് കത്രീനയ്ക്ക് തോന്നി. ഉള്ളിൽ എന്തോ കൊളുത്തി വലിക്കുന്നതു പോലെ അവൾക്ക് അനുഭവപ്പെട്ടു. അവൾ ഒന്നു വലിഞ്ഞു.

"ഇച്ചിരി വെളിക്കിറങ്ങാൻ നിക്കുവാ. മിനക്കെടുത്താതെ സ്ഥലം കാലിയാക്ക്." കത്രീന ബ്ലൗസിനുള്ളിൽനിന്ന് ഒരു ബീഡിയെടുത്ത് ചുണ്ടിൽ തിരുകി.

വാക്കുകളുടെ കടുപ്പം ആ സ്വരത്തിൽ ഇല്ലെന്ന് രാജുവിന് തോന്നി. അയാളുടെ ചുണ്ടിൽ നേരിയ മന്ദഹാസം വിടർന്നു.

മാറ്റടുപ്പിലെ മൺകുടം കൈയ്ക്കലത്തുണികൊണ്ട് എടുത്ത് വെള്ളം കമിഴ്ത്തിക്കളയുമ്പോൾ കത്രീനയുടെ ശ്രദ്ധ മുഴുവൻ വന്നു കയറിയ ചെറുപ്പക്കാരനിൽ ആയിരുന്നു.

മുറ്റത്തിനരികിലെ പാറക്കല്ലിൽ ചാരി അയാൾ നില്ക്കുകയാണ്.

ചോലയിൽ നിന്ന് കുടം നിറച്ച് അടുപ്പിൽ തിരികെ വച്ച കത്രീന വാഷടുപ്പിലെ തീ കൂട്ടാൻ കുനിഞ്ഞപ്പോൾ അയാൾ പെട്ടെന്ന് തല വെട്ടിച്ചു. മുലക്കച്ചകൾക്കിടയിലൂടെ തൂങ്ങിയ അവളുടെ മുഴുത്ത മുലകൾ കാണാത്തതുപോലെ ഭാവിച്ച് അയാൾ താഴോട്ടു നോക്കി നിന്നു. ഒരു കൈ കൊണ്ട് ബ്ലൗസിന്റെ വശം വലിച്ചകത്തി തടിച്ച മുലകൾ മറുകൈ

കൊണ്ട് ഉള്ളിലേക്ക് തള്ളിയിറക്കി കത്രീന മൂരിനിവർന്നു. പൊക്കിയെടുത്ത മരിയിൽ നിന്ന് ഒരു കവിൾ ചാരായം വായിലേക്കു പകർന്നു.

അയലിൽ വിരിച്ചിട്ടിരുന്ന നീളൻ തോർത്ത് വലിച്ചെടുത്ത് തോളിലിട്ട് കത്രീന നീർച്ചോലയ്ക്ക് അരികിലെ തെരുവക്കാട്ടിൽ മറയുന്നത് നോക്കി അയാൾ നിന്നു.

പാറക്കൂട്ടത്തിനു മറവിലെ കയത്തിൽ കത്രീന മദിച്ചു കുളിക്കുന്നതിന്റെ ശബ്ദത്തിനുവേണ്ടി അയാൾ ചെവി വട്ടം പിടിച്ചു. മല പോലെയുള്ള തന്റെ ശരീരത്തെക്കുറിച്ച് ചിന്തയില്ലാതെ കത്രീന കൊല്ലിയിൽ നീന്തിപ്പുളയ്ക്കുന്നത് അയാൾ സങ്കല്പിച്ചു നോക്കി.

കേട്ടറിഞ്ഞ കഥകൾ രാജുവിന്റെ മനസ്സിൽ തികട്ടി.

പതിനാലുവർഷം മുമ്പ് ഒരു പുലയ ക്രിസ്ത്യാനിയുടെ കൈയും പിടിച്ച് മല കയറി വന്നപ്പോൾ കത്രീനയോട് അസൂയ തോന്നാത്ത സ്ത്രീകൾ ആ നാട്ടിൽ ഉണ്ടായിരുന്നില്ല.

വികാരിയച്ചന്റെ കത്തും മാമ്മോദീസ കണക്കുമില്ലാതെ നാടുവിട്ടെത്തിയ കത്രീനയും അവൾക്കു ചേരാത്ത കറിയാച്ചനും കൂദാശയില്ലാതെ കൂടെ പൊറുത്തവരാണെന്ന് ഇടവകക്കാർ വിധിയെഴുതി.

കൊല്ലം ഒന്നു കഴിഞ്ഞിട്ടും ഇടവകപ്പള്ളിയിലെ രജിസ്റ്ററിൽ അവരുടെ പേരുകൾ പതിഞ്ഞില്ല. പുറജാതിക്കാരിയെപ്പോലെ കത്രീനയും അർഹിക്കാത്ത മുതൽ കട്ടെടുത്ത കള്ളനെപ്പോലെ കറിയാച്ചനും ഞായറാഴ്ചകളിൽ കുർബ്ബാന കണ്ടു.

നീണ്ടു ചുരുണ്ട മുടിയും മുഖശ്രീയും വടിവൊത്ത ശരീരവുമുള്ള കത്രീനയോട് ഒപ്പം നടക്കുമ്പോൾ തനിക്ക് എന്തോ കുറവുള്ളതായി കറിയാച്ചന് സ്വയം തോന്നിയിരുന്നു.

ഭാര്യയെക്കാൾ പൊക്കക്കുറവുള്ള തന്നെ നാട്ടുകാർ കളിയാക്കും എന്ന കറിയാച്ചന്റെ ചിന്ത കൊണ്ടാണ് രണ്ടുപേരും ഒരുമിച്ച് നടക്കാത്തതെന്ന് നാട്ടിലെ പെണ്ണുങ്ങൾ അടക്കം പറഞ്ഞു. കറിയാച്ചനും കത്രീനയും പള്ളിയിൽ പോകുമ്പോൾ ആർക്കാണ് പൊക്കക്കൂടുതൽ എന്നറിയാൻ പെണ്ണുങ്ങൾ ഒളിച്ചു നോക്കി.

പൊക്കമുള്ള കത്രീനയും കുള്ളനായ കറിയാച്ചനും അടുത്ത് നില്ക്കുന്നത് കാണണമെന്ന കരിമ്പിലെ പെണ്ണുങ്ങളുടെ ആഗ്രഹം നടന്നില്ല. ഒരു പെരുമഴക്കാലത്ത് കാടോത്തിമല ഉരുൾപൊട്ടി. ഓല മറച്ച കൂരയോടൊപ്പം കറിയാച്ചനും ഒലിച്ചുപോയി. പേടിച്ചരണ്ട കരക്കാർ ജീവനും കൊണ്ട് പള്ളിയിൽ ഒളിച്ചു.

രാത്രിയും പകലും തോരാതെ മഴ പെയ്തു. മലവെള്ളം ഭയന്ന് ആളുകൾ അടുക്കാൻ മടിച്ചപ്പോൾ, കുഴഞ്ഞ ചളിയിലും പാറക്കല്ലുകൾക്കിടയിലും കടപുഴകി ഒഴുകിയടിഞ്ഞ മരങ്ങൾക്കിടയിലും കത്രീന കറിയാച്ചനെ അന്വേഷിച്ച് നടന്നു.

തമ്പുരാൻ കൊല്ലിയിലെ വഞ്ചിക്കാടുകൾക്ക് ഇടയിൽനിന്ന് മുറിഞ്ഞളിഞ്ഞ് വികൃതമായ കറിയാച്ചന്റെ ശരീരം വലിച്ചെടുത്ത് ഒറ്റയ്ക്കു

തോളിൽ ചുമന്ന് ഇടവഴി ചവിട്ടി ചെറ്റയുടെ വരാന്തയിൽ കൊണ്ടുവന്നു കിടത്തുമ്പോൾ കത്രീന നാലു മാസം ഗർഭിണിയാ യിരുന്നു.

അവൾ കരഞ്ഞില്ല.

പള്ളിയെ ഗൗനിക്കാതെ സ്വന്തം തൊടിയുടെ മൂലയിൽ കറിയാച്ചന്റെ ശരീരം സ്വയം കുഴി വെട്ടി മറവു ചെയ്തതോടെ അവൾ ഇടവകക്കാരുടെ കണ്ണിൽ കരടായി.

കത്രീന എങ്ങനെ പേറെടുത്തുവെന്നോ കുഞ്ഞിനെ എന്തു ചെയ്തുവെന്നോ ഒരാൾക്കും ഇന്നും പിടിയില്ല.

നാട്ടുകാർ പല കഥകളും പറഞ്ഞു നടന്നു.

മുറ്റിയ മാറിടങ്ങളെ കൂസാതെ മുണ്ടും ബ്ലൗസുമിട്ട് അവൾ കരിമ്പിലൂടെ നടന്നു. റേഷൻ കടയിൽ അരിയും പഞ്ചസാരയും വാങ്ങാൻ ഇറങ്ങിയപ്പോഴും അതേ വേഷത്തിൽ അവൾ നടന്നു.

അവളുടെ തടിച്ച അരക്കെട്ടും മാംസളമായ മാറിടവും ചെറുപ്പക്കാരുടെ ഉറക്കം കെടുത്തി. നാട്ടിലെ കൊള്ളാവുന്ന ആണുങ്ങളുടെ പേരും ചേർത്ത് കത്രീനയെക്കുറിച്ച് കഥകളുണ്ടാക്കി അവർ ആശ്വാസം കണ്ടെത്തി.

കരിമ്പിലെ പുരുഷന്മാർ അവരുടെ പെൺപിറന്നവരുമായുള്ള സംഭോഗ വേളകളിൽ കത്രീനയുടെ നഗ്നമായ ശരീരം മനസ്സിൽ സങ്കല്പിച്ചു. പെണ്ണിന്റെ മണമറിയാത്ത മീശ മുളയ്ക്കാത്ത ചെറുക്കന്മാർ കത്രീനയെ സങ്കല്പിച്ച് സ്വയംഭോഗം ചെയ്തു.

പുലിയിറങ്ങാറുള്ള മലയിൽ പള്ളിയുടെയും ഇടവകക്കാരുടെയും സഹായമില്ലാതെ പതിനാല് വർഷങ്ങൾ ഒറ്റയ്ക്കു ജീവിച്ച സ്ത്രീയോട് തോന്നിയത് ആരാധനയാണോ ഭയമാണോ എന്ന് ചോദിച്ചാൽ രാജുവിന് ഉത്തരമില്ല.

കുളിച്ചു കയറിയ കത്രീന ഈറൻ തുണികൾ പാറയിൽ വിരിച്ചിട്ട് വെള്ളാരങ്കല്ലുകൾ പെറുക്കി വയ്ക്കുന്നത് അയാൾ ദൂരെ നിന്നു നോക്കി.

ഈറൻ മുടി വിടർത്തിയിട്ട് കുത്തുപടികൾ കയറി വന്ന കത്രീനയെ രാജു മന്ദഹാസത്തോടെ എതിരേറ്റു.

“നീ ഇതുവരെ പോയില്ലേ?”

കത്രീനയുടെ സ്വരത്തിലെ മാറ്റം രാജുവിനെ ഭയപ്പെടുത്തി. അയാൾ അത് പുറത്തു കാണിക്കാതിരിക്കാൻ ശ്രമിച്ചു.

“ഞാൻ വന്നത് .... ” മുഴുമിപ്പിക്കാൻ കഴിയാതെ രാജു വിക്കി .

“പറയാതെ ഞാൻ എങ്ങനറിയും” – കത്രീന ഇടയ്ക്കു കയറി.

“ ചേച്ചിക്ക് നല്ല കൈപ്പുണ്യമാന്നാ എല്ലാവരും പറയുന്നത്.....” രാജു ഒന്നു നിർത്തി. “ഒരു കൂട്ടം ചോദിച്ചറിയണമെന്നുണ്ട്. ചേട്ടൻ പറഞ്ഞു വിട്ടതാ,” രാജു പറഞ്ഞു തീർന്നതും കത്രീന അയാളുടെ കരണം നോക്കി അടിച്ചതും ഒരുമിച്ചായിരുന്നു.

പ്രതീക്ഷിക്കാതെ കിട്ടിയ അടിയുടെ ശക്തിയിൽ നില തെറ്റി വീഴാതിരിക്കാൻ അയാൾ പാടുപെട്ടു.

ദേഷ്യവും സങ്കടവും രാജുവിനെ മറ്റൊരാളാക്കി.

അപ്പന്റെ തല്ലുകൊണ്ടാണ് രാജു വളർന്നത്. അമ്മ അലമുറയിട്ടു നിലവിളിച്ചാലും അപ്പൻ നിർത്താതെ തല്ലും. അപ്പോൾ കൈയിൽ കിട്ടുന്നത് എന്തായാലും അത് രാജുവിന്റെ പുറത്തു വീഴും. ചവിട്ടുക പോലും ചെയ്തിട്ടുണ്ട്.

തല്ലു കഴിഞ്ഞാൽ അപ്പൻ പേപിടിച്ചതുപോലെ മുറ്റത്തും പറമ്പിലും ഓടി നടക്കും. ആര് എന്തു ചോദിച്ചാലും തർക്കുത്തരമേ പറയൂ.

അന്നത്തെ ദേഹണ്ഡമെല്ലാം അവിടെ വച്ചു നിർത്തി തുണിയും മാറി ഒരൊറ്റ പോക്കാണ്. എല്ലില്ലാത്ത മാട്ടിറച്ചിയും കൊണ്ടേ അപ്പൻ തിരിച്ചു വരൂ.

അന്നത്തെ അത്താഴം കുശാലാണ് .

ഉലർത്തിയ ഇറച്ചി അപ്പൻ തന്നെ കോരിയിട്ടു കൊടുക്കും.

കെട്ടിയവന് മകനോടുള്ള സ്നേഹം കാണുമ്പോൾ മറിയാമ്മയുടെ കണ്ണു നിറയും.

എത്ര തല്ലിയിട്ടും രാജുവിന് ഒരിക്കലും അപ്പനോട് പരിഭവം തോന്നിയിട്ടില്ല. കലിയടങ്ങിയാൽ അപ്പൻ സ്നേഹമുള്ള അപ്പനാണ്. വടുക്കളിൽ തേൻ പുരട്ടിത്തരുമ്പോൾ അപ്പൻ ഗൗരവം ഭാവിക്കുകയാണെന്നും കരയാതിരിക്കാൻ സ്വയം അടക്കുകയാണെന്നും രാജുവിന് തോന്നാറുണ്ട്.

"നീ നന്നാവാനല്ലേ അപ്പൻ... ......!"

തല്ലിയാൽ നന്നാവുമോ? രാജു അത് ഒരിക്കലും ചോദിച്ചിട്ടില്ല. അപ്പന്റെ മരണം വരെ!

അപ്പൻ പോയതിൽ പിന്നെ അപ്പന്റെ എല്ലാ അധികാരവും ചേട്ടൻ ഏറ്റെടുത്തു. വയസ്സു ചെന്ന അമ്മയെ തെറി വിളിക്കുന്നതും അനിയനായ തന്നെ തല്ലിച്ചതയ്ക്കുന്നതും ചേട്ടനായി.

അപ്പനെപ്പോലെ തല്ലാൻ ചേട്ടൻ മതി.

അപ്പനെപ്പോലെ സ്നേഹിക്കാൻ അപ്പനേ കഴിയൂ.

അപ്പൻ തന്നെ തല്ലുമ്പോൾ അലമുറയിട്ടു കരയാറുള്ള അമ്മ ചേട്ടന്റെ അടി കൊണ്ട് താൻ നിലവിളിക്കുമ്പോൾ ഒരക്ഷരം മിണ്ടാതെ വെറുതെയിരിക്കുന്നത് എന്തുകൊണ്ടാണെന്ന രാജുവിന്റെ സംശയത്തിന് ഒരിക്കലും സമാധാനം കിട്ടിയില്ല.

രാജുവിന് ഓർമ്മ വച്ച കാലത്തുതന്നെ ദേവസി മീശവളർന്ന ഒത്ത മനുഷ്യനാണ്. അയാൾക്കുനേരെ അപ്പൻ കയ്യുയർത്തുന്നത് രാജു കണ്ടിട്ടേയില്ല.

അപ്പന്റെ തല്ലു കൊണ്ടു കരഞ്ഞ ഒരു ചെറുപ്പകാലം ചേട്ടനും ഉണ്ടായിരുന്നുവെന്ന് രാജു കേട്ടിട്ടുണ്ട്. ഏഴാം ക്ലാസിൽ മൂന്നാം വട്ടവും തോറ്റ് വീട്ടിലെത്തിയ ചേട്ടൻ കലി തുള്ളിയ അപ്പനുനേരെ കൈ പൊക്കിയ കാര്യം അമ്മ ആരോടോ അടക്കം പറയുന്നത് കുഞ്ഞുനാളിൽ രാജു കേട്ടിട്ടുണ്ട്. ആരോടെന്നും എപ്പോഴെന്നും ഓർമ്മയില്ല. ചോദിക്കാൻ

തോന്നിയിട്ടുമില്ല.

ചേട്ടൻ ചീത്തയാണെന്ന തോന്നൽ അന്നു മുതല്ക്കേ ഉള്ളിൽ എവിടെയോ ഉണ്ട്. ചേട്ടൻ അപ്പനോടു ചെയ്തതു തന്നെയല്ലേ, ഒടുവിൽ, താൻ ചേട്ടനോടും ചെയ്തത്? അതിനു ശേഷം ഒരിക്കലും ദേവസി രാജുവിനെ തല്ലിയില്ല. രാജു അതിനുള്ള അവസരം ഉണ്ടാക്കിയുമില്ല.

കത്രീനയുടെ അടി കൊണ്ട് പുളഞ്ഞ രാജുവിന്റെ മനസ്സിലൂടെ ആ നിമിഷം കടന്നു പോയ ഓർമ്മകളുടെ ചൂട് അയാളെ പൊള്ളിച്ചു.

ആദ്യമായിട്ടാണ് ഒരു പെണ്ണിന്റെ കൈ തന്റെ ദേഹത്തു വീഴുന്നത്.

വീടും കെട്ടിയവനുമില്ലാതെ, ചാരായം വാറ്റി ജീവിക്കുന്ന ഒരുമ്പെട്ട വൾ തന്റെ കരണത്തടിച്ചുവെന്ന് ഓർത്തപ്പോൾ രാജുവിന് സഹിക്കാനാ യില്ല.

അയാളുടെ ചുണ്ടിൽ നിന്ന് വികൃതമായ ഒരു ശബ്ദം പുറത്തുവന്നു.

നിലത്ത് ഉണങ്ങാനിട്ട വിറകു കമ്പ് കുനിഞ്ഞെടുക്കുന്ന രാജുവിനെ കണ്ട കത്രീനയുടെ ഉള്ളു കാളി. അവളുടെ നില്പും മട്ടും അയാളെയും ഭയപ്പെടുത്താതിരുന്നില്ല.

കാര്യങ്ങൾ പിടി വിട്ടു പോകുന്നതു പോലെ കത്രീനയ്ക്കു തോന്നി. രാജുവിനെ മയപ്പെടുത്താനുള്ള ശ്രമത്തിൽ അവൾ ചിരിക്കാൻ ശ്രമിച്ചു.

തന്റെ പൗരുഷം ചോദ്യം ചെയ്യപ്പെടുന്നതായി രാജുവിനു തോന്നി.

എന്തെങ്കിലും ചെയ്തേ പറ്റൂ.

അയാൾ രണ്ടും കല്പിച്ച് വാറ്റടുപ്പിന് അടുത്തേക്ക് നീങ്ങി.

"കഞ്ഞിയിൽ മണ്ണു വാരിയിടാൻ വരുന്നോ, നരുന്തു ചെറുക്കാ," കത്രീന അയാളുടെ കൈയിൽ കടന്നുപിടിച്ചു.

സർവ്വ ശക്തിയും എടുത്ത് രാജു കുതറി.

കത്രീനയുടെ മല പോലുള്ള ശരീരം കയ്യാലപ്പുറത്തു കൂടി ആറടിയോളം താഴ്ചയിലേക്കു മറിഞ്ഞു. അവൾ ഭയങ്കര ശബ്ദത്തിൽ നിലവിളിച്ചു. രാജുവിന്റെ കൈയിൽ നിന്ന് വിറകുകൊള്ളി താഴെ വീണു.

കുന്നിറങ്ങി ഓടി രക്ഷപ്പെടാനുള്ള ശ്രമത്തിൽ നടവഴിയിലെ കല്ലിൽ തട്ടി രാജു തെറിച്ചു.

"ചെറുക്കാ ഓടാതെടാ"

കത്രീനയുടെ വിളി കേൾക്കാൻ നില്ക്കാതെ അയാൾ കുന്നിറങ്ങി മറഞ്ഞു.

രണ്ടു പോരാളികൾ

നിക്കറിന്റെ ഒരല്പം പുറത്തു കാണിച്ച് മുണ്ട് കയറ്റിക്കുത്തി, തോക്കും തോളിൽ വച്ച് ആറ് മുറിച്ചുകടന്ന് നടക്കുമ്പോൾ താൻ ആന്റപ്പനാണെന്ന് രാമകൃഷ്ണൻ സങ്കല്പിച്ചു. അയാളുടെ ഭാവത്തിലും നടപ്പിലും പന്തികേടുണ്ടെന്ന് ജോർജിനും തോന്നാതിരുന്നില്ല. ആന്റപ്പനില്ലാതെ അന്നാദ്യമായാണ് നായാട്ടിനിറങ്ങുന്നതെന്ന് ജോർജ് ഓർത്തു.

ആന്റപ്പനും രാമകൃഷ്ണനും തോക്കുമെടുത്ത് മല കയറുമ്പോൾ ജോർജിനെ ഒപ്പം കൂട്ടുക പതിവില്ല. രണ്ടോ മൂന്നോവട്ടം കൂടെ കൂട്ടിയെങ്കിൽത്തന്നെ, ഓരോ തവണയും മലയിറങ്ങിയത് ഒരു വർഷം മുഴുവൻ പറഞ്ഞു കളിയാക്കാനുള്ള കഥകളുമായാണ്. പന്നിയുടെ മുരൾച്ചയോ ആനയുടെ ചിന്നം വിളിയോ കേട്ടാൽ മുട്ടുകൂട്ടിയിടിച്ച് മൂത്രമൊഴിക്കുന്ന ജോർജിന്റെ പേടി പണ്ടേ പ്രസിദ്ധമാണ്.

ആന്റപ്പനില്ലാത്ത സമയത്ത് ജോർജിനെ ഭരിക്കുന്നതിൽ രാമകൃഷ്ണൻ സന്തോഷം കണ്ടെത്തി.

ആന്റപ്പന്റെ സിൽബന്തികളിൽ ഒരിക്കലും തമ്മിൽ ചേരാത്ത രണ്ടു പേരായിരുന്നു രാമകൃഷ്ണനും ജോർജും. അപൂർവ്വമായി മാത്രമേ രാമകൃഷ്ണൻ വാ തുറക്കാറുള്ളൂ. അതും തെറി പറയാൻ മാത്രം. മുരളുന്നതു പോലെയാണ് സംസാരം. വഴക്കുണ്ടാക്കാനല്ലാതെ, ഉറക്കെ സംസാരിക്കില്ല. രാമകൃഷ്ണൻ ഒന്നും മറന്നില്ല. ഓരോ തോല്‌വിയും അയാൾ എണ്ണി. ഓരോ കുത്തുവാക്കിനും മനസ്സിൽ പക സൂക്ഷിച്ചു. ജോർജിനാണെങ്കിൽ, മിണ്ടാതിരിക്കാനേ അറിയില്ല. കണ്ണിൽ കണ്ടതും വായിൽ തോന്നിയതും നിർത്താതെ പറഞ്ഞുകൊണ്ടിരിക്കും.

ആരെന്തു പറഞ്ഞാലും അതേപടി വിശ്വസിക്കുന്ന ജോർജിന്റെ പ്രകൃതം പണിക്കാരി പെണ്ണുങ്ങൾക്ക് കളിയാക്കാൻ കഥകൾ നല്കി.

ഇരുട്ടിന് ഘനം വച്ചു വരുന്തോറും ശരീരത്തിലേക്ക് ഭയം അരിച്ചു കയറുന്നതു പോലെ ജോർജിനു തോന്നി.

ഒന്നും മിണ്ടാതെയുള്ള നടത്തം അയാൾക്ക് സഹിക്കാൻ കഴിയാത്ത അനുഭവമായിരുന്നു.

ആന്റപ്പൻ ജർമ്മനിയിൽനിന്ന് വരുത്തിയ ഹെഡ് ലൈറ്റ് രാമകൃഷ്ണന്റെ തലയിൽ പ്രകാശിച്ചു.

മിണ്ടാൻ കഴിയാതെ നാവ് കെട്ടിയിട്ടതുപോലെ ജോർജിനു തോന്നി. ആന്റപ്പന്റെ കൂടെ മല കയറിയപ്പോഴൊന്നും തനിക്കീവിധം പേടി തോന്നിയിട്ടില്ലെന്ന് അയാൾ ഓർത്തു.

രാമകൃഷ്ണൻ ഒന്നും ശ്രദ്ധിക്കാതെ ചവിട്ടുവഴി കയറിക്കൊണ്ടിരുന്നു. മനസ്സിൽ പേടിമാത്രം തോന്നിച്ചിട്ടുള്ള ആന്റപ്പനെയോർത്ത് അന്നാദ്യമായി ജോർജിന് മതിപ്പു തോന്നി.

കീലത്തു പാറയിലൂടെ മലയിലേക്കുള്ള വഴി ജോർജ് ആദ്യമായി കാണുകയായിരുന്നു.

കത്രീനയുടെ ചാളയിലേക്കുള്ള കുത്തുകല്ല് കയറുന്നതുവരെ കുടിലിലെ വെളിച്ചം ജോർജിന്റെ കണ്ണിൽ പെട്ടില്ല.

ചുണ്ടിൽ എരിയുന്ന ബീഡിയുമായി ഇരുട്ടത്തു നില്ക്കുന്ന കത്രീനയുടെ രൂപം അയാളിൽ ഭയമുണർത്തി.

"ആരാത്" എന്ന കത്രീനയുടെ ചോദ്യത്തിനു മുന്നിൽ പതിവുപോലെ രാമകൃഷ്ണൻ വിക്കി.

ശബ്ദത്തിൽനിന്ന് ആളും കഥയും മനസ്സിലാക്കിയ കത്രീന ചായിപ്പിൽ തൂക്കിയിട്ടിരുന്ന ചാരായക്കുപ്പി ഊരിയെടുത്തു.

"അച്ചായനില്ലിയോടാ," രാമകൃഷ്ണൻ പിന്നെയും വിക്കി.

"ഇച്ചായൻ വന്നില്ല, എന്നെ കൂടെ വിട്ടു."

രാമകൃഷ്ണന്റെ പിറകിൽ ശ്വാസമടക്കിപ്പിടിച്ച് നടന്നതിന്റെ വീർപ്പുമുട്ടൽ നീങ്ങിക്കിട്ടിയ ജോർജ് ചാടി വീണു.

കത്രീന ഒരു ഗ്ലാസിൽ മുക്കാലും ചാരായം പകർന്ന് രാമകൃഷ്ണന് നേരേ നീട്ടി.

രണ്ടേ രണ്ടു കവിളിൽ രാമകൃഷ്ണൻ ഗ്ലാസ് കാലിയാക്കി.

ചാരായത്തിന്റെ രുചി മാറാൻ ചുണ്ടുകളിൽ നാവിഴച്ചുകൊണ്ട് അയാൾ ഒഴിഞ്ഞ ഗ്ലാസ് ജോർജിന് നേരേ നീട്ടി.

"ജെസിക്ക് ഇതൊന്നും ഇഷ്ടമല്ല," തിടുക്കത്തിൽ ഗ്ലാസ് കൈപ്പിടിയിലാക്കി കത്രീനയ്ക്കു നേരേ നീട്ടുന്നതിനിടയിൽ ജോർജ് പറയാൻ വേണ്ടി പറഞ്ഞു.

"വേണമെങ്കി മോന്തടാ പട്ടീ," രാമകൃഷ്ണന് ജോർജിന്റെ രീതികൾ ഒട്ടും പിടിച്ചില്ല.

കാലിയായ ഗ്ലാസിലേക്ക് ചാരായം വീണപ്പോൾ ജോർജിന്റെ കൈ വിറച്ചു.

ഒറ്റ വലിയിൽ ജോർജിന്റെ ഭയം മാറി.

"നാട്ടിലെവിടാ ചേച്ചീടെ വീട്," ചാരായത്തിന്റെ ലഹരിയിൽ ഒരു നിമിഷം പരിസരം മറന്ന ജോർജിന്റെ ചോദ്യം കേട്ട് കത്രീനയുടെ മുഖം

ചുളിഞ്ഞു.

കത്രീന നിലവിട്ട് എന്തെങ്കിലും പറയുമെന്ന് രാമകൃഷ്ണൻ ഭയപ്പെട്ടു.

"ഈ പട്ടി കുടിച്ചു ലക്കില്ലാതെ, കീലത്തു പാറേന്ന് തലകുത്തി വീണ് ചാകുമോടാ രാമകൃഷ്ണാ?"

കത്രീന പേരെടുത്തു വിളിച്ചപ്പോൾ രാമകൃഷ്ണന് കുളിരു കോരി. മണ്ണെണ്ണ വിളക്കിന്റെ അരണ്ട വെളിച്ചത്തിൽ രാമകൃഷ്ണന്റെ കണ്ണുകൾ കത്രീനയുടെ തെളിഞ്ഞ പൊക്കിൾക്കൊടിയിൽ തറച്ചു.

ഇരുൾ വീണ ചവിട്ടുവഴിയിലൂടെ മല കയറുമ്പോൾ, തുടക്കാമ്പുകൾക്കിടയിലെ ഉഷ്ണം താങ്ങാനാവാതെ രാമകൃഷ്ണൻ വെന്തു.

കീലത്തു പാറയുടെ ഉയരത്തിലെത്തിയപ്പോൾ തോക്ക് ജോർജിനെ ഏല്പിച്ച് രാമകൃഷ്ണണൻ തിരിഞ്ഞു. തലയിലെ വെളിച്ചം കെടുത്തി രാമകൃഷ്ണൻ നിന്നു.

ഇരുളുറങ്ങുന്ന മലവാരങ്ങളിലേക്ക് ജോർജ് നോക്കി. കരിമ്പിൽ നേരിയ പൊട്ടുകൾ പോലെ വെളിച്ചങ്ങൾ തെളിഞ്ഞുനില്ക്കുന്നത് ജോർജ് കണ്ടു.

രാമകൃഷ്ണൻ സ്വന്തം കാലുകൾക്കിടയിൽ വെപ്രാളത്തിൽ പരതികിതയ്ക്കുമ്പോൾ, അരണ്ട വെളിച്ചത്തിൽ കണ്ണുകളെ വിശ്വസിക്കാനാവാതെ ജോർജ് നോക്കി നിന്നു.

പരിസരം മറന്ന് രാമകൃഷ്ണൻ മുറുകി.

നിമിഷങ്ങൾക്കുള്ളിൽ അയാൾ അയഞ്ഞു.

പാറപ്പുറത്തൂകൂടി നടന്ന്, കാട്ടുരുക്കൾ മലയിറങ്ങി വരാറുള്ള വഴിത്താരയ്ക്ക് അരികിലായി അവർ നിലയുറപ്പിച്ചു.

നാഴികകൾ കടന്നു പോയി.

"രാമകൃഷ്ണാ, നിനക്ക് കെട്ടാൻ മേലേ?," ജോർജിന്റെ ചോദ്യം നിശ്ശബ്ദത ഭഞ്ജിച്ചു.

താൻ ചെറുതാകുന്നതു പോലെ രാമകൃഷ്ണനു തോന്നി. അയാൾ വിക്കിയതല്ലാതെ വാക്കുകൾ പുറത്തു വന്നില്ല.

പെട്ടെന്ന്.........., എന്തോ സംഭവിക്കുന്നതുപോലെ ജോർജിനു തോന്നി. ആലോചിക്കാൻ സമയം കിട്ടുന്നതിനു മുൻപ് ഭയങ്കരമായ മുരൾച്ച അവരെ പൊതിഞ്ഞു. കീലത്തു പാറയുടെ വിടവിലൂടെ നിലമറിഞ്ഞ് രാമകൃഷ്ണൻ ഊർന്നിറങ്ങി. ജോർജിന്റെ നിലവിളി ശബ്ദം ഇരുട്ടിനെ കീറി മുറിച്ച് മലഭിത്തികളിൽ മുഴങ്ങി.

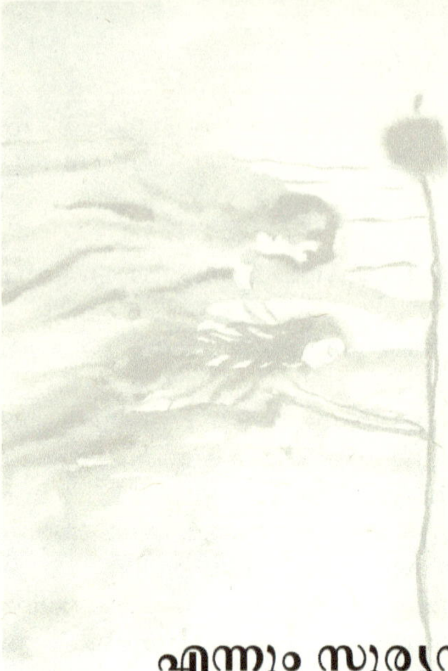

എന്നും സൂര്യനുദിക്കുന്നു

കാടോത്തിക്കുന്നിനു മുകളിൽ സൂര്യനുദിച്ചപ്പോൾ അന്നത്തെ പ്രഭാതത്തിന് പതിവിലും തെളിച്ചമുണ്ടെന്ന് ചെറുതിനു തോന്നി.

ഒരു രാത്രിയും പകലും നിർത്താതെ പെയ്ത മഴയ്ക്കുശേഷം മല തെളിഞ്ഞിരിക്കുന്നു.

മഴ നീങ്ങി തെളിഞ്ഞ പൂവാറൻ തോടിന്റെ തണുത്ത നീറ്റിൽ മുങ്ങി നിവർന്ന്, ചെറുത് മലവാരങ്ങളിലേക്ക് കണ്ണോടിച്ചു. മൈലുകൾ അകലെ കീലത്തു പാറയിൽ വെള്ളി ഞരമ്പുകൾ പോലെ ചെറു നീർച്ചാലുകൾ പടർന്നു. തൂവെള്ള വസ്ത്രങ്ങൾ വിരിച്ചിട്ടതു പോലെ, മലയുടെ പച്ചപ്പിൽ അങ്ങിങ്ങായി മേഘക്കീറുകൾ ചിതറിക്കിടന്നു.

കിഴക്കൻ മലകളെ തഴുകിവന്ന തണുത്ത കാറ്റ് പാതി അനാവൃതമായ മാറിൽ തൊട്ടപ്പോൾ, ശരീരം വിറച്ചതായി ചെറുതിനു തോന്നി. ഓർമ്മകളിൽ ചെറുത് വഴുതി.

ചോര കലർന്ന കഫം കട്ട പിടിച്ച വലിയൊരു വെള്ളത്തുണി കീലത്തു പാറയ്ക്കു മുകളിൽ വിരിച്ചിട്ടതായും അതിൽനിന്ന് മൂക്കു തുളയ്ക്കുന്ന ദുർഗ്ഗന്ധം പരക്കുന്നതായും അവൾക്കു തോന്നി. കരിമ്പിലെ ചെറുപ്പക്കാർ വർഷങ്ങൾക്കുശേഷവും ഓർത്തുവെക്കുന്ന ഒരു ദുർമ്മരണത്തിന്റെ കഥ ചെറുതിന്റെ മനസ്സിൽ മിന്നി.

നാട്ടിലെ ഏറ്റവും ഉശിരുള്ള മൺപണിക്കാരന്റെ പെണ്ണായി കെട്ടിക്കയറിയപ്പോൾ ചെറുതിന്റെ പ്രായം പതിനാറ്. വെളുപ്പാൻ കാലത്ത് ആറ്റിൽ മുങ്ങിക്കുളിക്കുന്ന ചന്ദ്രൻ ചെറുതിനെയും കൈ പിടിച്ചു. നാട് ഉണരുന്നതിനു മുൻപുള്ള തുടിച്ചു കുളിയിൽ അവർ പരസ്പരം കണ്ടു. വൈകുന്നേരങ്ങളിൽ അലക്കാനും കുളിക്കാനുമെത്തുന്ന പെൺകൂട്ടങ്ങളോടൊപ്പം അതേ കടവിൽ ചെറുത് വീണ്ടുമെത്തി. ചന്ദ്രന്റെ കൂടെയുള്ള തുടിച്ചു കുളിയുടെ കാര്യം പറഞ്ഞ് പെണ്ണുങ്ങൾ കളിയാക്കിയപ്പോൾ ചെറുത് നാണിച്ചു.

ചെറുപ്പക്കാരികൾ സ്വയം മറച്ച് അടക്കത്തോടെ നീറ്റിൽ മുങ്ങിക്കുളിച്ചു.

അമ്പതു കഴിഞ്ഞ പെണ്ണുങ്ങൾ മാറുകൾ മലർക്കെ തുറന്ന്, ഇഞ്ച നനച്ച് പതപ്പിച്ചു കളിച്ചു.

കുതിർന്ന നേരിയതിനുള്ളിൽ തെളിഞ്ഞ അരക്കെട്ടും മാറിന്റെ വടിവും കണ്ട പെണ്ണുങ്ങൾ ചെറുതിനെ മതിച്ചു.

പെണ്ണുങ്ങളുടെ കഥകളിൽ കരുത്തുള്ള ആണുങ്ങൾ വന്നു പോയി. ഒറ്റമുണ്ട് മാടിക്കുത്തി വിയർത്തൊലിച്ച് പറമ്പുകിളയ്ക്കുന്ന ചന്ദ്രനെ കൊതിയോടെ നോക്കാത്ത പണിക്കാരി പെണ്ണുങ്ങളില്ലെന്ന് ചെറുത് മനസ്സിലാക്കിയത് ഈ വൈകുന്നേരങ്ങളിലാണ്.

ചന്ദ്രൻ ഇല്ലാതായതിനുശേഷവും ശീലങ്ങൾ മാറ്റാൻ ചെറുത് കൂട്ടാക്കിയില്ല. കോച്ചി വിറയ്ക്കുന്ന തണുപ്പിലും വെളുപ്പാൻ കാലങ്ങളിൽ ചെറുത് ആറ്റിൽ മുങ്ങിക്കുളിച്ചു. നഷ്ടപ്പെട്ടുപോയ ഭർത്താവ് തന്നോടൊപ്പം മുങ്ങിക്കുളിക്കുന്നതും ആഗ്രഹിച്ചിട്ടും കിട്ടാതെ പോയ മകൻ മുതിരുന്നതും ഓരോ പ്രഭാതത്തിലും ചെറുത് സങ്കല്പിച്ചു.

ആരോരുമില്ലാതെ ഒറ്റക്കൊരു കൂടിലിൽ കഴിഞ്ഞ ചെറുത് നാട്ടിൽ എല്ലാവർക്കും സഹായിയായി. വീടുകളിൽനിന്ന് വീടുകളിലേക്ക് കഥകൾ എത്തിച്ചു. പെറ്റുകിടക്കുന്ന പെണ്ണുങ്ങൾ ചെറുതിന്റെ സ്നേഹവും കരുതലും അറിഞ്ഞു.

വയസ്സു ചെന്ന് മരണം കാത്തുകിടന്ന സ്ത്രീപുരുഷന്മാർ ചെറുതിന്റെ കഥകളും കറയില്ലാത്ത ഏഷണികളും കേട്ട് സങ്കടങ്ങൾ മറന്നു. ശരീരം ഉടഞ്ഞ്, നരതെളിഞ്ഞ് മുതിർന്നപ്പോൾ ചെറുത് ചിലർക്ക് മൂത്ത പെങ്ങളായി. വേറെ ചിലർക്ക് അമ്മയായി. ചെറിയ കുട്ടികൾക്ക് മൂത്തമ്മയായി. കുടിയേറ്റ നസ്രാണികളുടെ വീട്ടിലെ കൊച്ചമ്മമാർക്ക് പ്രിയപ്പെട്ട വാല്യക്കാരിയായി.

കരിമ്പിലെ ചെറുമക്കളുടെയും ചോമന്മാരുടെയും കഥകളിൽ ചന്ദ്രൻ വീരനായകനായി. കരിമ്പിൽ അയാൾ നാട്ടിയ കൊടിമരത്തിന് പുതിയ അവകാശികൾ വന്നു. അവരുടെ യോഗങ്ങളിൽ ചന്ദ്രനും അയാളുടെ വിധവയും കഥാപാത്രങ്ങളായി.

പണിക്കാരി പെണ്ണുങ്ങൾ ചെറുതിന്റെ വാക്കുകൾക്കു മുന്നിൽ അനുസരണയുള്ള കുട്ടികളായി. ചെറുത് ആട്ടിത്തെളിച്ച വഴിയിലൂടെ അവർ പണിയിടങ്ങളിൽ നിന്ന് പണിയിടങ്ങളിലേക്ക് കൂടുമാറി. ചെറുത് പറഞ്ഞ കഥകൾക്ക് അവർ കാതു കൂർപ്പിച്ചു. ഓരോ മരണവും ഓരോ വിവാഹവും ഓരോ ഒളിച്ചോട്ടവും ഓരോ പകയും ആ കഥകളിൽ നിറം പകർന്ന് പൊലിച്ചു.

ഓർമ്മകളുടെ ചൂടിൽ, ഓരോ പ്രഭാതത്തിലും, തണുപ്പറിയാതെ ചെറുത് കുളിച്ചു കയറി. പാൽപ്പാത്രവുമായി മജീദിന്റെ ചായക്കടയിലേക്ക് നടക്കുന്ന കൃഷ്ണൻ നായരും ഈറനുടുത്ത ചെറുതും കണ്ണിനു കണ്ണു കൊടുക്കാതെ മുഖം വെട്ടിച്ച് പത്തു വർഷം നടന്നു.

കരിമ്പിന്റെ നേരം തെറ്റാത്ത ഘടികാരം പോലെ, എല്ലാ പ്രഭാതത്തിലും ചെറുത് ആറ്റിൽ കുളിച്ചു കയറി.

പാൽപ്പാത്രവുമായി കൃഷ്ണൻ നായർ ഇടവഴി ചവിട്ടി.

കുറുപ്പുമാരുടെ സിൽബന്തിയായ കൃഷ്ണൻ നായരുടെ മുഖത്തു നോക്കാൻ ചെറുത് ഇഷ്ടപ്പെട്ടില്ല. കരിമ്പിൽ ചെങ്കൊടി കുത്തിയ ചന്ദ്രന്റെ വിധവയെ കൃഷ്ണൻ നായരും വെറുത്തു. ചെറുതിന്റെ നിറഞ്ഞ ശരീരത്തെ കൊതിയോടെപോലും നോക്കാതെ പാൽപ്പാത്രവുമായി കൃഷ്ണൻ നായർ വഴി നടന്നു. ആ ശരീരം ഉടഞ്ഞതും മുടിയിഴകളിൽ നരവീണു തുടങ്ങിയതും കൃഷ്ണൻ നായർ കണ്ടില്ല.

ഓരോ പ്രഭാതത്തിലും ചെറുതിന്റെ ചിന്തകൾ തന്റെ ചെറുപ്പകാലത്തോളം പിറകോട്ട് പോയി. ചന്ദ്രൻ ജീവിച്ചിരുന്നെങ്കിൽ എങ്ങനെയിരിക്കുമെന്ന് ചെറുത് സങ്കല്പിച്ചു.

കൃഷ്ണൻ നായരോടുള്ള വെറുപ്പ് മനസ്സിൽനിന്ന് കഴുകിപ്പോകാൻ നീണ്ട വർഷങ്ങളെടുത്തുവെന്ന് ചെറുത് ഓർത്തു. പിന്നെപ്പിന്നെ, വഷളനായ നായരെ സഹിക്കുന്ന സരോജിനിയെക്കുറിച്ച് തോന്നിയ സഹതാപത്തിൽ നായരോടുള്ള വെറുപ്പും ചെറുതായി. മകൾ മീനാക്ഷിയെ ലാളിക്കാനുള്ള അവസരത്തിനുവേണ്ടി മാത്രം, അയാളെ പരിഗണിക്കുന്നതായി ചെറുത് ഭാവിച്ചു.

ദുർന്നിമിത്തങ്ങൾ

കരിമ്പിലെ ശിവക്ഷേത്രത്തിൽ ഉത്സവത്തിന് നെറ്റിപ്പട്ടം കെട്ടിയ കൊമ്പനെ എഴുന്നള്ളിക്കുമ്പോഴെല്ലാം, കൃഷ്ണൻ നായർ കലി കാലത്തെ പഴിക്കും. ആനക്കൊട്ടിൽ ഉണ്ടായിരുന്ന തറവാട് ക്ഷയിച്ച് താനൊരു നിർദ്ധനനായതിന് ദൈവങ്ങളെയും കമ്യൂണിസ്റ്റുകാരെയും കുറ്റപ്പെടുത്തും.

"ശിവന്റെ അമ്പലത്തിൽ എന്തിനാണമ്മേ കാളയുടെ വിഗ്രഹം?," മീനാക്ഷി ചോദിക്കും.

"അത് നന്ദിയാണ് മോളേ, ശിവന്റെ വാഹനമാണ് നന്ദി." സരോജിനി മകൾക്ക് പറഞ്ഞു കൊടുക്കും.

"ശിവന് എന്തിനാണമ്മേ വാഹനം; ലോകം മുഴുവൻ ശിവനല്ലേ?," മീനാക്ഷിയുടെ ചോദ്യത്തിന് ഒരിക്കലും ഉത്തരം കിട്ടിയില്ല.

വർഷങ്ങൾ പോകെ, സരോജിനി പറഞ്ഞു കൊടുത്ത കഥകൾ കേട്ട് മീനാക്ഷി വളർന്നു. അരയിൽ തുകൽ ചുറ്റി, സർപ്പം കഴുത്തിലണിഞ്ഞ് കൈലാസത്തിൽ കഴിയുന്ന മലവാസിയായ ശിവനെ മീനാക്ഷി സ്നേഹിച്ചു തുടങ്ങി.

ഈറ്റക്കെട്ടുകളുമായി മലയിറങ്ങി വരുന്ന മലയരയന്മാർക്കിടയിൽ ശിവന്റെ രൂപമുള്ളവരുണ്ടോ എന്ന് മീനാക്ഷി സംശയിച്ചു.

കുംഭമാസത്തിലെ കൃഷ്ണപക്ഷത്തിന് അമ്മയും മകളും ഉറക്കമിളച്ചു.

അച്ഛൻതന്നെ സ്നേഹിക്കുന്നതായി മീനാക്ഷിക്ക് ഒരിക്കലും തോന്നിയില്ല. അവളുടെ കാഴ്ചയിൽ അച്ഛൻ യജമാനനും അമ്മ അയാളുടെ വേലക്കാരിയും മാത്രമായിരുന്നു.

ചില രാത്രിനേരങ്ങളിൽ അവർ സ്നേഹത്തോടെ സംസാരിക്കാറുണ്ടെന്ന് വളർന്നപ്പോൾ മീനാക്ഷി മനസ്സിലാക്കി.

അച്ഛൻ കയറി വരുമ്പോൾ അമ്മയുടെ ഭാവം മാറുന്നതും മുഖം

വലിഞ്ഞു മുറുകുന്നതും മീനാക്ഷി ശ്രദ്ധിച്ചു തുടങ്ങി.

അറിയാത്ത കാര്യങ്ങൾ ആരോട് ചോദിക്കണമെന്ന് അവൾക്ക് യാതൊരു രൂപവും ഉണ്ടായിരുന്നില്ല.

രാത്രിയും പകലുമെന്നില്ലാതെ കൃഷ്ണൻ നായരുടെ ആക്രോശങ്ങൾ അമ്മയുടെയും മകളുടെയും സ്വസ്ഥത കെടുത്തി.

പ്രായത്തിനൊപ്പം മീനാക്ഷിയുടെ അഴകും ഐശ്വര്യവും വളർന്നു.

എവിടെ കണ്ടാലും മീനാക്ഷിയുടെ കവിളിൽ തൊട്ട് ചെറുത് പറയും, "അമ്മ കറുമ്പി, മകളു വെളുമ്പി, മകളുടെ മകളൊരു സുന്ദരിക്കോത."

കൃഷ്ണൻ നായർക്ക് എല്ലാറ്റിനോടും ഭയമായിരുന്നു.

കലിയുടെ അപഹാരത്തിൽ നാട്ടിലാകെ അനർത്ഥം സംഭവിക്കാൻ പോവുകയാണെന്ന് അയാൾ കരുതി.

പുതലിച്ച ആവണപ്പലക കഴിഞ്ഞ കാലത്തിന്റെ സ്മാരകം പോലെ വീടിന്റെ മൂലയിൽ വിശ്രമിച്ചു.

കൊല്ലും കൊലയുമായി നടക്കുന്ന കുറുപ്പുമാരെ പൂജിക്കുന്ന ഭർത്താവിനെയോർത്ത് സരോജിനി ദൈവത്തെ വിളിച്ചു. പോകെപ്പോകെ, അശുഭചിന്തകൾ സരോജിനിയെ പിടികൂടി.

കൃഷ്ണൻ നായരുടെ വക്കുപൊട്ടിയ മുറുക്കാൻ ചെല്ലവും ഒരിക്കലും കഴുകിയിട്ടില്ലാത്ത ചുണ്ണാമ്പു കരണ്ടകവും കണ്ടപ്പോഴൊക്കെ മീനാക്ഷിക്ക് ഓക്കാനം വന്നു.

"ഇത്തിരി കൂടുന്നുണ്ട്," അച്ഛനോടുള്ള പുച്ഛവും പരിഹാസവും അതിരു വിടുമ്പോൾ സരോജിനി മകളെ സ്വരം താഴ്ത്തി ശകാരിക്കും.

അത്യാവശ്യ കാര്യങ്ങൾക്കല്ലാതെ ഒന്നിനും സരോജിനി തൊടിക്കു പുറത്തിറങ്ങിയില്ല. പൂവാറൻ തോട്ടിൽ അലക്കാനും മുങ്ങിക്കുളിക്കാനും പോകാത്തതിന് കാരണം ചോദിച്ചവരോട് പുറത്ത് പോകാൻ ഇഷ്ടമില്ല എന്നു മാത്രമായിരുന്നു മറുപടി. പെണ്ണുങ്ങൾ അവളെ അകത്തമ്മ എന്ന് വിളിച്ച് കളിയാക്കി.

വവ്വാലുകൾ ചിറകു തല്ലി വീഴുന്നതും കൂമൻ മൂളുന്നതും സരോജിനി ദുർന്നിമിത്തങ്ങളായി കരുതി.

"നമുക്കൊരു പുതിയ വീടു പണിയണം. അതിന് അമ്പാടി എന്ന് പേരിടണം," മീനാക്ഷി പറയും.

"പെറ്റവൾ ഉണ്ണുന്നതുകണ്ട് മച്ചി കൊതിച്ചിട്ടെന്തു കാര്യം," സരോജിനി സ്വയം ശപിക്കും.

കൃഷ്ണൻ നായരുടെ വീട്ടുവളപ്പിലെ അപ്പൂപ്പൻ താടി വള്ളികളിൽ നിന്ന് മുറ്റത്തും പറമ്പിലും പഞ്ഞിക്കീറുകൾ പറന്നു നടന്നു. മുറ്റത്തെ അമ്പരത്തിയിൽനിന്ന് ഒരു പൂവെടുത്ത് ചെവിയിൽ ചൂടി ഭ്രാന്തിയെപ്പോലെ അഭിനയിച്ച മീനാക്ഷിയെ സരോജിനി ശകാരിച്ചു.

കരിമലയിലെ തുലാവർഷം ആരെയും പേടിപ്പിക്കും.

തകർത്തു പെയ്തു പറന്ന കാലവർഷത്തിന്റെ ഉറവുകൾ ക്ഷീണിച്ചു തുടങ്ങുമ്പോൾ ഭൂമി കുലുങ്ങന്ന ഇടിമുഴക്കങ്ങളുമായി തുലാക്കോൾ എത്തുകയായി. പൂത്തിരി കത്തിച്ചതു പോലെ കരിമലയുടെ ആകാശത്ത് ഇടിമിന്നലുകൾ പൂക്കും. മിന്നലിൽ വെന്ത പുന്നമരങ്ങൾ മണ്ണെണ്ണ യൊഴിച്ച് തീ കൊളുത്തിയതുപോലെ, ആളി കത്തിയമരുന്നത് കരിമല യിലെ തുലാമാസങ്ങളിൽ പതിവ് കാഴ്ചയാണ്.

സരോജിനിയുടെ മാറിൽ ചേർന്നിരുന്ന സന്ധ്യകളിൽ കരിമലയിലെ മിന്നൽ വെളിച്ചങ്ങളെ മീനാക്ഷി ഭയത്തോടെ നോക്കി.

കഥയ്ക്കു മുമ്പുള്ള കഥ

ആന്റപ്പനെ മനസ്സിന്റെ ഒരു പകുതി കൊണ്ട് വെറുത്ത കരിമ്പുകാർ മറ്റേപകുതി കൊണ്ട് അയാളെ ഭയപ്പെടുകയും ബഹുമാനിക്കുകയും ചെയ്തു. കൊല്ലിനും കൊലയ്ക്കും പേരുകേട്ട കുറുപ്പുമാരുടെ അഹങ്കാരം അടങ്ങിയത് കരിമ്പിലെ കുടിയേറ്റക്കാരനായി ആന്റപ്പൻ കാലു കുത്തിയതോടെയാണ്.

ആന്റപ്പൻ എത്തിയതിനുശേഷമാണ് കരിമ്പുകാർ മണ്ണറിഞ്ഞ് കൃഷി ചെയ്യാൻ പഠിച്ചത്. നെല്ലും തെങ്ങും മാത്രം കൃഷി ചെയ്തു പോന്നവർ അതോടെ പുതിയ കൃഷിരീതികൾ കണ്ടു. വാറ്റും വെടിയിറച്ചിയുമായി കാടോത്തിക്കുന്നിലെ നൂറേക്കറിൽ ആന്റപ്പൻ ജീവിച്ചു.

കുറുപ്പുമാരുടെ ആളുകൾ ഓരോരുത്തരായി ആന്റപ്പന്റെ പാളയത്തിലെത്തി. ഇറച്ചിയുടെയും കള്ളിന്റെയും രുചി പിടിച്ച് പറ്റിക്കൂടിയ രാമകൃഷ്ണൻ ആന്റപ്പന്റെ വാലായി.

കുറുപ്പുമാരുടെ പണിക്കാർ ആന്റപ്പന്റെ പതിവുകാരായി.

ഇരട്ടക്കുഴൽ തോക്ക് ജീപ്പിന്റെ ഭിത്തിയിൽ തൂക്കിയിട്ട് ആന്റപ്പൻ കരിമ്പിൽ പോയി വന്നു. അനിഷ്ടം തോന്നിയവരെ തോക്കു ചൂണ്ടി വിരട്ടി. രാത്രിയും പകലുമില്ലാതെ കാടുകയറി പന്നിയും മ്ലാവും വെടിവച്ചു. പറമ്പിൽ പണിക്കെത്തിയ പെണ്ണുങ്ങളെക്കൊണ്ട് അടുക്കളയിൽ പണിയെടുപ്പിച്ചു. കാട്ടിലേക്ക് വേലി കയറ്റിക്കെട്ടി നൂറേക്കർ പറമ്പ് വലുതാക്കി. പറമ്പിന് ചുറ്റും ഉയരത്തിൽ കയ്യാല കെട്ടി മലയന്മാരുടെ വഴിയടച്ചു. സിംഹങ്ങളെ വെല്ലുന്ന അൽസേഷ്യൻ പട്ടികളെ രാത്രിയും പകലും പറമ്പിൽ അഴിച്ചുവിട്ടു. പണിക്കാരുള്ളപ്പോൾ മാത്രം കൂട്ടിൽ കയറ്റിയ നായ്ക്കളെ മറ്റുള്ളവരുടെ മണം പഠിക്കാൻ അനുവദിക്കാതെ കൂട്ടിലിട്ടു വളർത്തി.

അടുപ്പക്കാർക്ക് അയാൾ വാരിക്കോരി കൊടുത്തു. എതിർത്തവരോട് പകവച്ച് പെരുമാറി. ആന്റപ്പന്റെ കൈത്തരിപ്പ് ആദ്യം അറിഞ്ഞത്

മലയരയനായ ചെറിയ രാമനാണ്. പിന്നെയും പലർക്കും ആന്റപ്പന്റെ തല്ലു കിട്ടി. ആന്റപ്പന്റെ പെൺവേട്ടകളുടെ കഥകൾ കരിമ്പിൽ പാട്ടായി. ഒരിക്കൽ, കോയയുടെ മാടക്കടയ്ക്ക് അരികിൽ ബീഡി പുകച്ചുനിന്ന സോമക്കുറുപ്പിന്റെ നേർക്ക് ആന്റപ്പൻ ജീപ്പ് ഓടിച്ചു കയറ്റി. പേടിച്ചരണ്ട കുറുപ്പ് ആറുകോൽ ആഴമുള്ള പാറക്കുഴിയിലേക്ക് എടുത്തു ചാടി. ഇടതുകാൽ വട്ടം ഒടിഞ്ഞ കുറുപ്പിനെ നാലു പേർ ചേർന്ന് പൊക്കിയെടുത്താണ് റോഡിൽ കിടത്തിയത്.

നഗരത്തിലെ ആശുപത്രിയിൽ പോയി പ്ലാസ്റ്ററിട്ട് ചികിത്സിച്ചിട്ടും സോമക്കുറുപ്പിന്റെ കാലിലെ മുടന്ത് മാറിയില്ല. കുറുപ്പിന്റെ മുടന്തിയുള്ള നടത്തം കണ്ടവരെല്ലാം കുറുപ്പുമാരുടെ കാലം കഴിഞ്ഞുവെന്ന് മനസ്സിൽ പറഞ്ഞു. മരം മുറിച്ചു കടത്താൻ കരിമ്പിൽനിന്ന് കാടോത്തിക്കുന്നിലേക്ക് പണിത പഴയ മൺപാത ആന്റപ്പന്റെ ജീപ്പ് ചക്രങ്ങൾ പതിഞ്ഞ് തെളിഞ്ഞു. പെണ്ണിനോടും ചോരയോടുമുള്ള ആർത്തിയുടെ കാര്യത്തിൽ ആന്റപ്പൻ കുറുപ്പുമാരെ കടത്തിവെട്ടി.

സോമക്കുറുപ്പിനോടും അനുജൻ ദേവരാജക്കുറുപ്പിനോടും കോർക്കാൻ കിട്ടിയ ഒരു അവസരവും ആന്റപ്പൻ പാഴാക്കിയില്ല. ആന്റപ്പന്റെ ജീപ്പ് കണ്ടപ്പോഴൊക്കെ സോമക്കുറുപ്പ് റോഡിൽ നിന്നു മാറി നിന്നു. തരം കിട്ടിയാൽ ആന്റപ്പൻ ജീപ്പ് കുറുപ്പിന്റെ നെഞ്ചത്തുകൂടെ കയറ്റുമെന്ന് കുറുപ്പും നാട്ടുകാരും ഒരുപോലെ വിശ്വസിച്ചു.

നിറച്ച ഇരട്ടക്കുഴൽ തോക്ക് ജീപ്പിൽ കരുതിയല്ലാതെ ആന്റപ്പൻ കവലയിൽ ഇറങ്ങിയില്ല.

കാടോത്തി മലയുടെ താഴ്വാരത്ത് പൂവാറൻതോടിന്റെ കിഴക്കുള്ള സ്ഥലം മുഴുവൻ മനയ്ക്കൽ കുടുംബത്തിന്റെ വകയായിരുന്നു. ഒരാൾ പൊക്കത്തിൽ മുള്ളുവേലി കൊണ്ട് വളച്ചുകെട്ടിയ ആന്റപ്പന്റെ തൊടിയിൽ ചോരക്കൊതിയുള്ള വേട്ടനായ്ക്കൾ ഓടി നടന്നു. കാര്യസ്ഥനായ രാഘവൻപിള്ള പണിക്കാർ വരുന്ന നേരത്തു മാത്രം പട്ടികളെ പൂട്ടിയിട്ടു. രാത്രിനേരങ്ങളിൽ കൃഷി നശിപ്പിക്കാൻ ഇറങ്ങിയ പന്നിക്കൂട്ടങ്ങളെ പണിക്കാർ പന്നിപ്പടക്കം വച്ച് കൊന്നു. രാമകൃഷ്ണൻ വലിയ പ്ലാസ്റ്റിക് കന്നാസുകളിൽ വാറ്റു ചാരായം മല കടത്തി കൊണ്ടുവന്നു. ഉപ്പു പുരട്ടി ചുട്ടെടുത്ത വെടിയിറച്ചിയും വാറ്റുചാരായവും അകത്താക്കിയ രാമകൃഷ്ണനും കൂട്ടുകാരും ആന്റപ്പനു വേണ്ടി തല്ലാനും കൊല്ലാനും തയ്യാറായി.

കരിമ്പിലെ പള്ളിക്ക് കാടോത്തിക്കുന്നിൽ കപ്പേള പണിതു കൊടുത്ത് ആന്റപ്പൻ പഴയകൂറ്റു നസ്രാണികൾക്ക് പ്രിയപ്പെട്ടവനായി.

ആ നാട്ടിലെ ഏറ്റവും നല്ല മണ്ണ് ആന്റപ്പന്റേതായിരുന്നു. കരിമ്പിൽ നിന്ന് നാലുകിലോമീറ്റർ നടന്ന് പെണ്ണുങ്ങൾ ആന്റപ്പന്റെ പറമ്പിൽ പണിക്കെത്തി. പണിക്ക് ആളെ കിട്ടാൻ മറ്റുള്ളവരെ പോലെ ആന്റപ്പനും ചെറുതിനെ ആശ്രയിച്ചു.

ആന്റപ്പന്റെ കഥകൾ നാട്ടിൽ പാട്ടായിരുന്നിട്ടും ചെറുത് വിചാരിച്ചപ്പോഴൊക്കെ പറമ്പിൽ പണിക്ക് പെണ്ണുങ്ങളെത്തി. വേണ്ടി വന്നാൽ പെണ്ണുങ്ങളെ ശാസിക്കാനുള്ള അധികാരം തനിക്കുണ്ടെന്ന് ചെറുതും കരുതി.

പണിക്കാരല്ലാതെ ആരും ആന്റപ്പന്റെ തൊടിയിൽ കയറാൻ ധൈര്യപ്പെട്ടില്ല. പറമ്പിന്റെ കിഴക്കേ അതിരുകൾ ആന്റപ്പൻ സ്വയം നിശ്ചയിച്ചു. കുറുപ്പുമാരോട് വിലകൊടുത്തു വാങ്ങിയ അമ്പത് ഏക്കറിന്റെ വേലി വനത്തിലേക്ക് കയറ്റി കെട്ടി മനയ്ക്കലെ മുതലാളി അത് നൂറേക്കർ ആക്കിയെന്ന് നാട്ടുകാർ പറഞ്ഞു നടന്നു.

കൂറു മാറിയ കുറുപ്പിന്റെ പണിക്കാർ ആന്റപ്പന്റെ പറമ്പിൽ പൊന്നു വിളയിച്ചു. കാടോത്തി മലയുടെ രണ്ടു മടക്കുകൾക്കിടയിലെ കറുത്ത മണ്ണിൽ വിയർപ്പിന്റെയും ചോരയുടെയും, ഒപ്പം സമൃദ്ധിയുടെയും, കഥകൾ നിവർന്നു.

കീലത്തുപാറയുടെ താഴെ വളച്ചുകെട്ടിയ കുടിലുകളിൽ ഈറ്റ നെയ്തു ജീവിച്ച ആറു മലയ കുടുംബങ്ങൾക്ക് ആന്റപ്പൻ മുള്ളുവേലി കെട്ടിയതോടെ വഴിയടഞ്ഞു. മലയന്മാർ നാളികേരം മോഷ്ടിച്ചു കടത്തുന്നതായി രാമകൃഷ്ണൻ ഏഷണി പറഞ്ഞുണ്ടാക്കി.

വഴിയടഞ്ഞ മലയന്മാർ നോക്കിയാൽ കാണുന്ന ദൂരത്തുള്ള കാടോത്തിക്കാവിൽ എത്താൻ കീലത്തുപാറ വട്ടം കയറിയിറങ്ങി.

ആന്റപ്പന്റെയും പണിക്കാരുടെയും കണ്ണുവെട്ടിച്ച് മുള്ളുവേലി കുറുകെ കടക്കാൻ ശ്രമിച്ച ചീരയെ ആന്റപ്പന്റെ നായ കടിച്ചു വലിച്ചു. ചോദിക്കാൻചെന്ന ചെറിയ രാമനെ ആന്റപ്പൻ തോക്കിന്റെ പാത്തി കൊണ്ട് അടിച്ചു കൊന്നു. രാത്രിയുടെ മറവിൽ ശവം വലിച്ചു കുഴിച്ചിട്ട് രാമകൃഷ്ണൻ കുഴി പകുതി മൂടി അതിനു മുകളിൽ ഒരു തെങ്ങു നട്ടു.

ചെറിയ രാമന്റെ കുഴിമാടം ആന്റപ്പനും രാമകൃഷ്ണനും മാത്രം അറിയാവുന്ന പരമ രഹസ്യമായി കിടന്നു.

വനത്തിലെ ചന്ദനമരങ്ങൾ കാണാൻ വന്ന ഫോറസ്റ്റു ഗാർഡുകളെ രാമനെ കൊന്നതിന് ആന്റപ്പനെ പിടിച്ചു കൊണ്ടുപോകാൻവന്ന പൊലീസായി മലയന്മാർ തെറ്റിദ്ധരിച്ചു. ആന്റപ്പന്റെ മാളികയിൽനിന്ന് വെടിയിറച്ചിയും തിന്ന് ഗാർഡുകൾ തിരിച്ചു പോയി. രാമന്റെ ശവം അന്വേഷിക്കാനോ പരാതി പറയാനോ പിന്നീട് ആരും മിനക്കെട്ടില്ല.

ചീരയുടെ ഇളയത് ചെല്ലപ്പൻ വളർന്നപ്പോൾ പകയും ഒപ്പം വളർന്നു.

കീലത്തു പാറയിൽനിന്നുള്ള ചവിട്ടുവഴി മനയ്ക്കൽ ആന്റപ്പൻ കെട്ടിയടച്ചപ്പോൾ തുടങ്ങിയതാണ് ആന്റപ്പന്റെ സിൽബന്തികളും മലയന്മാരും തമ്മിലുള്ള വഴക്ക്.

മലയരയന്മാരായ രാമനും ബാബുവും കൃഷ്ണനും കുട്ടിത്തം മാറാത്ത ചെല്ലപ്പനും ഇടയ്ക്കിടെ ആന്റപ്പന്റെ പണിക്കാരുമായി ഉടക്കി. നിറച്ച തോക്കിനു മുൻപിൽ മലയന്മാർ ചൂളുന്നതോടെ ഓരോ വഴക്കും

അവസാനിക്കും.

ആന്റപ്പന്റെ പ്രീതി പിടിച്ചുപറ്റാൻ മത്സരിച്ച രാമകൃഷണനനും ശശിയും തരംകിട്ടിയപ്പോഴൊക്കെ മലയന്മാരുമായി കോർത്തു. ആന്റപ്പന്റെ സ്ഥിരം കൂലിവേലക്കാരായ ഇവർ നാട്ടുകാരുടെ കണ്ണിൽ അയാളുടെ ഗുണ്ടകളായിരുന്നു. കുറുപ്പിന്റെ കൂടെ നടന്നപ്പോഴും വഴക്കും ഗുണ്ടായിസവും തന്നെയായിരുന്നു രാമകൃഷ്ണന്റെ പണി. കുറുപ്പുമാരുമായി തെറ്റി ആന്റപ്പന്റെ പാളയത്തിൽ എത്തിയതോടെ നാട്ടുകാർക്ക് ആന്റപ്പനോടുള്ള പേടി തന്നോടും തോന്നിത്തുടങ്ങിയെന്ന് രാമകൃഷ്ണൻ വിശ്വസിച്ചു.

ആന്റപ്പന്റെ ജീപ്പിൽ കയറാൻ അവസരം കിട്ടിയപ്പോഴൊക്കെ താൻ ഒരു പ്രധാനപ്പെട്ട ആൾ ആയി മാറിയതു പോലെ രാമകൃഷ്ണനു തോന്നി. സ്വന്തം ഊഴം വന്ന മുറയ്ക്ക് ശശിയും മുതലാളിയുടെ ജീപ്പിലെ യാത്ര ആസ്വദിച്ചു.

ഒരിക്കൽ ആന്റപ്പന്റെ ജീപ്പിൽ ഇരുന്നുകൊണ്ട് രാമകൃഷ്ണൻ സോമക്കുറുപ്പിനു നേരെ തോക്കു ചൂണ്ടി. പേടിച്ചു ചൂളിപ്പോയ കുറുപ്പിനെ ആന്റപ്പൻ കളിയാക്കിയത് കവലയിൽ കൂടി നിന്നവർ കേട്ടു.

ആന്റപ്പന്റെ വാലായി നടന്ന രാമകൃഷ്ണനും ശശിക്കും കിട്ടിയ പ്രാധാന്യം ജോർജ് അസൂയയോടെ കണ്ടു.

ആന്റപ്പന് പള്ളിയും ദൈവവും ഇല്ലെന്ന് ജോർജ് പറഞ്ഞു നടന്നു. കാര്യം മനസ്സിലാക്കിയ ആന്റപ്പൻ ജോർജിനെ പേടിച്ചു തൂറിയെന്നു വിളിച്ചു കളിയാക്കി. രാമകൃഷ്ണന്റെ കൈയിലെ തോക്കും വാങ്ങി ആണത്തം തെളിയിക്കാൻ ഉറക്കമിളച്ച ജോർജ് ഉണ്ടയില്ലാത്ത തോക്കുമായി വെളുപ്പാൻ കാലത്ത് വെറും കൈയോടെ രാമകൃഷ്ണന്റെ വീട്ടുപടിക്കൽ എത്തുന്നത് പതിവാക്കി. വെടിയൊക്കെ ആണുങ്ങൾക്ക് പറഞ്ഞതാണെന്ന് ആന്റപ്പൻ പിന്നെയും കളിയാക്കിയതോടെ ധൈര്യം ചോർന്നുപോയ ജോർജ് ആണത്തം തെളിയിക്കാനുള്ള ശ്രമവും അതോടെ ഉപേക്ഷിച്ചു.

അമ്മയും പെങ്ങളും തിരിച്ചറിയാത്ത ആന്റപ്പന്റെ പറമ്പിൽ പണിക്കു പോകുന്നത് ഇഷ്ടമല്ലെന്ന് ജെസി ജോർജിനോട് പല കുറി പറഞ്ഞതാണ്. കള്ളും പെണ്ണും കൊല്ലുംകൊലയുമായി നടക്കുന്ന ആന്റപ്പൻ കൊള്ളരുതാത്തവൻ ആണെന്നു തന്നെ ജോർജും കരുതി. ആന്റപ്പൻ പണിക്കു വിളിച്ചപ്പോഴൊക്കെ പറ്റില്ലെന്ന് മുഖത്തു നോക്കി പറയാൻ ധൈര്യമില്ലാതെ ജോർജ് വിഷമിച്ചു.

ഒരു യക്ഷിക്കഥ

പന്നി തട്ടി കൊല്ലിയിൽ ഇട്ടതിനുശേഷം ആന്റപ്പൻ ഭാരപ്പെട്ട പണിയൊന്നും രാമകൃഷ്ണനെ ഏല്പിച്ചില്ല. പണിക്കാരി പെണ്ണുങ്ങൾ കള്ളം കാണിക്കുന്നുണ്ടോ എന്നറിയാൻ, അവർക്കൊപ്പം നിർത്തിയപ്പോൾ, അയാൾക്ക് ആദ്യമൊക്കെ ഒരു മാതിരി നാണമായിരുന്നു.

കല്യാണിയുടെ ഒറ്റ നോട്ടത്തിൽ അയാൾ ചൂളി. ചെറുതിന്റെ കല്ലുവച്ച വാക്കുകൾക്കു മുന്നിൽ ഓരോ വട്ടവും അയാൾ ചെറുതായി. അതിനേക്കാളൊക്കെ, പാറുക്കുട്ടിയുടെ നോട്ടവും മട്ടും അയാളെ വേദനിപ്പിച്ചു. പൊടിമീശ മുളയ്ക്കുന്ന പ്രായം തൊട്ടേ തനിക്കുള്ള കൊതിയും ഇഷ്ടവും അറിഞ്ഞുവച്ചുകൊണ്ട് പിന്നെയും പിന്നെയും കുത്തിനോവിക്കുന്ന പാറുക്കുട്ടിയുടെ പെരുമാറ്റം രാമകൃഷ്ണനെ വേദനിപ്പിച്ചു. സ്വയം അടക്കാൻ ശ്രമിച്ചപ്പോഴൊക്കെ ആ ശരീരത്തോടുള്ള കൊതി പല മടങ്ങായി തിരിച്ചു വന്നു. തരം കിട്ടിയപ്പോഴൊക്കെ അവളുടെ നിറഞ്ഞ മാറിലേക്ക് അയാൾ പാളി നോക്കി.

വിയർപ്പിൽ കുതിർന്ന് കുനിഞ്ഞു നിന്ന്, പുല്ലുമാന്തികൊണ്ട് പുല്ലു കുടയുന്ന പാറുക്കുട്ടിയെ പിറകിൽ നിന്ന് നോക്കി നിന്ന രാമകൃഷ്ണനെ ചെറുത് ചീത്ത പറഞ്ഞു.

കൈത്തണ്ടയുടെ ബലംകൊണ്ട് നാട്ടുകാരെ വിറപ്പിക്കുന്ന രാമകൃഷ്ണൻ പെണ്ണുങ്ങളുടെ മുന്നിൽ വെറും പരിഹാസപാത്രമായി ചുരുങ്ങി. അയാളുടെ വാക്കുകൾക്ക് പെണ്ണുങ്ങൾ പുല്ലു വില കല്പിച്ചു.

"നീയെന്തിനാടാ, പെണ്ണുങ്ങളുടെ മണം പിടച്ച് പിറകേ നടക്കുന്നത്" ചെറുത് ഇടയ്ക്കും തടയ്ക്കും അയാളെ കുത്തിനോവിച്ചു.

'നിങ്ങള് കള്ളം കാണിക്കുന്നത് നോക്കണ്ടേ,' മനസ്സിൽ വന്നത് ഉറക്കെ പറയാൻ അയാൾ ഒരിക്കലും ധൈര്യപ്പെട്ടില്ല.

ഇരുപത്തഞ്ചോളം പണിക്കാരുടെ മേൽനോട്ടത്തിനു നില്ക്കുന്ന തന്നെ പെണ്ണുങ്ങൾ പുച്ഛിക്കുന്നതിന്റെ കാരണം അയാൾ ഊഹിച്ചു.

എന്തു ചെയ്യണമെന്ന് അയാൾക്ക് അറിയുമായിരുന്നില്ല.

ഒടുവിൽ രണ്ടും കല്പിച്ച് രാമകൃഷ്ണൻ ഒന്നു ചൂണ്ടി

"എനിക്ക് നിന്നെ ശരിക്കും ഇഷ്ടമാണ്," നടാൻ മുറിച്ച ഇഞ്ചി ഒരു കൈകൊണ്ട് കുട്ടയിൽ ഉയർത്തി പാറുക്കുട്ടിയുടെ തലയിൽ വച്ചു കൊടുക്കുമ്പോൾ, ആരും കേൾക്കാതെ സ്വരം താഴ്ത്തി അയാൾ പറഞ്ഞു.

''എന്നിട്ടാണല്ലോ, അവളുടെ പിറകേ മണത്ത് നടക്കുന്നത്'', രാമകൃഷ്ണൻ പ്രതീക്ഷിച്ചതിലും ഉറക്കെയുള്ള പാറുക്കുട്ടിയുടെ മറുപടി കേട്ട് പെണ്ണുങ്ങൾ ശ്രദ്ധിച്ചു.

"നിനക്ക് വേണ്ടതെന്താണെന്ന് എനിക്കറിയാം"

ഓർക്കാപ്പുറത്ത് അടിയേറ്റതു പോലെ രാമകൃഷ്ണൻ മുഖം വെട്ടിച്ചു.

"ആന വാലു പൊക്കുന്നതു കണ്ടിട്ട് അണ്ണാൻ വാലു പൊക്കണ്ട," കല്യാണി ഏറ്റുപിടിച്ചു.

തലയിലേക്ക് രക്തം ഇരച്ചുകയറുന്നതുപോലെ രാമകൃഷ്ണനു തോന്നി. അയാൾ പല്ലുകടിച്ചു.

ശരീരത്തോടുള്ള ആർത്തിയല്ലാതെ, രാമകൃഷ്ണന് തന്നോട് അല്പമെങ്കിലും സ്നേഹമുള്ളതായി പാറുക്കുട്ടിക്കു തോന്നിയില്ല. തൊലി വെളുപ്പുള്ള പെണ്ണുങ്ങളെ കണ്ടാൽ കൊതിയോടെ നോക്കി, വായിൽ വെള്ളമിറക്കുന്ന വിടനായി പെണ്ണുങ്ങൾ അയാളെ കണ്ടു.

ആന്റപ്പൻ തന്നെയായിരുന്നു പാറുക്കുട്ടിയുടെ മനസ്സിലെ പുരുഷൻ. പല പെണ്ണുങ്ങളെ മാറിമാറി കൂടെക്കിടത്തുമെങ്കിലും, ആന്റപ്പന്റെ മനസ്സിലെ ഇഷ്ടം തന്നോടാണെന്ന് പാറുക്കുട്ടി വിശ്വസിച്ചു. ആണിനെ അറിയാത്ത പ്രായത്തിൽ ആന്റപ്പൻ തൊട്ടതാണ്. ആദ്യമൊക്കെ അവൾക്ക് അയാളെ പേടിയായിരുന്നു. പിന്നെപ്പിന്നെ, അവളുടെ അകല്ച്ച മാറി. അയാളുമൊത്തുള്ള നിമിഷങ്ങൾ അവൾ ഇഷ്ടപ്പെട്ടു തുടങ്ങി. ആ ഇഷ്ടം ആഗ്രഹമായി വളർന്നു. കാണാതെ ആഴ്ചകൾ പോയപ്പോൾ മോഹം തോന്നിത്തുടങ്ങി. വർഷങ്ങൾ പോയപ്പോൾ, ആന്റപ്പന്റെ പരാക്രമങ്ങൾ അടങ്ങി. പാറുക്കുട്ടിയുടെ ശരീരത്തെ അയാൾ ലാളിക്കാൻ തുടങ്ങി.

പാറുക്കുട്ടിക്ക് ആന്റപ്പനുമായുള്ള ഇടപാട് നഷ്ടക്കച്ചവടം ആയിരുന്നില്ല. അടുപ്പിച്ച് രണ്ടു രാത്രിയെങ്കിലും മനയ്ക്കലെ വീട്ടിൽ കഴിഞ്ഞപ്പോഴെല്ലാം പാറുക്കുട്ടിയുടെ ശരീരം തുടുത്തു വന്നു. ആ ശരീരത്തിൽ കരിയും പുകയും തട്ടാൻ ആന്റപ്പൻ സമ്മതിച്ചിട്ടില്ലെന്ന് പണിക്കാരായ പെണ്ണുങ്ങൾ അടക്കം പറഞ്ഞു.

പാറുക്കുട്ടി ചോദിക്കാതെ തന്നെ വലിയ ചൂരൽക്കുട്ടകളിൽ കപ്പയും ചേനയും കാച്ചിലും ചെറുകിഴങ്ങും വീട്ടിലെത്തി. വലിയ ഞാലിപ്പൂവൻ കുലകൾ തലച്ചുമടായി പുഴ കടത്തി പാറുക്കുട്ടിയുടെ വീട്ടിൽ എത്തിക്കുന്ന ജോലി ആന്റപ്പൻ ഒരിക്കലും രാമകൃഷ്ണനെ ഏല്പിച്ചില്ല. ജോർജിന് ഇഷ്ടമില്ലാത്ത പണി അയാളെത്തന്നെ ഏല്പിക്കുന്നതിൽ ആന്റപ്പൻ സന്തോഷം കണ്ടെത്തി. വലിയ വല്ലൻ കുട്ട തലയിൽനിന്ന്

ഇറക്കിവച്ച് തലയിലെ കെട്ടഴിച്ച് വിയർപ്പിൽ കുളിച്ച ശരീരം കിതച്ചു കൊണ്ട് അമർത്തി തുടയ്ക്കുമ്പോഴും പാറുക്കുട്ടിയുടെ കൈയിൽനിന്ന് ഒരു കോപ്പ വെള്ളം വാങ്ങി കുടിക്കാൻ ജോർജ് തയ്യാറായില്ല. ഒരു വാക്കു പോലും ഉരിയാടാതെ തിരിച്ചു പോകുന്ന ജോർജിന്റെ മുഖം കടന്നൽ കുത്തിയതുപോലെ വീർത്തിരിക്കുന്നതുകണ്ട് പാറുക്കുട്ടി ഉള്ളിൽ ചിരിക്കും.

രാമകൃഷ്ണന്റെ ശ്രമം വെറുതെയായില്ല. മനയ്ക്കൽ ആന്റപ്പന്റെ പറമ്പിലെ പത്തേക്കറോളം സ്ഥലം ദിവസങ്ങൾകൊണ്ട് കണ്ടാലറിയാ തായി. പണിക്കാരുടെ മെയ്ക്കരുത്തിൽ പറമ്പ് തെളിഞ്ഞു. ഒരു പുല്ലോ ചെറിയ കല്ലോ ഇല്ലാതെ മണ്ണൊരുങ്ങി. കയർ വലിച്ച് പണിതതുപോലെ വടിവൊത്ത ഇഞ്ചിക്കണ്ടങ്ങളും കപ്പക്കൂടങ്ങളും തീർന്നു. ഇഞ്ചിയും മഞ്ഞളും കച്ചോലവും വളർന്നു. കപ്പയും ചേമ്പും കാച്ചിലും കൊണ്ട് പറമ്പ് കാടുപോലെ പച്ചയണിഞ്ഞു. ആൺ പണിക്കാർ തൂമ്പകൊണ്ട് ചാലുകൾ തെളിച്ചു. കണ്ടങ്ങൾ ബലപ്പെടുത്തി.

തെഴുത്തു വളർന്നുനില്ക്കുന്ന ഇഞ്ചിക്കണ്ടങ്ങൾക്കിടയിൽ കുനി ഞ്ഞിരുന്ന് കള പറിക്കുമ്പോൾ, പെണ്ണുങ്ങൾക്ക് ചെറിയൊരു സ്വകാര്യത അനുഭവപ്പെട്ടു. ആണുങ്ങളുടെ കണ്ണിൽപെടാതെ കപ്പയ്ക്കും ഇഞ്ചി ക്കണ്ടങ്ങൾക്കുമിടയിൽ പണിക്കാരി പെണ്ണുങ്ങൾ മൂത്രമൊഴിച്ചു.

കാണാൻ പാടില്ലാത്തത് കണ്ടുവെന്ന് തോന്നിയപ്പോൾ ആണുങ്ങൾ മുഖം വെട്ടിച്ചു. പലരും ഒളിച്ചു മാത്രം നോക്കി. ബീഡി വലിക്കാൻ നില്ക്കുന്ന സമയത്ത് അവർ സ്വരം താഴ്ത്തി കാമം പറഞ്ഞു. പണിക്കാരി പെണ്ണുങ്ങളുടെ മാറും അരക്കെട്ടും വർണ്ണിച്ചു.

ആണുങ്ങൾ മണ്ണ് കിളച്ചു മറിക്കുന്നതും പെണ്ണുങ്ങൾ പുല്ലുമാന്തി കൊണ്ട് മണ്ണ് ചികയുന്നതും നോക്കി, ചമ്മിയ മുഖവുമായി രാമ കൃഷ്ണൻ നടന്നു. കരിമ്പിലെ വൈദ്യൻ ഉഴിഞ്ഞ് പിടിച്ചുകെട്ടിയ ഇടതു കൈ തലയ്ക്കു മുകളിൽ ഉയർത്താൻ അയാൾ ഇടയ്ക്കിടെ ശ്രമിച്ചു കൊണ്ടിരുന്നു.

പണിക്കാരി പെണ്ണുങ്ങളുടെ അരികുപറ്റി നടക്കുന്ന രാമകൃഷ്ണ നോട് പാറുക്കുട്ടിക്ക് തോന്നിയ പുച്ഛം മാറി മാറി വന്നു. പെണ്ണുങ്ങളുടെ മുഖത്ത് നോക്കി വെപ്രാളമില്ലാതെ ഒരു വാചകം നേരേ ചൊവ്വേ പറയാൻ പോലും അറിയാത്ത രാമകൃഷ്ണനോട് ഉള്ളിന്റെയുള്ളിൽ സഹതാപം മൊട്ടിടുന്നത് പാറുക്കുട്ടി അറിഞ്ഞു.

നേരേ നടക്കാമെന്നായപ്പോൾ, രാമകൃഷ്ണൻ വീണ്ടും ആന്റപ്പന്റെ വാലായി കാടും മലയും കയറിയിറങ്ങി. കരിമ്പിലും പരിസരത്തും ജീപ്പിൽ കറങ്ങി. കല്യാണിയും പാറുക്കുട്ടിയും കൊളുത്തിവിട്ട തീ അയാളുടെ മനസ്സിൽ കത്തിക്കൊണ്ടിരുന്നു. പാറുക്കുട്ടിയുടെയും കല്യാണിയുടെയും നഗ്നശരീരം മനസ്സിൽ സങ്കല്പിച്ച രാത്രികളിൽ രാമകൃഷ്ണൻ ഉറങ്ങി യില്ല.

ആന്റപ്പനേക്കാൾ നല്ല വെടിക്കാരനാവുന്നതും സോമനാഥക്കുറു

പ്പിനെ അടിച്ചുവീഴ്ത്തുന്നതും സങ്കല്പിച്ച് നടന്ന രാമകൃഷ്ണന്റെ മനസ്സിൽ അതിനേക്കാൾ വലിയ ആഗ്രഹമായി കല്യാണി നിറഞ്ഞു. മോഹത്തെക്കാളേറെ, അത് പകയായി വളർന്നു.

രാമകൃഷ്ണന്റെ പദ്ധതികൾ തെറ്റിച്ച് അവസരങ്ങൾ അകന്നു പോയി. ഇഞ്ചിക്ക് കളതെളിക്കാൻ പെണ്ണുങ്ങൾ എത്തിയപ്പോൾ അയാൾ ചിലത് മനസ്സിൽ ഉറപ്പിച്ചു. പണിക്കിടയിൽ കല്യാണി വെളിക്കിരിക്കാൻ പോയ തക്കത്തിന് രാമകൃഷ്ണൻ ഓടക്കാട്ടിലൂടെ ഊളിയിട്ടു. ഭയവും അടക്കാനാവാത്ത ആഗ്രഹവും അയാളെ പിടികൂടി. തെളിനീരിൽ മുഖം കഴുകി, മുണ്ടും പാവാടയും ചരിച്ചു കയറ്റി പൊന്തക്കാട്ടിലമർന്ന കല്യാണിക്കു മുകളിലേക്ക് രാമകൃഷ്ണൻ വീണു. പ്രതീക്ഷിക്കാതെ വന്ന അടിയിൽ നിലതെറ്റിയ കല്യാണിക്ക് താൻ ചെയ്യുന്നതെന്തെന്ന് നിശ്ചയമുണ്ടായിരുന്നില്ല. രാമകൃഷ്ണന്റെ വലതു നെഞ്ച് കല്യാണിയുടെ കോമ്പല്ലുകളിൽ കോർത്തു. മരണവേദനകൊണ്ട് രാമകൃഷ്ണൻ ഉരുണ്ടു. കല്യാണി കടി വിട്ടില്ല.

രാമകൃഷ്ണന്റെ ബലിഷ്ഠമായ കൈകൾ കല്യാണിയുടെ തലയിലും മുതുകിലും മാറി മാറി പതിച്ചു.

കടി മുറുകി.

തന്റെ ശരീരം പകുതിയും അവളുടെ വായിലാണെന്ന് രാമകൃഷ്ണന് തോന്നി. അയാൾ അയഞ്ഞപ്പോൾ കല്യാണി കൂടുതൽ മുറുകി.

രാമകൃഷ്ണൻ നിലവിളിച്ചു.

കല്യാണി വിട്ടില്ല.

നിലവിളി കൂടുതൽ ഉച്ചത്തിലായി.

പാറപ്പുറത്തുനിന്ന് പതഞ്ഞ് കുത്തി വീഴുന്ന ഓലിയുടെ ശബ്ദത്തിൽ രാമകൃഷ്ണന്റെ ശബ്ദം അലിഞ്ഞു. നിലവിളി കരച്ചിലായപ്പോൾ കല്യാണി കടി വിട്ടു. പിടഞ്ഞെഴുന്നേറ്റ രാമകൃഷ്ണൻ ചോരയൊലിപ്പിച്ച് ഓടി. വായിൽനിന്ന് ചോരയൊലിപ്പിച്ച് കലിതുള്ളി പിറകേ ഓടിയ കല്യാണിയെ പണിക്കാരികൾ പൊതിഞ്ഞു.

അതോടെ കല്യാണി യക്ഷിക്കല്യാണിയായി. അവൾ കടിച്ചു പറിച്ച വിടവ് രാമകൃഷ്ണന്റെ നെഞ്ചിൽ കാലങ്ങൾക്ക് ശേഷവും പൊക്കിൾക്കുഴിപോലെ തെളിഞ്ഞുകിടന്നു.

പാറുക്കുട്ടിയെ കെട്ടാൻ ആന്റപ്പൻ പറഞ്ഞപ്പോൾ, വർഷങ്ങളായി മനസ്സിൽ കൊണ്ടുനടന്ന തന്റെ ആഗ്രഹം നിറവേറാൻ പോവുകയാണെന്ന് രാമകൃഷ്ണൻ വിശ്വസിച്ചു. ആണാണെന്ന് സ്വയം തോന്നിയ നാൾ മുതൽ താൻ കൊതിയോടെ നോക്കിയ ആ വെളുത്തു കൊഴുത്ത ശരീരം ഇനിയുള്ള രാത്രികളിൽ തന്റെ സ്വന്തമാണെന്ന് രാമകൃഷ്ണൻ സങ്കല്പിച്ചു.

വിശ്വസ്തനായ രാമകൃഷ്ണന്റെ തലയിൽ ആന്റപ്പൻ തന്നെ കെട്ടിവച്ചത് നിവൃത്തികേടുകൊണ്ടാണെന്ന് പാറുക്കുട്ടി വിശ്വസിച്ചു.

ബുദ്ധിയുറച്ച നാൾ മുതൽ പാറുക്കുട്ടിയെ മോഹിച്ച രാമകൃഷ്ണനെ ആന്റപ്പൻ അതിനുവേണ്ടി കണ്ടെത്തുകയായിരുന്നു. മൂന്നുമാസം വയറ്റിലുള്ള പാറുക്കുട്ടിയെ കെട്ടിയാൽ നാട്ടുകാർ എന്തു പറയും എന്ന ചിന്തയൊന്നും രാമകൃഷ്ണന് ഉണ്ടായില്ല.

മനയ്ക്കലെ ചെലവിൽ ജീവിക്കുന്ന രാമകൃഷ്ണൻ ആന്റപ്പൻ പറഞ്ഞത് ചെയ്യുന്നു എന്നേ രാഘവൻപിള്ളയ്ക്കു തോന്നിയുള്ളു.

കള്ളും കുടിച്ച് അടിയും വഴക്കുമായി നടക്കുന്ന ഒരുത്തന് വേറെ ആര് പെണ്ണു കൊടുക്കാനാണ് എന്ന് കല്യാണി പറഞ്ഞപ്പോൾ പാറുക്കുട്ടി ചീറി. കല്യാണിക്ക് രാമകൃഷ്ണനോടുള്ള പുച്ഛം പാറുക്കുട്ടിക്ക് ഒരിക്കലും സുഖിച്ചില്ല. കൊഴുത്ത ശരീരമുള്ള പെണ്ണുങ്ങളെ രാമകൃഷ്ണൻ വായും പൊളിച്ച് നോക്കിനില്ക്കുന്നത് ചെറുത് കണ്ടിട്ടുണ്ട്.

ആന്റപ്പൻ തൊട്ടപ്പോൾ പെണ്ണ് തുടുത്തു വന്നതല്ലാതെ ഉടഞ്ഞു പോയിട്ടില്ലെന്ന് രാമകൃഷ്ണൻ മനസ്സിൽ പറഞ്ഞു. വീട്ടുപണിക്ക് എന്നു പറഞ്ഞ് ഓരോ തവണയും പാറുക്കുട്ടിയെ പണിസ്ഥലത്തുനിന്ന് ആളയച്ചു വിളിക്കുമ്പോൾ ആന്റപ്പൻ പറയുന്ന പണി എന്താണെന്ന് രാമകൃഷ്ണൻ സങ്കല്പിച്ചു നോക്കുമായിരുന്നു.

വീട്ടുജോലിക്ക് എന്ന പേരിൽ പല ദിവസങ്ങളിലും പണി കഴിഞ്ഞും ആന്റപ്പൻ പാറുക്കുട്ടിയെ വീട്ടിൽ നിർത്തി. എല്ലാം ഏർപ്പാടാക്കി രാഘവൻപിള്ള ആന്റപ്പന്റെ ഇഷ്ടക്കാരനായി.

പാറുക്കുട്ടിയുടെ ശരീരത്തിന്റെ അളവുകൾ രാമകൃഷ്ണന്റെ മനസ്സിനെ ഇളക്കിക്കൊണ്ടിരുന്നു.

അവറാച്ചന്റെ സാമ്രാജ്യം

ഏതൊരു മദ്ധ്യതിരുവിതാംകൂർ നസ്രാണിയെയും പോലെ അവറാച്ചനും അയാളുടെ പുരയിടം ഒരു സാമ്രാജ്യം ആയിരുന്നു. നീതിയും നിയമവും എല്ലാം ഒരാൾ തന്നെ നിശ്ചയിക്കുന്ന ഏകാധിപത്യ സാമ്രാജ്യം.

എപ്പോൾ കപ്പ കുത്തണം, എപ്പോൾ പറമ്പ് കിളയ്ക്കണം, എന്തു നടണം, എപ്പോൾ വിളവെടുക്കണം – എല്ലാം അവറാച്ചൻ സ്വയം നിശ്ചയിച്ചു. നാളികേരം വിളഞ്ഞുവോ എന്നു നോക്കുന്ന കാര്യത്തിൽ പോലും ഒരാളുടെയും അഭിപ്രായം സ്വീകരിച്ചില്ല.

ഒരു കുല വെട്ടാൻ പറഞ്ഞാൽ വെട്ടിയിരിക്കണം. വേണ്ടെന്നു പറഞ്ഞാൽ വേണ്ട. ചോമനാണ്, അപ്പനപ്പൂപ്പൻമാരായി തെങ്ങു കയറ്റമാണ് എന്നൊന്നും പറഞ്ഞിട്ടു കാര്യമില്ല. അവറാച്ചന്റെ സ്വന്തം പറമ്പ്, അയാൾ നട്ട തെങ്ങ്, കൂലി കൊടുക്കുന്നതും അവറാച്ചൻ തന്നെ. വിളഞ്ഞു എന്നു പറഞ്ഞാൽ അതുതന്നെ.

കമുക് ചൂണ്ടിക്കാട്ടിയിട്ട് അത് തെങ്ങാണെന്ന് അവറാച്ചൻ പറയാത്തത് രാമകൃഷ്ണന്റെ ഭാഗ്യമായിപ്പോയെന്ന് പറമ്പിൽ പണിക്കു വന്ന തങ്കമാളുവും പാറുക്കുട്ടിയും പറയും..

ഓടിയും വീണും കരഞ്ഞും തരം കിട്ടുമ്പോൾ ചെറുതിനെ ഉപദ്രവിച്ചും ഏഴേക്കർ പറമ്പു മുഴുവൻ ഓടിനടന്ന പൈലി എല്ലാം കേട്ടു.

കൊച്ചു കുട്ടിയല്ലേ, കാര്യങ്ങൾ മനസ്സിലാവില്ല എന്ന തോന്നലിൽ പാറുക്കുട്ടിയും കല്യാണിയും ചെറുതും പറഞ്ഞു കൂട്ടിയ ഏഷണികൾ അർത്ഥം പിടികിട്ടാത്ത കടങ്കഥകളായി പൈലിക്കുഞ്ഞിന്റെ മനസ്സിൽ കിടന്നു.

കല്യാണി ചിരിക്കുമ്പോൾ നീളം കൂടുതലുള്ള രണ്ടു പല്ലുകൾ കീഴ്ചുണ്ടിനു മുകളിലേക്ക് തള്ളി വന്നു.

യക്ഷിയെന്ന ഇരട്ടപ്പേര് കല്യാണി കേൾക്കെ വിളിക്കാൻ ആരും ധൈര്യപ്പെട്ടില്ല.

ചെറുതിനെ അവറാച്ചൻ പ്രത്യേകം പരിഗണിച്ചു.

അവറാച്ചന്റെ കണ്ണിൽ, ചെറുതായിരുന്നു പണിക്കുവരുന്ന പെണ്ണുങ്ങളുടെ നേതാവ്. എത്ര പണിക്കാരെ വേണമെന്നു പറഞ്ഞാൽ മതി. എവിടെ നിന്നെങ്കിലും കൂട്ടിപ്പിടിച്ചു കൊണ്ടുവരും.

ചെറുതിനെ കാരണമില്ലാതെ ഉപദ്രവിക്കരുതെന്ന് ആരും പൈലിയെ വിലക്കിയില്ല.

പൈലിക്കുഞ്ഞിന് അടിക്കാനും ഇടിക്കാനും കിട്ടിയ കളിപ്പാട്ടമാണ് ചെറുതെന്ന് തങ്കമാളുവും കൂട്ടുകാരും പറഞ്ഞു.

പാടത്തും പറമ്പിലും വഴിയിലും ഒരിക്കലും നാവടക്കാതെ ചെറുത് സംസാരിച്ചു.

പൊടിപ്പും തൊങ്ങലും ചേർത്ത് കഥകൾ പറയുന്നതിനിടയിൽ മതിമറന്ന് സ്വയം ചിരിച്ചു.

ചിരിച്ചപ്പോഴൊക്കെ കുലുങ്ങിത്തന്നെ ചിരിച്ചു.

പൈലിയെ കണ്ടപ്പോഴൊക്കെ ഉമ്മ കൊടുക്കുന്ന ഭാവത്തിൽ ചുണ്ടു കൂർപ്പിച്ചു.

ചെറുതിന്റെ കുലുങ്ങിച്ചിരി കണ്ടപ്പോഴൊക്കെ പൈലിക്കുഞ്ഞ് കലി കൊണ്ടു. കണ്ണിൽ കണ്ടതും കൈയിൽ കിട്ടിയതും എടുത്ത് പൈലി ചെറുതിനെ എറിഞ്ഞു.

രസം പിടിച്ച ചെറുത് പൈലിയെ കണ്ടപ്പോഴൊക്കെ സ്വയം നിയന്ത്രിക്കാൻ കഴിയാതെ കുലുങ്ങിച്ചിരിച്ചു.

പൈലിയുടെ ഏറു കൊള്ളാതിരിക്കാൻ അവറാച്ചന്റെ ഏഴേക്കർ പറമ്പു മുഴുവൻ ചെറുത് ഓടി നടന്നു.

കണിശക്കാരനായ അവറാച്ചന്റെ കൊച്ചു പതിപ്പായി പൈലിക്കുഞ്ഞ് പാടത്തും പറമ്പിലും നിറഞ്ഞു നടന്നു. മണ്ണിൽ വളർന്നു. പഠിച്ചു മുതിർന്നപ്പോൾ മണ്ണിൽ ചവിട്ടാതെ ചെരുപ്പിട്ട് നടന്നു.

കരിമ്പിൽ കാലുകുത്തിയ കാലത്തുതന്നെ നാട്ടുകാർ മനസ്സിലാക്കിയതാണ് അവറാച്ചന്റെ താൻ പ്രമാണിത്തം. പലരും നല്ല മണ്ണു തേടി കരിമല കയറിയപ്പോൾ അവറാച്ചൻ മാത്രം അതിനു തയ്യാറായില്ല.

രണ്ട് ഏക്കർ തെങ്ങിൻ പുരയിടവും അതിനോട് ചേർന്ന അഞ്ച് ഏക്കർ തരിശും ചേർത്ത് ഏഴേക്കർ സ്ഥലം കുറുപ്പുമാരോട് വാങ്ങിയത് ബുദ്ധിമോശമാണെന്ന് പറയാത്തവർ ഇല്ല. ഒരു വാര പടിഞ്ഞാറു മാറി മൂന്നേക്കർ വയൽ വാങ്ങിച്ചത് ബുദ്ധിയായെന്നുതന്നെ ജോർജിന്റെ കെട്ടിയവൾ ജെസി പറഞ്ഞു. അവറാച്ചൻ എല്ലാം കേട്ടതല്ലാതെ ആരോടും തർക്കത്തിനു പോയില്ല.

ദേവസിയുടെ മലയിലെ കപ്പയുടെയും ചേമ്പിന്റെയും ചേനയുടെയും നനകിഴങ്ങിന്റെയും കഥകൾ മറിയയെ പറഞ്ഞുകേൾപ്പിക്കുന്നതിൽ ജോർജും രാമകൃഷ്ണനും ഒരു പ്രത്യേക ആനന്ദം അനുഭവിച്ചു. എല്ലാം കേൾക്കുമ്പോൾ കെട്ടിയവന്റെ തന്നിഷ്ടം ഓർത്ത് മറിയയ്ക്ക് വിഷമം തോന്നും. പള്ളിയിലെ ഞായറാഴ്ച കുർബ്ബാനയ്ക്കുശേഷം, വാഴത്തടെ

യുടെ വണ്ണമുള്ള കപ്പയും എടുത്താൽ പൊങ്ങാത്ത ചേനയും വച്ച് ലേലം വിളിക്കുന്നതു കാണുമ്പോൾ ശോശാമ്മയ്ക്കും ഉള്ളിൽ വിഷമം തോന്നാറുണ്ട്. എല്ലാം കരിമലയിലെ നസ്രാണികൾ മലയിറക്കി കൊണ്ടു വരുന്നതാണ്.

എന്നിട്ടും ശോശാമ്മ മരുമകൾ കേൾക്കെ മകനെ കുറ്റം പറഞ്ഞില്ല.

മരുമകളെ വാക്കുകൾ കൊണ്ട് കുത്തി നോവിച്ച് ശോശാമ്മ സ്വന്തം വിഷമം മാറ്റാൻ ശ്രമിക്കും.

"കുന്നു കയറിയാൽ അവളുടെ നെയ്യ് ഉടഞ്ഞുപോകും."

മനസ്സാ വാചാ അറിയാത്തതു പറഞ്ഞു കേൾക്കുമ്പോൾ ആദ്യമൊക്കെ മറിയയ്ക്ക് പ്രയാസം തോന്നിയിരുന്നു. ഒരിക്കൽ ജെസി ചിരിയടക്കാൾ പാടുപെട്ട് വാ പൊത്തുന്നതു കണ്ടപ്പോൾ ആണ് ശോശാമ്മയുടെ ഉള്ളിലിരുപ്പ് പെണ്ണുങ്ങൾക്ക് പിടി കിട്ടുന്ന കാര്യം മറിയ മനസ്സിലാക്കിയത്. പിന്നെപ്പിന്നെ അതവൾക്ക് തമാശയായി തോന്നിത്തുടങ്ങി.

രണ്ടോ മൂന്നോ കൊല്ലമേ വേണ്ടിവന്നുള്ളൂ. കെട്ടിയവൻ ചെയ്തു വച്ചത് ശരിയായിരുന്നുവെന്ന് മറിയയും ചിന്തിച്ചു തുടങ്ങി. മറ്റു പെണ്ണുങ്ങൾ മലകയറി വിഷമിക്കുമ്പോൾ അവർക്ക് അതിന്റെ ആവശ്യം വന്നില്ല. വിയർപ്പു നാറ്റിക്കാതെ പള്ളിയിൽ നില്ക്കാനുള്ള ഭാഗ്യം മറിയയ്ക്കും ശോശാമ്മയ്ക്കും മാത്രമേ കിട്ടിയുള്ളു.

അതിനിടയിൽ കുറുപ്പുമാരുടെ മല മുക്കാൽ ഭാഗവും കുടിയേറ്റക്കാർ മുറിച്ചു വാങ്ങിയിരുന്നു.

അവറാച്ചന്റെയും ദേവസിയുടെയും പറമ്പുകൾ തെളിഞ്ഞതോടെ ആന്റപ്പന്റെ പണിക്കാരിൽ പലരും വലിയാൻ തുടങ്ങി. ആന്റപ്പന്റെ പറമ്പിൽ പണിയില്ലാത്തപ്പോൾ മാത്രം പാറുക്കുട്ടിയും ജോർജും മറ്റ് പണിയിടങ്ങൾ അന്വേഷിച്ചു. ജെസി അവറാച്ചന്റെ സ്ഥിരം പണിക്കാരി യായി. ജെസിയുടെ ഇളയ മക്കൾ രണ്ടും പൈലിയോടും തൊമ്മിയോടു മൊപ്പം കളിച്ചു. മറിയ വച്ചുവിളമ്പിയ കപ്പപ്പുഴുക്കും ചോറും ചക്കയും അവർ അവകാശംപോലെ കഴിച്ചു. ആന്റപ്പനുമായി ചേർന്നുള്ള എല്ലാ ഏർപ്പാടും നിർത്താൻ ജെസി ജോർജിനെ നിർബ്ബന്ധിച്ചുകൊണ്ടിരുന്നു.

ജോർജ് അവറാച്ചന്റെ ഇഷ്ടക്കാരനായി മാറാൻ അധികനാൾ വേണ്ടി വന്നില്ല. ചെറുതിനും തങ്കമാളുവിനും അവറാച്ചനോടായി സ്ഥായി. പത്തേക്കറിൽ ഒരിഞ്ചുപോലും അവറാച്ചൻ വെറുതെയിട്ടില്ല. ഇഞ്ചിയും മഞ്ഞളും കച്ചോലവും കുർക്കലും ചേനയും ചേമ്പും കപ്പയും വിളഞ്ഞ പറമ്പിൽ മിക്ക ദിവസങ്ങളിലും പത്തും ഇരുപതും പേർ പണിക്കെത്തി. നെൽകൃഷിയിലെ പുതിയ രീതികൾ കാടോത്തിയിൽ എത്തിച്ചതുതന്നെ അവറാച്ചനായിരുന്നു. പണിയുള്ള ദിവസങ്ങളിൽ പത്തും ഇരുപതും മുപ്പതും പേർക്ക് മറിയ പരാതിയില്ലാതെ വെച്ചുവിളമ്പി. വർഷങ്ങൾ കൊണ്ട് കാടോത്തിക്കുന്നിലെ ഏറ്റവും മികച്ച കൃഷിയിടമായി അവറാച്ചന്റെ പത്തേക്കർ മാറി.

പുത്തൻകൂറ്റുകാർ കരിമ്പിൽ പുതിയ പള്ളി പണിതതോടെ പഴയ

കൂറ്റുകാരുടെ പള്ളിയിൽ കയറില്ലെന്ന് വാശി പിടിച്ചിരുന്ന ശോശാമ്മയ്ക്കും സമാധാനമായി. ഞായറാഴ്ചകളിൽ പൈലിയേയും കൂട്ടിയായി ശോശാമ്മയുടെ പള്ളിയിൽ പോക്ക്. നേരം കളയേണ്ട എന്ന ചിന്തയിൽ മറിയ പൈലിയെ അര മണിക്കൂർ നേരത്തെ ഒരുക്കി അയച്ചു. മണി അടിക്കുന്ന സമയത്ത് മൂന്നുപേരും ഒരുമിച്ച് പള്ളിയിൽ എത്തി. ആ സമയമത്രയും കുഞ്ഞു പൈലിയുടെ ഇളയത് ബെന്നി, രാഘവൻ പിള്ളയുടെ മുറ്റത്തും പറമ്പിലും കറങ്ങി നടന്നു.

ഹിന്ദി വിദ്വാൻ ജയിച്ച തൊമ്മിക്ക് കരിമ്പിലെ സ്കൂളിൽ ഉദ്യോഗം ശരിപ്പെടുത്തി അവറാച്ചൻ പെങ്ങളെയും അളിയനെയും നാട്ടിലെത്തിച്ചു. കരിമ്മയിൽ രണ്ടേക്കർ റബ്ബർ പെങ്ങളുടെ പേരിൽ വാങ്ങി. താമസിക്കാൻ സ്കൂളിനടുത്ത് വാടകവീടും ശരിയാക്കി.

ഏഴേക്കർ പറമ്പ് ഉണ്ടായിട്ടും ഒരു പശുവിനെ വാങ്ങാൻ കൂട്ടാക്കാത്തതിന്റെ പേരിലായിരുന്നു അവറാച്ചനും ഭാര്യയും തമ്മിൽ എന്നും വഴക്ക്. ഒരിക്കൽ അത് അടിയുടെ വക്കുവരെ എത്തി.

അവറാച്ചന്റെ പെങ്ങൾ അന്നക്കുട്ടി ആദ്യത്തെ പേറിന് വീട്ടിൽ വന്നു നില്ക്കുന്ന സമയം. നാത്തൂന് ദിവസവും ഒരു ഗ്ലാസ് പശുവിൻ പാലു കൊടുക്കണം എന്ന മറിയായുടെ ആഗ്രഹം ഒരിക്കലും സാധിച്ചില്ല.

എല്ലാം മറിയയുടെ കുറ്റമാണെന്ന് ശോശാമ്മ പറയും. സമാധാനിക്കാൻ ചില കാരണങ്ങൾ മറിയയും കണ്ടെത്തി.

അല്ലെങ്കിലും, അത് അങ്ങനെയേ വരൂ. അമ്മമാർക്ക് എപ്പോഴും സ്വന്തം മക്കളോട് ആയിരിക്കും സ്ഥായി. എന്തൊക്കെ ചെയ്തു കൊടുത്താലും, അത് കഴിഞ്ഞേ മരുമക്കൾക്ക് സ്ഥാനമുള്ളൂ.

ഒരിക്കൽ കാടുവെട്ടുന്നതിനിടയിൽ രണ്ടുപേരും തമ്മിൽ കോർത്തു. രാഘവൻപിള്ളയുടെ രണ്ടേക്കറിനോട് ചേർന്നുള്ള സ്ഥലം കൂർക്കൽ നടാൻ വെട്ടിത്തെളിക്കുന്നതിന് ഇടയിൽ പെട്ടെന്ന് ഇടിവെട്ടും പോലെ ശോശാമ്മ മരുമകളെ എടുത്തിട്ട് പൊരിക്കുകയായിരുന്നു.

"നിറഞ്ഞ വയറുമായിട്ട് ഒരുത്തി വീട്ടിൽ വന്നു നില്പുണ്ടെന്ന വല്ല വിചാരവും നിനക്കുണ്ടോ? കെട്ടിയോന് സമ്പാദ്യമുണ്ടാക്കാൻ അരിവാളും കൊട്ടയും എടുത്ത് ഇറങ്ങിയിരിക്കുന്നു."

മറിയ ഒന്നു പതറിപ്പോയി.

ഏറെക്കാലം പിടിച്ചു വച്ചത് പെട്ടെന്ന് നിയന്ത്രണം വിട്ട് പുറത്തേക്ക് തെറിച്ചതു പോലെയായിരുന്നു അമ്മാവിയമ്മയുടെ മട്ടും ഭാവവും.

"പേറടുത്ത പെണ്ണാ, അതിന് നേരത്തും കാലത്തും വല്ലതും എടുത്തു കൊടുക്കാതെ കാര്യം അന്വേഷിക്കാൻ നടക്കുന്നു"– ശോശാമ്മ വിടാതെ പിടിച്ചു.

രാവിലെ എഴുന്നേറ്റപ്പോൾ അമ്മാവിയമ്മയുടെ മുഖം കടന്നൽ കുത്തിയതുപോലെ വീർത്തിരുന്നതിന്റെ കാരണം മറിയ ഒരു വിധം ഊഹിച്ചു.

'ഓതിക്കൊടുത്തിരിക്കും മൂധേവി.'

"പേറു നോക്കണ്ടത് തള്ളയാ, നാത്തൂൻ അല്ല"

നിയന്ത്രണം വിട്ട മറിയ ചീറി.

''ആ ഇച്ചിരിയില്ലാത്ത രണ്ടെണ്ണത്തിനെ ഓർത്ത് വേണ്ടാന്ന് വയ്ക്കുമ്പം അവൾ കിടന്ന് ചിതറുന്നു."

കാച്ചിച്ച കൊയ്ത്തരിവാളും കവര വെട്ടിയ നീളൻ വടിയുമാണ് രണ്ടു പേരുടെ കൈയിലും. എന്തു ചെയ്യണമെന്ന് അറിയാതെ പാറുക്കുട്ടി ചൂളി.

അരിവാളും വടിയും താഴെയിട്ട് തങ്കമാളുവും ചെറുതും ഓടി വന്നു.

പിള്ളാച്ചന്റെ മുറ്റത്തുനിന്ന് കുത്തുപടികൾ കയറി വരുന്ന അവറാച്ചനെ കണ്ടപ്പോൾ ശോശാമ്മയും മറിയയും ഒന്നും സംഭവിക്കാത്തതുപോലെ കുനിഞ്ഞു നിന്ന് കാടുവെട്ടാൻ തുടങ്ങി.

കറിയാച്ചൻ ജാമ്പ മരത്തിന്റെ ചുവട്ടിലെ ചെറിയ ചെമ്പുകുടം ഉയർത്തി നേർപ്പിച്ച കഞ്ഞി വെള്ളം വായിലേക്കു പകരുമ്പോൾ ശോശയും മറിയയും ഒന്നും കാണാത്ത മട്ടിൽ കുനിഞ്ഞ് കാടു വെട്ടിക്കൊണ്ടിരുന്നു.

ഏണി ചാരി കുരുമുളകു പറിക്കുകയായിരുന്ന രാമകൃഷ്ണനും ജോർജ്ജും ചെറുത് പറഞ്ഞാണ് വഴക്കിന്റെ കഥ അറിഞ്ഞത്. പോര് നേരിട്ട് കാണാൻ പറ്റാത്തതിലുള്ള വിഷമം രാമകൃഷ്ണൻ മറച്ചു വച്ചില്ല.

കുടുംബത്തിനുവേണ്ടി മാടിനെപ്പോലെ പണിയെടുക്കുന്ന തന്നെപ്പറ്റി ഇതൊക്കെയായിരുന്നു തള്ളയുടെ മനസ്സിൽ എന്ന അറിവ് മറിയയെ വിഷമിപ്പിച്ചു. വെളുപ്പിന് നാലു മണിക്ക് എഴുന്നേറ്റ് മണ്ണെണ്ണ വിളക്കും കത്തിച്ചു വച്ച് തുടങ്ങിയതാണ് പണി.

പതിനഞ്ച് പേർക്ക് തിന്നാനുള്ള കപ്പയും പുഴുങ്ങി ചമ്മന്തിയും അരച്ച്, വലിയൊരു കലത്തിൽ ചോറും വേവിച്ച് ഊറ്റി, മീനും കറിവച്ച് അരിവാളും വടിയും എടുത്ത് പറമ്പിൽ ഇറങ്ങിയതേയുള്ളു.

കുറച്ചുനേരം കാടുവെട്ടാമെന്നു കരുതി. അതിന് ഇടയിലാണ് ഇടിത്തീ പോലെ ഇങ്ങനെ...

നാത്തൂനെ നന്നായി ശുശ്രൂഷിക്കണമെന്ന ആഗ്രഹം മറിയയ്ക്ക് ഇല്ലാത്തതല്ല. കിട്ടുന്നതിനെല്ലാം അപ്പോൾതന്നെ കൊടുത്തു ശീലിച്ച മറിയയുടെ ഉള്ളിൽ ദേഷ്യവും അസൂയയും ബാക്കി കിടന്നില്ല.

ശോശാമ്മയുടെ ഉള്ളിൽ ഇത്രയും കൂടുതൽ ഉണ്ടെന്ന് അറിഞ്ഞപ്പോൾ മറിയയ്ക്ക് കരച്ചിൽ വന്നു.

മറിയയ്ക്ക് പോത്തിന്റെ ആരോഗ്യമാണെന്ന് അവറാച്ചൻ പറയും.

പണിക്കാരുടെ മുന്നിൽവച്ച് കെട്ടിയവളെപ്പറ്റി അരുതാത്തത് പറയുന്നത് അവറാച്ചന് നാണമില്ലാത്തതുകൊണ്ടാണെന്ന് ചെറുത് പറഞ്ഞപ്പോൾ പാറുക്കുട്ടി സമ്മതിച്ചില്ല. അവറാച്ചൻ കല്യാണിയെ കേൾപ്പിക്കാൻ മുനവച്ചു പറഞ്ഞതാണെന്ന് പാറുക്കുട്ടി വിശ്വസിച്ചു.

അവറാച്ചനും കല്യാണിക്കുമിടയിൽ എന്തോ ഒന്നുണ്ടെന്ന് പണിക്കാർ അടക്കം പറഞ്ഞു തുടങ്ങിയിരുന്നു.

ഒരു നിമിഷംപോലും അടങ്ങിയിരിക്കാതെ മറിയാമ്മ എന്തിനാണ് ഇങ്ങനെ കഷ്ടപ്പെടുന്നത് എന്ന് തങ്കമാളു കൂടെക്കൂടെ പറയും. കുറച്ചു സമയം വീട്ടിൽ വെറുതെയിരുന്നാലും ആരാണു ചോദിക്കുക.

അടുക്കളയിലെ പണിക്ക് വേണമെങ്കിൽ ചെറുതിനെയോ തങ്കമാളുവിനെയോ വിളിക്കാം. കപ്പ പറിക്കാനും ചക്ക വെട്ടാനും ജോർജും സഹായിക്കും.

പനിവന്ന് കോച്ചി വിറച്ച സമയത്ത് പോലും മറിയ ആരുടെയും സഹായം തേടിയില്ല. പറമ്പിൽ പണിക്കുവന്നവരുടെ സമയം അടുക്കളയിൽ കളയുന്നത് ശരിയല്ലെന്ന് മറിയാമ്മ കരുതി. എല്ലാ ശനിയാഴ്ചയും കൂലി എണ്ണി കൊടുക്കേണ്ടതല്ലേ.

തങ്കമാളു ആയാലും കല്യാണി ആയാലും ചെറുത് ആയാലും മറിയയുടെ ബുദ്ധിമുട്ടുകൾ കണ്ടറിഞ്ഞേ എന്നും പെരുമാറിയിട്ടുള്ളൂ. പണിയുള്ള മിക്ക ദിവസങ്ങളിലും വെളുപ്പിന് ഏഴുമണിക്കുതന്നെ ഇവരിൽ ആരെങ്കിലും എത്തും. എട്ടു മണിക്കു മുൻപ് ഒരുവീട്ടിലും പണിക്ക് എത്തരുതെന്ന് പത്മനാഭൻ പലകുറി താക്കീതു ചെയ്തിട്ടും അവർ അതൊന്നും കാര്യമാക്കിയില്ല. എല്ലായിടവും പറഞ്ഞത് ഇവിടെയും പറഞ്ഞുവെന്നല്ലാതെ അവറാച്ചന്റെ കാര്യത്തിൽ ഇളവ് കൊടുക്കാൻ യൂണിയൻ പ്രവർത്തകനായ പത്മനാഭനും ഉള്ളിൽ സമ്മതമായിരുന്നു. അവറാച്ചന്റെ കൂറ് യൂണിയനോട് ആണെന്ന് ആരേക്കാളും നന്നായി പത്മനാഭന് അറിയാമായിരുന്നു.

കുറിയ ശരീരമാണെങ്കിലും പത്മനാഭന്റെ കായബലം നാട്ടിൽ പ്രസിദ്ധമാണ്. പത്മനാഭന്റെ ആരോഗ്യവും വേഗവുമാണ് ബെന്നിയുടെ ജീവൻ രക്ഷിച്ചതെന്ന് ശോശാമ്മ പറയും. പറമ്പിലെ പണി മുറുകി വരുന്ന സമയത്തായിരുന്നു സംഭവം. മുറ്റത്ത് കളിച്ചുകൊണ്ടിരുന്ന ബെന്നി കരയുന്നതു കേട്ട് അടുക്കളയിൽനിന്ന് ഇറങ്ങി വന്ന മറിയ ഒറ്റനോട്ടത്തിൽ ഭയന്നുപോയി. കുഞ്ഞിന്റെ ദേഹം മുഴുവൻ തിണർത്ത് കരിവാളിച്ചിരുന്നു.

കിളച്ചപടി തൂമ്പ മണ്ണിൽത്തന്നെ വച്ച്, ദേഹത്തെ മണ്ണു പോലും തട്ടാതെ ബെന്നിയെ വാരി തോളിലിട്ട് കാടോത്തിയും കരിമ്പും താണ്ടി പിന്നെയും ഒരു മൈൽ ദൂരം പത്മനാഭൻ നിർത്താതെ ഓടി. ആന്റപ്പന്റെ ജീപ്പും സംഘടിപ്പിച്ച് പിറകേ പാഞ്ഞ അവറാച്ചൻ പത്മനാഭന്റെ പൊടി പോലും കണ്ടില്ല.

ബെന്നിയുടെ ബാക്കിയുള്ള ജീവൻ ഡോക്ടറെ എല്പിച്ച് അപകടമില്ലെന്ന് ഉറപ്പ് വരുത്തി, ഒന്നുമറിയാത്ത പാവത്താനായി ധർമ്മാശുപത്രിയുടെ വരാന്തയിൽ കാത്തുനില്ക്കുന്ന പത്മനാഭനെയാണ് അവറാച്ചൻ പിന്നെ കണ്ടത്. വിയർപ്പിൽ കഴുകിയുണക്കിയതുപോലെ പത്മനാഭന്റെ ദേഹം പതിവിലും വെളുത്തിരുന്നു.

അന്നുവരെ പണിക്കാരനും യൂണിയൻ നേതാവും മാത്രമായിരുന്ന പത്മനാഭൻ അതോടെ അവറാച്ചന് കൂടപ്പിറപ്പായി. എല്ലാവരോടും

അകലം പാലിച്ച അവറാച്ചൻ പത്മനാഭനോടു മാത്രം ദേഹം തൊട്ടു സംസാരിച്ചു.

പത്മനാഭൻ പഴയപടി എല്ലു വെള്ളമാക്കി പണിയെടുത്തു.

“ചോമനാണെങ്കിലും അവൻ നല്ല കൊച്ചനാ,” ശോശാമ്മ അതൊരു നൂറുവട്ടം പറഞ്ഞു.

ഒരു യൂണിയൻ നേതാവിനു വേണ്ട കഴിവോ കാര്യശേഷിയോ പത്മമനാഭനുണ്ടെന്ന് കരിമ്പുകാർ അപ്പോഴും കരുതിയില്ല.

സ്കൂൾ ഫൈനൽ പാസായ അവറാച്ചന്റെ അഭിപ്രായങ്ങൾ പത്മനാഭൻ എന്നും വില വച്ചു.

ആദ്യമായി പത്തുരൂപ തികച്ച് പിരിവു കിട്ടിയത് അവറാച്ചന്റെ കൈയിൽ നിന്നാണെന്ന് പത്മനാഭൻ നന്ദിയോടെ പറഞ്ഞു നടന്നു.

മറിയയും അവരെ അന്യരായി കണ്ടില്ല.

മുറ്റം അടിക്കാനും കപ്പ നുറുക്കാനും ചക്ക വെട്ടാനും കറിക്ക് അരിയാനും ഒക്കെ കുടുംബത്തിലെ ഒരാൾക്കുള്ള സ്വാതന്ത്ര്യംതന്നെ അവർക്കും.

ദേഷ്യമോ സങ്കടമോ വന്നാൽ മറിയയ്ക്ക് വാക്കുകൾ നിയന്ത്രിക്കാൻ ആവില്ല. എത്ര വലിയ കാര്യവും ഒറ്റ ശ്വാസത്തിൽ കിതച്ചുകൊണ്ട് നിർത്താതെ പറഞ്ഞു കളയും.

വാചകങ്ങൾ കൂട്ടിക്കെട്ടിയുള്ള കെട്ടിയവളുടെ വർത്തമാനം കേട്ട് അവറാച്ചന് കലികയറുന്നത് പതിവാണ്.

“അവക്കടെ വായ കഴയ്ക്കില്ലേ?” ആരോടെന്ന് ഇല്ലാതെ ശോശാമ്മ പറയും.

ശോശാമ്മയും അന്നയും തമ്മിൽ വഴക്കടിക്കാത്ത ദിവസങ്ങൾ മറിയയുടെ ഓർമ്മയിൽ ഇല്ല. മറിയയോട് കോർക്കാൻ മാത്രമാണ് രണ്ടു പേരും ഒന്നാവുന്നത്.

തരംകിട്ടുമ്പോൾ പരാതികളും ഏഷണികളും അവറാച്ചന്റെ കാതിൽ എത്തിക്കാൻ രണ്ടു കക്ഷികളും മടിക്കാറില്ല. അവറാച്ചനോട് പറഞ്ഞാൽ അത് കുടം കമിഴ്ത്തിവച്ച് വെള്ളം ഒഴിക്കുന്നതുപോലെയാണ്. ഒരു ചെവിയിലൂടെ കേട്ട് മറ്റേ ചെവിയിലൂടെ കളയും. എന്നിട്ടും ശോശാമ്മയും മറിയയും അന്നയും ഒരുപോലെ അവറാച്ചനെ ഭയന്നു. സഹികെട്ടാൽ ആളുടെ വിധം മാറും.

“ഈ വീട്ടിൽ ഒരുത്തിയുടെയും ഒച്ച പൊങ്ങണ്ട. ചവിട്ടി നടുവൊടിക്കും.”

ന്യായമോ ന്യായക്കേടോ ഒന്നും അവറാച്ചന് അറിയേണ്ട. സ്വൈരം വേണം. അത്ര തന്നെ.

പണിയിലും വീട്ടുഭരണത്തിലും ശോശാമ്മയും ഒട്ടും മോശമായിരുന്നില്ല. സ്വന്തം ആരോഗ്യത്തിലും പ്രായത്തിൽ കവിഞ്ഞ സൗന്ദര്യത്തിലും കുറച്ചൊരു അഭിമാനവും അവർക്ക് തോന്നാതിരുന്നില്ല. തരം കിട്ടുമ്പോൾ മരുമകളെ ഒന്നു കുത്താനും ശോശാമ്മ സമയം കണ്ടെത്തി. ഇരുവർക്കും

ഇടയിലെ ചെറിയ വഴക്കുകളും മത്സരവും പൊടിപ്പും തൊങ്ങലും വച്ച കഥകളായി പണിയിടങ്ങളിൽനിന്ന് പണിയിടങ്ങളിൽ എത്തിക്കാൻ പാറുക്കുട്ടിയും കല്യാണിയും ചെറുതും മത്സരിച്ചു. അന്യരുടെ ഭാര്യമാരെക്കുറിച്ചുള്ള കഥകളിലൂടെ അവർ കൊച്ചമ്മമാരുടെ ഇഷ്ടക്കാരായി.

ഒറ്റ രാത്രി കൊണ്ട് ഇതേ കൊച്ചമ്മമാർ മറ്റുള്ളവരുടെ കഥകളിലെ നായികമാരും വില്ലത്തികളുമായി.

വയറ്റു വേദന കലശലായി ഒരുമാസം മെഡിക്കൽ കോളേജിൽ കിടന്നതോടെയാണ് ശോശാമ്മ ഒതുങ്ങിയത്. അരയ്ക്കുചുറ്റും അടിവയറ്റിലും മാതളത്തിന്റെ അല്ലികൾ പോലെ ചുവന്ന പരുക്കൾ വന്നു പൊട്ടി.

ഗർഭപാത്രം എടുത്തു കളയണമെന്ന് പറഞ്ഞത് എന്തിനാണെന്നോ തനിക്ക് എന്താണ് രോഗമെന്നോ അവർക്ക് ഒരിക്കലും മനസ്സിലായില്ല.

എല്ലാ വൈകുന്നേരങ്ങളിലും മറിയ ശോശാമ്മയ്ക്കു വേണ്ടി മുട്ടിപ്പായി പ്രാർത്ഥിച്ചു. നിലത്തു പായ വിരിച്ച് പൈലിയെയും ബെന്നിയേയും കൂടെ പിടിച്ചിരുത്തി വിശ്വാസപ്രമാണം ചൊല്ലിക്കൊടുത്ത് കുരിശു വരപ്പിച്ചു. അമ്മാവിയും മരുമകളും ഒരിക്കലെങ്കിലും ഒരുമിച്ചിരുന്നു പ്രാർത്ഥിക്കുന്നത് പൈലി കണ്ടില്ല.

തടിച്ച പ്രാർത്ഥനാ പുസ്തകം നോക്കി എട്ടുനോമ്പിനും മൂന്നു നോമ്പിനും വലിയ നോമ്പിനും മറിയ പ്രത്യേക പ്രാർത്ഥനകൾ ചൊല്ലി. മറ്റു ദിവസങ്ങളിൽ പതിവുപോലെ പ്രാർത്ഥിച്ചു. അക്ഷരം പഠിക്കുന്നതിനു മുൻപ് 'സ്വർഗ്ഗസ്ഥനായ ഞങ്ങളുടെ പിതാവേ' തെറ്റുകൂടാതെ ചെല്ലാൻ പൈലി പഠിച്ചതുകണ്ട് മറിയ സന്തോഷിച്ചു. പതിവു പ്രാർത്ഥനയ്ക്കു ശേഷം മറിയ കൈയിൽനിന്നു ചേർത്തു പറയുന്നത് ശോശാമ്മയ്ക്ക് അരോചകമായി തോന്നി.

'അവൾ ഒരു ഉപദേശി' എന്ന് ശോശാമ്മ മനസ്സിൽ പറയുകയും ചെയ്തു.

പ്രാർത്ഥനയ്ക്കുശേഷം മറിയ എന്നും അല്പനേരം കണ്ണുമടച്ചു ധ്യാനിച്ചു. കാരണമുണ്ടാക്കി കണ്ണു നിറച്ച് സാരിത്തലപ്പുകൊണ്ട് മൂക്കു പിഴിഞ്ഞു.

ശോശാമ്മ എന്നും ഒന്നു തന്നെ പ്രാർത്ഥിച്ചു.

ചിരട്ട കത്തിച്ച കനൽ ചട്ടിയിലാക്കി ചകിരി വരിഞ്ഞ മരക്കട്ടിലിനടിയിൽവച്ച് മറിയ ശോശാമ്മയുടെ തണുപ്പു മാറ്റി. കട്ടിലിൽ രണ്ടു കാലുകളും നീട്ടിയിരുന്ന് ഏതോ കാലത്ത് അപ്പൻ ചൊല്ലി പഠിപ്പിച്ച പഴയ പ്രാർത്ഥന ശോശാമ്മ വൈകുന്നേരങ്ങളിൽ ഉറക്കെ ചൊല്ലി.

മോശയും ഏലിയാവുമവർ
നോറ്റുപവാസം നാല്പതുനാൾ
യേശു നീ നോമ്പേറ്റതിനാൽ
നാശകനെ തോല്പിച്ചുടനെ ...

അക്ഷരം പഠിച്ചതിൽ പിന്നെ പൈലി എന്നും വൈകുന്നേരം ശോശാമ്മയുടെ അരികിൽ ഇരുന്ന് ബൈബിൾ വായിച്ചു.

അസുഖം ശോശാമ്മയെ തളർത്തി. ഓപ്പറേഷൻ കഴിഞ്ഞതിനു ശേഷം കുരണ്ടിപ്പലകയിൽ കൂടുതൽ സമയം ഇരുന്നാൽ അടിവയറ്റിൽ കുത്തിക്കീറുന്ന വേദനയാണ്.

കൂടുതൽ ദൂരം നടന്നാലും വേദനയിളകും. പള്ളിയിലേക്കു നടക്കുന്നതിനിടയിൽ ഒരിക്കൽ വേദനകൊണ്ട് വഴിയരികിൽ കുത്തിയിരുന്നു പോയി.

എന്നാലും വെറുതെയിരിക്കുന്ന കാര്യം ഓർക്കാൻപോലും ശോശാമ്മയ്ക്ക് കഴിഞ്ഞില്ല.

"എന്തെങ്കിലും ചെയ്തുകൊണ്ടിരുന്നാൽ ശരീരത്തിനല്ലേ വേദന. ഒന്നും ചെയ്യാതെ വെറുതെ ഇരുന്നാൽ മനസ്സ് നീറാൻ തുടങ്ങും."

കേൾക്കുമ്പോൾ മറിയാമ്മയ്ക്ക് സങ്കടം വരും.

കണ്ണു നിറഞ്ഞാൽ മറിയയ്ക്കു മൂക്കിൽ നീരിറങ്ങും.

"അവള് ഢേ മൂക്കിൽ കൂടെ കണ്ണീര് ഒലിപ്പിക്കുന്നു." സങ്കടം അടക്കാൻ ശോശാമ്മയും പാടുപെടും.

വെടിയൊച്ചകളുടെ രാത്രി

മറിയയുടെ നടുവൊടിച്ചുകൊണ്ടാണ് കുര്യച്ചനും കുടുംബവും കാടോത്തിക്കുന്നിൽ എത്തിയത്. കുര്യച്ചനും കെട്ടിയവൾ ഏലിക്കുട്ടിയും മൂന്ന് മക്കളും വയസ്സുചെന്ന അമ്മയും കെട്ടുപ്രായമെത്തിയ പെങ്ങൾ ജോളിയും കരിമ്പിൽ വന്നിറങ്ങിയപ്പോൾ കൈയിൽ ഒരു ചില്ലിക്കാശു പോലും ബാക്കിയുണ്ടായിരുന്നില്ല. ഉള്ളതു മുഴുവൻ വിറ്റു പെറുക്കിയാണ് അവറാച്ചന്റെ വയലിനോടു ചേർന്നുള്ള നാല് ഏക്കർ കുര്യച്ചൻ വാങ്ങിച്ചത്.

മൂന്നുമാസം പണിക്കാർക്കൊപ്പം മറിയ, കുര്യച്ചനും കുടുംബത്തിനും വച്ചു വിളമ്പി.

പഴയ ഓലപ്പുര പൊളിച്ചു കളയാതെ നിർത്താൻ അവറാച്ചനെ തോന്നിപ്പിച്ചത് ദൈവമാണെന്ന് കുര്യച്ചൻ പറഞ്ഞു.

കരിമ്പിൽ വണ്ടിയിറങ്ങി ആഴ്ചകൾക്കുള്ളിൽ പേരായ ദുഷ്പേരെല്ലാം കുര്യച്ചൻ സമ്പാദിച്ചു. കുര്യച്ചൻ വന്നതോടെ അവറാച്ചന്റെ മകൻ പൈലി അർത്ഥമറിയാത്ത കുറേ വാക്കുകൾ ആദ്യമായി കേട്ടു. 'വാപൊളിച്ചാൽ നിനക്ക് തെറിയേ പറയാനുള്ളോ' എന്ന് ശോശാമ്മ കുര്യച്ചനെ ശകാരിച്ചു.

പെറ്റ തള്ള കേൾക്കെ കാലിന്റെ ഇടയിലെ കാര്യം പറയുന്നവനെ കുടുംബത്തു കയറ്റാൻ കൊള്ളില്ലെന്ന് ശോശാമ്മ വെട്ടിത്തുറന്നു പറഞ്ഞു.

എല്ലാവരും ജോസഫിന്റെ തൈത്തോട്ടത്തിൽ വെളിക്കിറങ്ങിയപ്പോൾ നാലടി നടക്കാൻ മടിച്ച കുര്യച്ചൻ കയ്യാലയ്ക്കരികിലും വാഴത്തോപ്പിലും വൃത്തികേടാക്കി വച്ചു. കൂർക്കൽ നട്ട പാത്തികൾക്കിടയിൽനിന്ന് ശോശാമ്മ ഒരു വട്ടം അമേദ്ധ്യം ചവിട്ടി. വായിൽ വന്നതു മുഴുവൻ കുര്യച്ചനെ പറഞ്ഞിട്ടേ ശോശാമ്മ അടങ്ങിയുള്ളൂ. എല്ലാംകേട്ടുനിന്ന തങ്കമാളു ചൂളിനിന്ന കുര്യച്ചനെ അറപ്പോടെ നോക്കി.

നാവു പുളിച്ചു വന്നിട്ടും അവറാച്ചന്റെ ആശ്രയത്തിൽ കഴിയുക

യാണല്ലോ എന്ന ചിന്തയിൽ കുര്യച്ചൻ മയപ്പെട്ടു നിന്നു.

"വാളുകൊണ്ട് വെട്ടിയാൽ തടുക്കാം, മുട്ടു തടുക്കാൻ പറ്റുമോ അമ്മച്ചീ" എന്ന കുര്യച്ചന്റെ ചോദ്യം കേട്ട് ശോശാമ്മ വിട്ടുകൊടുത്തു.

കുര്യച്ചനും ഏലിക്കുട്ടിയും മക്കളും വന്നതോടെ അവറാച്ചന്റെ വീട്ടിലെ സ്വാതന്ത്ര്യം കുറഞ്ഞുവെന്ന് ജെസി ജോർജിനോട് പറഞ്ഞു.

ദിവസങ്ങൾ പോയപ്പോൾ കുര്യച്ചനും കുടുംബവും ബാദ്ധ്യതയാകുന്നതായി അവറാച്ചനു തോന്നി. എട്ടു വയസ്സുള്ള പൈലി കുര്യച്ചന്റെ മകൻ ജോജിയോട് ഇടയ്ക്കിടെ വഴക്കിട്ടു. പ്രായത്തിന് ഇളപ്പമുള്ള ജോജിക്ക് രണ്ടു വട്ടം നല്ല തല്ലു കിട്ടി.

കരയുന്ന ജോജിയോട് 'കിട്ടിയെങ്കിൽ കണക്കായി പോയി' എന്ന് ശോശാമ്മ പറയുന്നത് കേട്ട ഏലിക്കുട്ടി അത് കുര്യച്ചന്റെ ചെവിയിൽ എത്തിച്ചു. അവറാച്ചൻ കാണാതെ മാറി നിന്ന് ഏലിക്കുട്ടിയും കുര്യച്ചനും ഇടയ്ക്കിടെ കുശുകുശുത്തു.

അയൽപക്കത്തെ പൊറുതി അവസാനിപ്പിച്ച് ഒരു കൂരയും കുത്തിക്കെട്ടി കുര്യച്ചനും കുടുംബവും മാറിയതോടെ മറിയയുടെ ശ്വാസം നേരെ വീണു.

കുര്യച്ചൻ ആന്റപ്പന്റെ പറമ്പിൽ പണിക്കു പോകുന്നത് ഓർത്തപ്പോൾ ഏലിക്കുട്ടിക്ക് ഭയം തോന്നി. ഏലിക്കുട്ടി കരഞ്ഞു കാലു പിടിച്ചിട്ടും കുര്യച്ചൻ വഴങ്ങിയില്ല.

കുര്യച്ചൻ രാമകൃഷ്ണനെ പറഞ്ഞു വശത്താക്കിയതും ആന്റപ്പനോട് പറ്റിക്കൂടിയതും നല്ല മനസ്സോടെയല്ലെന്ന് ഏലിക്കുട്ടി കരുതി. വെടിയിറച്ചിക്കും ചാരായത്തിനും കപ്പയ്ക്കും കാച്ചിലിനും വേണ്ടിയാണ് കുര്യച്ചൻ ആന്റപ്പന്റെ സേവ പിടിക്കുന്നതെന്ന് ജോർജും ജെസിയും തമ്മിൽ പറഞ്ഞു.

നാട്ടിൽ നിലയും വിലയും വന്നു തുടങ്ങിയതോടെ കുര്യച്ചൻ തനിനിറം കൂടുതൽ കൂടുതൽ പുറത്തുകാട്ടി.

ആന്റപ്പൻ ഒരിക്കലും കുര്യച്ചനെ വിശ്വസിച്ചില്ല. കാണിക്കുന്ന വിനയവും മര്യാദയുമൊക്കെ കുര്യച്ചന്റെ നാട്യമാണെന്ന് അയാൾക്ക് അറിയാമായിരുന്നു. കുര്യച്ചന്റെ മേൽ ഒരു കണ്ണു വേണമെന്ന് ആന്റപ്പൻ രാമകൃഷ്ണനെ പറഞ്ഞേല്പിച്ചു.

കുര്യച്ചൻ അവറാച്ചന്റെ പറമ്പിലേക്ക് കയറ്റിക്കെട്ടിയ വേലി രാമകൃഷ്ണൻ പൊളിച്ചു ദൂരെക്കളഞ്ഞു. ഇത് ആന്റപ്പന്റെ അറിവോടെയാണെന്ന് കുര്യച്ചൻ വിശ്വസിച്ചു.

വയലിറമ്പത്ത് അവറാച്ചൻ നട്ടുനനച്ചു വളർത്തിയ നാലു വർഷം പ്രായമെത്തിയ തെങ്ങിൻ തൈകൾ കുര്യച്ചൻ കൂമ്പിൽ മണ്ണെണ്ണയൊഴിച്ച് കരിച്ചു.

ഉണ്ട ചോറിന് നന്ദി കാണിക്കണമെന്ന് ശകാരിച്ച അമ്മയെ കുര്യച്ചൻ

പുളിച്ച തെറി വിളിച്ചു.

പഞ്ചസാരയോ കാപ്പിപ്പൊടിയോ കടം വാങ്ങാൻ ഇനി എവിടെ പോകുമെന്ന് വിങ്ങിപ്പൊട്ടിയ ഏലിക്കുട്ടിയുടെ നേർക്ക് കുര്യച്ചൻ കൈയോങ്ങി.

വാറ്റുചാരായത്തിനും വെടിയിറച്ചിക്കും വേറെ വഴി കണ്ടതോടെ കുര്യച്ചന്റെ മനസ്സിൽ ആന്റപ്പൻ ശത്രുവായി. കുറുപ്പന്മാരുമായി ചേർന്ന് ആന്റപ്പനുവേണ്ടി വലവിരിച്ച് കുര്യച്ചൻ അവസരത്തിനുവേണ്ടി കാത്തിരുന്നു.

ആന്റപ്പനെ കുത്തി മലർത്താൻ കുറുപ്പുമാർ തെക്കു നിന്ന് ഇറക്കിയ പ്രാഞ്ചി എന്ന ഗുണ്ടയെപ്പറ്റി നാട്ടിൽ കഥകൾ ഇറങ്ങി.

സോമക്കുറുപ്പിന്റെ കള്ളും മോന്തി, നഞ്ചും നായാട്ടുമായി പ്രാഞ്ചി കറങ്ങി നടന്നു.

രാത്രിയുടെ മറ പറ്റി പ്രാഞ്ചി കുര്യച്ചന്റെ വീട്ടിൽ വന്നു പോകുന്നത് രാമകൃഷ്ണൻ കണ്ടു.

ആന്റപ്പനേക്കാൾ വലിയ വെടിക്കാരനാണ് പ്രാഞ്ചിയെന്ന് നാട്ടുകാർ പറഞ്ഞുണ്ടാക്കി.

കോട്ടയത്തുകാരൻ പ്രാഞ്ചി അയാൾ വിചാരിച്ചതുതന്നെ ചെയ്തു. അപ്പന്റെ ശവമടക്കു കഴിഞ്ഞ് നാട്ടിൽ നിന്നു തിരിച്ചുവരുന്ന വഴിയിൽ, ചൂടുവെള്ളം കുടിക്കാൻ മജീദിന്റെ കടയിൽ ഇറങ്ങിയ ആന്റപ്പനെ, കുറുപ്പിന്റെ ഗുണ്ടകളുടെ സഹായത്തോടെ പ്രാഞ്ചി കുത്തിവീഴ്ത്തി.

പണ്ടവും കുടലും വെളിയിൽ വന്നിട്ടും, ഒരു മാസത്തെ ചികിത്സ കൊണ്ട് മുറിവുണങ്ങി പഴയതുപോലെ കല്ലനായി ആന്റപ്പൻ വീണ്ടും കവലയിൽ ഇറങ്ങി.

അതിനുശേഷം നാട്ടിലാരും പ്രാഞ്ചിയെ കണ്ടില്ല. പ്രാഞ്ചി പേടിച്ച് നാടുവിട്ടതാണെന്ന് ചിലരും, ആന്റപ്പനും ഗുണ്ടകളും ചേർന്ന് അയാളെ കൊന്ന് കൊല്ലിയിൽ എറിഞ്ഞതാണെന്ന് വേറെ ചിലരും കരുതി.

തൊട്ടടുത്ത ക്രിസ്തുമസ് രാത്രിയിൽ രാമകൃഷ്ണനും സിൽബന്തികളും ചേർന്ന് കുര്യച്ചന്റെ പുരയ്ക്കു തീയിട്ടു.

രാമകൃഷ്ണന്റെ ആദ്യത്തെ വെടി പേറിന് ദിവസം നോക്കിയിരുന്ന ഏലിക്കുട്ടിയുടെ അടിവയറ് തുളച്ചു. അടുത്ത വെടിയിൽ കുര്യച്ചന്റെ നെറ്റി ചിതറിപ്പോയി.

വെളുപ്പിന് മൂന്നു മണിക്ക് ഒരു ജീപ്പു നിറയെ പൊലീസ് കരിമ്പിൽ വന്നിറങ്ങി.

കള്ളിന്റെ കെട്ടുവിടാത്ത ആന്റപ്പനെ ഉറക്കത്തിൽനിന്ന് വിളിച്ചുണർത്തി, പൊലീസ് കൈയാമം വച്ചു. തുണിയുരിഞ്ഞ് റോഡിലൂടെ നടത്തി.

വിവരമറിഞ്ഞ പാറുക്കുട്ടി വാവിട്ടു നിലവിളിച്ചു. ആന്റപ്പന്റെ കെട്ടിയവൾ റോസി ആരോടും മിണ്ടാതെ മുറ്റത്തെ തെങ്ങിന്റെ ചുവട്ടിൽത്തന്നെ നോക്കിയിരുന്നു.

പിറ്റേന്ന് രാത്രിയിൽ ചെല്ലപ്പനും കൂട്ടുകാരും ആന്റപ്പന്റെ വേട്ടനായ്

ക്കളെ വിഷം കൊടുത്തു കൊന്നു.

മലയ കോളനിയിലേക്കുള്ള വഴിയടച്ചു കെട്ടിയ കൂറ്റൻ കൈയാലയും മുള്ളുവേലിയും അവർ സംഘം ചേർന്ന് ഇടിച്ചു നിരത്തി.

ദിവസങ്ങൾക്കകം ആന്റപ്പന്റെ ആളുകൾ മുഴുവൻ അകത്തായി.

കരിമലയ്ക്കും കാടോത്തിമലയ്ക്കും ഇടയിൽ പൂവാൻതോടിന് കുറുകെ, അണക്കെട്ടു വരുന്നുവെന്ന കിംവദന്തി കേട്ട് വീടും തൊടിയും നഷ്ടപ്പെടുമെന്ന് ഭയന്ന കരക്കാർ, വരുന്നത് കനാലാണെന്ന് കേട്ട് ആശ്വസിച്ചു. ഇംഗ്ലീഷും ഹിന്ദിയും പറയുന്നവരുടെ സംഘത്തിനൊപ്പം വന്ന മലയാളമറിയുന്ന എഞ്ചിനീയർ നാട്ടുകാർക്ക് കാര്യങ്ങൾ വിശദീകരിച്ചു.

സ്ഥലത്തിന്റെ പൊന്നുംവില കേട്ട് കരിമ്പിലെ നായന്മാർ മൂക്കത്ത് വിരൽ വച്ചു. ആകാശവാണിയിലെ വാർത്തകൾ കേട്ട കരിമ്പുകാർ രാജ്യം വികസനത്തിന്റെ പാതയിലാണെന്ന് തമ്മിൽ പറഞ്ഞു.

കീലത്തുപാറയിലെ മലയരയന്മാർ വികസനത്തിന്റെ വാർത്തകൾ കേട്ടതേയില്ല.

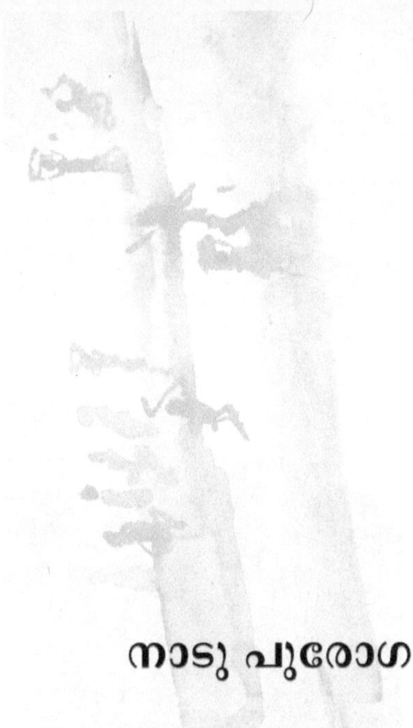

നാടു പുരോഗമിക്കുകയാണ്

വടക്കുനിന്ന് ചെമ്മണ്ണു തുരന്ന് കാടോത്തി മലയുടെ രണ്ടു ഫർലോങ് അടുത്തെത്തി വളഞ്ഞു

പടിഞ്ഞാറോട്ടു നീണ്ട കനാൽ കരിമ്പിലെ ജീവിതം മാറ്റിമറിച്ചു.

കാടും കല്ലും നീക്കി അളന്നു കുറ്റിയടിച്ച് മണ്ണ് കിളച്ചു കോരി കുട്ടയിലാക്കി ചുമന്നു തള്ളി അടിച്ചുറപ്പിക്കുന്ന പണിക്ക് അമ്പതും നൂറും ഇരുന്നൂറും പണിക്കാർ ഒരുമിച്ചു കൂടി.

ചെറിയ കുന്നുകൾ നെടുകെ കീറി.

വയലുകളിൽ കൂറ്റൻ മണ്ണുമലകൾ ഉയർന്നു.

കൃഷിക്ക് വെള്ളം കെട്ടിത്തിരിച്ചിരുന്ന നെൽ കർഷകർ എന്തു ചെയ്യണമെന്നറിയാതെ വിഷമിച്ചു. കനാൽ ബണ്ടിന് ചുവട്ടിൽ തോടു തെളിക്കുമെന്നും കലിങ്ക് പണിത് വെള്ളം കടത്തിവിടുമെന്നും പറഞ്ഞ എഞ്ചിനീയർ തന്നെ അതിന് വർഷങ്ങൾ വേണ്ടിവരുമെന്ന് സമ്മതിച്ചു.

രാജ്യത്തിന്റെ പുരോഗതിയെപ്പറ്റി ഊറ്റംകൊണ്ട് പ്രസംഗിച്ച ഖദറിട്ട നേതാക്കൾക്ക് ഇത് എങ്ങനെ വിശദീകരിക്കുമെന്ന് തിട്ടമുണ്ടായിരുന്നില്ല. വൈകുന്നേരങ്ങളിലെ നേരമ്പോക്കുകളിൽ വികസനത്തിന്റെ വാർത്തകളും രാഷ്ട്രീയവും കടന്നുവരാൻ തുടങ്ങി.

കനാൽപ്പണി തുടങ്ങിയപ്പോൾ പെണ്ണുങ്ങൾക്ക് അഹങ്കാരം മൂത്തുവെന്ന് അവറാച്ചൻ പരിഭവിച്ചു. കരിമലയിലും കാടോത്തിക്കുന്നിലും പറമ്പിലെ പണിക്ക് ആളെ കിട്ടാതെ കൃഷിക്കാർ വിഷമിച്ചു.

അവറാച്ചനും ചാണ്ടിയും ദേവസിയും തമ്മിൽ കണ്ടപ്പോഴൊക്കെ ഇന്ദിരാഗാന്ധിയെ കുറ്റം പറഞ്ഞു.

ഏറ്റവും വലിയ പരാതി ചെറുതിനായിരുന്നു. അവറാച്ചനോടു പറഞ്ഞ വാക്കു തെറ്റിക്കേണ്ടിവന്നപ്പോഴൊക്കെ ചെറുത് കനാൽ പണിക്കാരെ മനസ്സിൽ പ്രാകി.

പണിക്കാർ ഒരുമിച്ചു നിന്നാൽ വലിയ ശക്തിയാണെന്ന് അവർക്കും

കരയിലെ 'മുതലാളിമാർ'ക്കും തോന്നിത്തുടങ്ങി. കവലകളിൽ പല നിറത്തിലുള്ള കൊടികൾ സ്ഥാനം പിടിച്ചു.

നൂറു കണക്കിന് പണിക്കാർക്കിടയിലൂടെ ഡയറിയും പിടിച്ചു നടന്ന പത്മനാഭനെ ആളുകൾ ആദരവോടെ നോക്കി. പെറ്റി ബുർഷ്വാകളുടെ ആക്രമണം ഭയക്കാതെ പ്രവർത്തിക്കാനുള്ള ശക്തി യൂണിയനു കൈവന്നതായി പത്മനാഭൻ വിലയിരുത്തി.

കനാൽപ്പണി വന്നതുകൊണ്ടാണ് കരിമ്പിലെ പാവപ്പെട്ടവരുടെ പട്ടിണി മാറിയതെന്ന് പത്മനാഭൻ കരിമ്പിലെ പൊതുയോഗത്തിൽ പ്രസംഗിച്ചു.

പണിക്കാർ ശ്വാസം നേരെ വിട്ടു. കാലത്ത് ഏഴര മണിക്ക് പണി സൈറ്റിൽ നേരിട്ടുവന്ന് പേരു പറഞ്ഞാൽ മതി. ചേട്ടന്മാരുടെയും കൊച്ചമ്മമാരുടെയും ആട്ടും തുപ്പും കേൾക്കേണ്ട. അന്നന്നു വൈകിട്ടു കൂലി. താളത്തിലൊക്കെ പണി ചെയ്താൽ മതി.

പറമ്പിലെ പണി വിട്ട് കരിമ്പിലെ പെണ്ണുങ്ങൾ കൂട്ടത്തോടെ കനാൽ പണിക്കു പോയപ്പോൾ സമയത്ത് പണിക്കാരെ കിട്ടാതെ അവറാച്ചനും നസ്രാണികളും നട്ടം തിരിഞ്ഞു.

ഒരുവട്ടം അവറാച്ചന്റെ പാടത്ത് കൊയ്ത്തു വൈകി.

ദേവസ്യയുടെ പറമ്പിലെ കൂർക്കൽ പാത്തികൾ ഉണങ്ങി.

തെങ്ങും റബ്ബറും വളർന്നതുകൊണ്ട് പണിക്കാരുടെ ക്ഷാമം മനയ്ക്കൽകാരെ കാര്യമായി ബാധിച്ചില്ല.

കാടോത്തിക്കുന്നിൽ ഒരാളും ഇഞ്ചിയും മഞ്ഞളും കച്ചോലവും കൃഷി ചെയ്യാതായി.

തുടക്കത്തിൽ ഒന്നു രണ്ടു വട്ടം കനാൽപ്പണിക്ക് ഇറങ്ങിയ ചെറുത് പിന്നീടത് വേണ്ടെന്നു വയ്ക്കുകയായിരുന്നു. ചെറുതിന്റെ കഥകൾക്ക് അവിടെ കേൾവിക്കാരുണ്ടായില്ല. പണിക്കാരുടെ കൂട്ടത്തിൽ എല്ലാവരെയുംപോലെ ഒരാളായി ചെറുതും ഒതുങ്ങിപ്പോയി. കൊച്ചമ്മമാരെ മണിയടിക്കാൻ കിട്ടാത്തതുകൊണ്ടാണ് ചെറുത് കനാൽ പണി നിർത്തിയതെന്ന് തങ്കമാളുവും പാറുക്കുട്ടിയും തമ്മിൽ പറഞ്ഞു.

കനാൽ പണി കരിമ്പിലെ പാവപ്പെട്ടവർക്ക് പുതിയ അനുഭവമായി. നൂറുകണക്കിന് പണിക്കാർ ഒരുമിച്ച് വിയർത്തു. ഒരുമിച്ച് വെയിൽ കൊണ്ടു.

ഒരേ മഴ നനഞ്ഞു. ഒരേ മണ്ണിൽ മുഷിഞ്ഞു.

വിയർപ്പിൽ കുതിർന്ന ശരീരങ്ങൾ ഇടയ്ക്കിടെ കൂട്ടിമുട്ടി.

ഉയർന്നു താഴുന്ന പിക്കാസുകൾക്കും കമ്പിപ്പാരകൾക്കും പിറകിൽ മണ്ണുപുരണ്ട ശരീരങ്ങൾ തുടിച്ചു.

ആണുങ്ങൾ മണ്ണ് കിളച്ചു കോരി.

നിറച്ച ചൂരൽക്കുട്ടകൾ രണ്ടു കൈയും പൊക്കി അല്പം കുനിഞ്ഞ് മുന്നോട്ടാഞ്ഞ് തലയിൽ വാങ്ങുമ്പോൾ സ്ത്രീകൾ ശ്വാസമടക്കി പിടിച്ചു.

മൂത്രമൊഴിക്കാൻ കുറ്റിക്കാടുകൾക്കിടയിൽ മറഞ്ഞ ആണുങ്ങൾ ഇടയ്ക്കിടെ വാറ്റും മോന്തി തിരിച്ചു വന്നു.

ചാരായത്തിന്റെ ലഹരിയിൽ ശൃംഗാരം മൂത്ത ആൺ പണിക്കാരെ പെണ്ണുങ്ങൾ കുറുമ്പോടെ നോക്കി.

കനാൽ പണി തുടങ്ങിയതോടെ അങ്ങാടിയിൽ ആളു കൂടി.

മജീദിന്റെ ചായക്കടയിൽ തിരക്കേറി. കടയുടെ ചായിപ്പ് ഇറക്കി കെട്ടിയിട്ടും ഉച്ചയൂണുകാർക്ക് ഇരിക്കാൻ സ്ഥലം തികഞ്ഞില്ല.

നൂറു വാര മാറി പുതിയ ഹോട്ടൽ തുറന്നതോടെ പതിവുകാർ പലരും അവിടേക്കു മാറി. പുതിയ ഹോട്ടലിലെ ചില്ലുവച്ച അലമാരയിൽ വറുത്തതും പൊരിച്ചതും പ്രത്യക്ഷപ്പെട്ടു. കോയയുടെ കുമിട്ടിക്കടയിൽ എന്തു വേണമെങ്കിലും കിട്ടുമെന്നായി. പലചരക്കു കടയിൽ തിരക്കേറി.

കരിമ്പിലെ റോഡരികിൽ അമ്പതുവാര അകലത്തിൽ തേക്കിൻകാലുകൾ നിരന്നു. വൈദ്യുതിക്കാലുകളിലും പ്രധാന പാതയോടു ചേർന്ന പണക്കാരുടെ വീടുകളിലും വികസനത്തിന്റ വെളിച്ചം തെളിഞ്ഞു.

അങ്ങാടിയിൽ തിരക്കുള്ള സമയത്ത് കക്ഷത്തിൽ ഒരു ഡയറിയും വച്ച് നാലുവട്ടം തെക്കുവടക്കു നടക്കുന്നത് പത്മനാഭൻ പതിവാക്കി.

ചെങ്കൊടി പിടിച്ച പ്രകടനങ്ങൾ കരിമ്പിൽ പതിവായതോർത്ത് ഉറക്കം നഷ്ടപ്പെട്ട രാത്രികളിൽ കൃഷ്ണൻ നായർ കലികാലത്തെ പഴിച്ചു.

ആകാശവാണി വാർത്തകൾ കരിമ്പുകാർക്കു മുന്നിൽ ദേശീയ രാഷ്ട്രീയത്തിന്റെ ജാലകം തുറന്നു,

ഒരു നാൾ, ആർക്കും ഒരു തുമ്പും കൊടുക്കാതെ പത്മനാഭൻ അപ്രത്യക്ഷനായി.

രാജ്യത്തിന്റെ ശത്രുക്കൾക്ക് ഇനി രക്ഷയില്ലെന്നും ഇന്ദിരാഗാന്ധി വികസനം വേഗത്തിലാക്കുമെന്നും പറഞ്ഞ ഖദർ രാഷ്ട്രീയക്കാരുടെ നട്ടെല്ല് കൂടുതൽ നിവർന്നു. നെഞ്ച് കൂടുതൽ വിരിഞ്ഞു.

മുതിർന്നവരുടെ കണ്ണുവെട്ടിച്ച് കാടോത്തിക്കുന്നിൽ ഒരു കുട്ടിക്കൂട്ടം വളർന്നു. പറമ്പുകൾക്ക് അതിർ തിരിച്ച വേലികളും കയ്യാലകളും അവർ വകവച്ചില്ല. പാതയോരങ്ങളിലും തോട്ടിറമ്പിലും തൊടികളിലും പാടത്തും അവർ നിറഞ്ഞു കളിച്ചു. കൊറ്റുവിന്റെ കാളവണ്ടിയുടെ ഏച്ചിക്കട്ടകളിൽ തലകീഴായി തൂങ്ങി മത്സരിച്ചു. കൃഷ്ണൻ നായരുടെ പശുക്കളുടെ അകിട് പിഴിഞ്ഞ് ഇളം ചൂടുള്ള പാൽ കുടിച്ചു. പൂട്ടി തെളിച്ചിട്ട നെൽവയലുകളിലെ ചളി ചവിട്ടി മത്സരിച്ചോടി. തരം കിട്ടിയപ്പോൾ അറിയാത്ത ഭാവത്തിൽ മറ്റുള്ളവരെ ചളിയിൽ തള്ളി വീഴ്ത്തി. അതിന്റെ പേരിൽ പരസ്പരം വഴക്കടിച്ചു. ഇണചേരുന്ന സർപ്പങ്ങളെ കല്ലെടുത്ത് എറിഞ്ഞിട്ട് ഓടി രക്ഷപ്പെട്ടു. സ്കൂൾ ഒഴിവുള്ള ദിവസങ്ങളിൽ വീട്ടുകാരറിയാതെ സംഘം ചേർന്ന് മല കയറി. കീലത്തുപാറയുടെ മുകളിൽനിന്ന് വലിയ ഉരുളൻ കല്ലുകൾ താഴേക്ക് ഉരുട്ടി വിട്ടു. വാഴത്തടവെട്ടി വള്ളമുണ്ടാക്കി പൂവാറൻതോട്ടിലൂടെ തുഴഞ്ഞു.

നൂൽക്കമ്പി വളച്ച് ചൂണ്ടലുണ്ടാക്കി, മണ്ണിര കോർത്ത് മീൻ പിടിച്ചു.

കൂട്ടത്തിൽ വികൃതി മൂത്തവർ കാട്ടുപൊന്തകൾക്കു പിറകിൽ മറഞ്ഞിരുന്ന് കല്യാണിയെ യക്ഷിയെന്ന് വിളിച്ച് കളിയാക്കി. കലിതുള്ളി വരുന്ന കല്യാണിക്കു മുന്നിൽ പൊടുന്നനെ ചാടിവീണ് അശ്ലീല ഗോഷ്ടികൾ കാട്ടി, ശരവേഗത്തിൽ ഓടി മറഞ്ഞു. വേനലവധിക്ക് കൊയ്ത്തു കഴിഞ്ഞ നെൽവയലുകളിൽ കൊട്ടിയും പുള്ളും കളിച്ചു. കുട്ടിച്ചാക്കുകളിൽ റബ്ബർക്കുരു പെറുക്കി കരിമ്പിൽ കൊണ്ടുപോയി വിറ്റും, കുറുപ്പുമാരുടെ കശുവണ്ടി കട്ടുപറിച്ചും ചെറിയ തുകകൾ സമ്പാദിച്ച്, മജീദിന്റെ കടയിൽ നിന്ന് പൊറോട്ടയും ഇറച്ചിയും കഴിച്ചു.

അവസരമുണ്ടാക്കി അടിപിടിച്ചു. തോറ്റവർ ജയിച്ചവർക്കെതിരെ കൂട്ടി വച്ച പക ആഴ്ചകൾക്കും മാസങ്ങൾക്കും ഒടുവിൽ അലിഞ്ഞില്ലാതായി.

അധോലോകത്തിലെ രാജകുമാരന്മാർ

പെൺശരീരം മോഹിച്ച കൗമാരക്കാരുടെ ഒരു അധോലോകം കാടോത്തിയിലും കരിമ്പിലും വളർന്നു. മുതിർന്ന ആണാണെന്ന് തോന്നിയതുമുതൽ പെൺവേട്ടകൾ സ്വപ്നംകണ്ട് മുരളി ചുറ്റിത്തിരിഞ്ഞു. കുളിക്കടവുകൾക്കരികിലെ പൊന്തക്കാടുകളിലും മരക്കൊമ്പുകളിലും മണിക്കൂറുകൾ പതുങ്ങിയിരുന്ന മുരളി കൂട്ടുകാർക്ക് അത്ഭുതമായി.

ഇലയനക്കത്തിലും സ്വയംഭോഗവേളയിലെ മൂർച്ഛയിലും സ്വയം വെളിപ്പെട്ടുപോയ മുരളിക്ക് പലവട്ടം പൊതിരെ തല്ല് കിട്ടി. ആന്റപ്പന്റെ വെടിക്കോളിലെ മകനെ ശരിക്കൊന്നു പെരുമാറാനുള്ള അവസരം പലരും മുതലാക്കി

പറ്റിപ്പോയ തെറ്റുകൾ മകനിലൂടെ തിരിഞ്ഞ് കൊത്തുകയാണെന്ന ചിന്തയിൽ പാറുക്കുട്ടി ഒതുങ്ങി. മുഖശ്രീ കെട്ട്, ശരീരം ചീർത്ത് പാറുക്കുട്ടി മറ്റൊരാളായി. നാളുകൾ കഴിയുന്തോറും മുരളിക്ക് തന്നോടുള്ള വെറുപ്പ് കൂടിവരികയാണെന്ന് പാറുക്കുട്ടി സംശയിച്ചു.

പരിഹാസവും കുത്തുവാക്കുകളും കേട്ട് മുരളി വളർന്നു.

മുരളിയുടെ തല്ലുകൊള്ളാത്ത കുട്ടികൾ സ്കൂളിൽ കുറവായിരുന്നു. സ്കൂളിലേക്കെന്നും പറഞ്ഞ് വീട്ടിൽ നിന്നിറങ്ങിയ മുരളി തനിക്കൊത്ത ചങ്ങാതിമാരെയും കൂട്ടി കുറുപ്പിന്റെ റബർ തോട്ടത്തിലും കീലത്തുമലയിലും കരിക്കും കദളിയും വിളഞ്ഞ പറമ്പുകളിലും ചുറ്റിത്തിരിഞ്ഞു.

തന്നേക്കാൾ മുതിർന്നവരോടുള്ള ചങ്ങാത്തം മുരളിക്ക് പുതിയ അനുഭവങ്ങൾ സമ്മാനിച്ചു. മനയ്ക്കലെ വെടിക്കോളെന്ന വിളിയിൽ സമനില തെറ്റി ചീറിയിരുന്ന മുരളിക്ക് പിന്നീടത് അലങ്കാരമായിത്തോന്നി. പിഴപ്പിച്ച് ജന്മം നല്കിയ ആന്റപ്പനോട് തോന്നിയ പകയും വെറുപ്പും മാറാതെ തന്നെ മറ്റൊരു ആന്റപ്പനാവാൻ മുരളി ആഗ്രഹിച്ചു.

പലവട്ടം തോറ്റ് എട്ടാം തരത്തിൽ പഠിപ്പ് നിർത്തിയ മുരളി, കട്ടും കടത്തിയും പണിയെടുത്തും സ്വന്തം വിശപ്പിനുള്ളത് കണ്ടെത്തി.

പറമ്പിൽനിന്നും നാളികേരവും കുരുമുളകും മോഷ്ടിക്കുന്ന മകനെ നിലയ്ക്ക് നിർത്തണമെന്ന് പാറുക്കുട്ടിയെ താക്കീത് ചെയ്ത മറിയ, “അല്ലെങ്കിലും നീയെന്തു ചെയ്യാനാണ് പാറുക്കുട്ടി” എന്ന് സമാധാനിപ്പിക്കാനും മറന്നില്ല.

പുതിയ വാക്കുകൾ പരിചയപ്പെട്ടും പുതിയ നോട്ടങ്ങളുടെ അർത്ഥമറിഞ്ഞും കുഞ്ഞു പൈലിയും കൂട്ടുകാരും മുതിർന്നു. മുതിർന്ന കുട്ടികൾക്കും അവർക്കും ഇടയിൽ ഒരു പാലം വളർന്നു.

മുരളിയുടെ സംഘം റോഡുവക്കിലും കുറ്റിക്കാട്ടിലും അങ്ങാടിയിലെ ആളൊഴിഞ്ഞ മൂലകളിലും ഒത്തുകൂടി. പെണ്ണുങ്ങളുടെ ശരീര വർണ്ണനകളിലും സംഭോഗ വർണ്ണനകളിലും അവർ ആനന്ദം കണ്ടെത്തി.

എല്ലാം സങ്കല്പങ്ങളായിരുന്നു.

പെണ്ണിനുവേണ്ടിയുള്ള അവരുടെ അന്വേഷണം മേടപ്പാറ മലയ്ക്ക് അപ്പുറത്തുള്ള നാല്പത്തഞ്ചുകാരിയിൽ ചെന്നു നിന്നു. ഇടയ്ക്കിടെ കാട്ടുതേനെടുക്കാൻ എന്ന പേരിൽ അവർ മേടപ്പാറ കയറി. സ്വന്തം അപ്പൻമാരും ചേട്ടൻമാരും കിരീടം വയ്ക്കാതെ വിലസുന്ന കരിമ്പിൽ പെൺവേട്ടയ്ക്കിറങ്ങാൻ അവർ ഭയന്നു. മുതിർന്നു വരുന്ന പൈലിക്കും ജോജിക്കും അവരുടെ പ്രായത്തിലുള്ള മറ്റ് ആൺകുട്ടികൾക്കും മേൽ അവർ കണ്ണുവച്ചു.

അവറാച്ചന്റെയും മറിയയുടെയും കണ്ണുവെട്ടിച്ച് നൂൽക്കമ്പിവളച്ച ചൂണ്ടയിൽ മണ്ണിരയും കോർത്ത് പൂവാറൻതോടിന്റെ ഇറമ്പത്തു കൂടി നടന്ന കുഞ്ഞുപൈലി പലവട്ടം മുരളിയുടെ കൈനിൽ പെട്ടു. പറങ്കിമാങ്ങ പറിച്ചു കൊടുത്തും മാങ്ങ എറിഞ്ഞു വീഴ്ത്തിയും തോളിൽ കൈയിട്ട് ചേർത്തമർത്തിയും പൈലിയോട് കൂടുതലടുക്കാൻ മുരളി ശ്രമിച്ചു.

സ്കൂളിൽ പോകാതെ കുട്ടികൾ പറമ്പുകളിലും കുറ്റിക്കാടുകളിലും കറങ്ങിനടക്കുന്ന അവധി ദിവസങ്ങളിൽ അവർ വേട്ടയ്ക്കിറങ്ങി. ചേട്ടൻമാരുടെ ചങ്ങാത്തം കുട്ടികൾക്കുമുന്നിൽ പുതിയൊരു ലോകം തുറന്നു.

ജോജിയിൽനിന്നാണ് ചേട്ടൻമാരുടെ ലാളനത്തിന്റെയും താഡനത്തിന്റെയും കഥകൾ പൈലി ആദ്യമായി കേട്ടത്. അവരുടെ അധോലോകത്തിലേക്ക് പ്രവേശിക്കാൻ പൈലി ആഗ്രഹിച്ചു.

ഒരു മീനമാസത്തിലെ നട്ടുച്ചയ്ക്ക് രാഘവൻപിള്ളയുടെ പറമ്പിൽ വച്ച് മുരളി പൈലിയെ പിടികൂടി. മുരളിയുടെ പെരുമാറ്റം വഴി മാറിയപ്പോൾ, താൻ ആഗ്രഹിച്ച ജ്ഞാനസ്നാനം അടുത്തെത്തിയെന്ന് പൈലിക്കു തോന്നി.

“എത്ര വയസ്സായി? പന്ത്രണ്ടോ പതിമൂന്നോ?”

“ങു ഹും..... പതിനൊന്ന്......,” പ്രായം പറയുമ്പാൾ താൻ തീരെ ചെറുതാകുന്നതു പോലെ പൈലിക്കു തോന്നി.

“ക്ലാസിൽ വലിയ മുലയുള്ള പെൺകുട്ടികളുണ്ടോ?,” തലയ്ക്കുള്ളിൽ എന്തോ ചുടുപിടിക്കുന്നതു പോലെ പൈലിക്കു തോന്നി.

ക്ലാസിലെ പെൺകുട്ടികളെ ഓരോരുത്തരെയായി പൈലി മനസ്സിൽ സങ്കല്പിച്ചു.

"ഉം..."

അവൻ തലയാട്ടി.

"അവരെ കാണുമ്പോൾ കൊച്ചിന് ഒന്നും തോന്നാറില്ലേ?"

താൻ പിന്നെയും ചെറുതാവുകയാണെന്ന് പൈലി ഭയന്നു.

"എന്തോ ഒരിത്," പൈലി പറഞ്ഞൊപ്പിച്ചു.

"അവർക്ക് കൊച്ചിനോടെങ്ങനെ?"

പൈലിയുടെ തൊണ്ട വരണ്ടു.

"ഒരു കൂട്ടം കാണിച്ചു തരട്ടെ?"

മുരളിയെ ആദ്യമായി കാണുന്നതുപോലെ പൈലി അത്ഭുതം കാണാൻ തയ്യാറെടുത്തു.

"ഇങ്ങ് അടുത്തു വാ"

മുണ്ടിനിടയിലൂടെ കൈയിട്ട് മുരളി പുറത്തെടുത്ത സാധനം കണ്ട് കുഞ്ഞു പൈലി അന്തം വിട്ടു.

ചീകിയെടുത്ത മരപ്പൂളുപോലെ, അറ്റം തെളിഞ്ഞ് മുരളി പൈലിക്കു മുന്നിൽ സ്വയം കാട്ടി.

പുതിയ പുതിയ അറിവുകൾ കുഞ്ഞു പൈലിയുടെ മനസ്സിലേക്ക് ഇരച്ചു കയറിക്കൊണ്ടിരുന്നു.

ആരും തൊടാത്തതുപോലെ മുരളി പൈലിയെ തൊട്ടു. മുരളിയുടെ ചിരി മാഞ്ഞു. മുഖം വരിഞ്ഞുമുറുകി. ആദ്യം ഒന്നു പകച്ചുപോയ പൈലി എന്തും വരട്ടെയെന്നുറച്ച് സ്വയം വഴങ്ങി.

പൈലിയുടെ കുഞ്ഞു ശരീരത്തിനു മുകളിൽ മുരളി കിതച്ചു. പൈലിക്ക് ശ്വാസം മുട്ടുന്നതുപോലെ തോന്നി. തുടകൾക്കിടയിലൂടെ എന്തോ ഒലിച്ചിറങ്ങുന്നത് പൈലി അറിഞ്ഞു. എഴുന്നേറ്റു മാറുന്ന മുരളി യുടെ അഗ്രത്തിൽ നിന്ന് തുള്ളികൾ ഇറ്റുവീഴുന്നത് പൈലി കണ്ടു.

മണ്ണിൽ കാലുനീട്ടിയിരുന്ന് തുടകൾക്കിടയിലെ കൊഴുത്ത ദ്രാവകം പൈലി സൂക്ഷിച്ചു നോക്കി.

കുട്ട കമിഴ്ത്തിയതുപോലെ സ്വന്തം കാലിലേക്ക് പൈലി ഛർദ്ദിച്ചു. തിന്നുകയറ്റിയ ചക്കയും മാങ്ങയും പച്ചക്കപ്പയും കൊച്ചു കൊച്ചു നുറുക്കുകളായി സ്വന്തം ദേഹത്ത് വഴുവഴുത്ത് കിടക്കുന്നത് കണ്ടപ്പോൾ പൈലി പിന്നെയും ഛർദ്ദിച്ചു.

"എന്താടാ കൊച്ചു പട്ടീ," മുരളി കലിതുള്ളി.

കൊച്ചുപൈലി നിലവിളിച്ചുകൊണ്ട് എഴുന്നേറ്റോടി.

കാര്യം കുഴയുമെന്ന് മനസ്സിലായപ്പോൾ, മുരളിയും പിറകേ ഓടി.

പൈലിയുടെ അറിവുകൾ വളർന്നുകൊണ്ടിരുന്നു. കൂട്ടത്തിൽ മിടുക്കനായ ജോജി പുതിയ അറിവുകൾ എത്തിച്ചു.

മുരളിയോട് ചെയ്തത് അബദ്ധമായെന്ന് പൈലി ചിന്തിച്ചു. മുരളി

ജോജിയെ പഠിപ്പിച്ച അറിവുകൾ തനിക്ക് കിട്ടേണ്ടതായിരുന്നുവെന്ന് നഷ്ടബോധത്തോടെ ഓർത്തു.

മുരളി പറഞ്ഞുകൊടുത്തത് പൈലി മുടങ്ങാതെ ചെയ്തു കൊണ്ടിരുന്നു. കൈ കടയുകയും കാലിനിടയിൽ വേദനിക്കുകയും ചെയ്തതല്ലാതെ, ആ അനുഭവം മാത്രം പൈലിക്ക് ഒരിക്കലും കിട്ടിയില്ല.

താൻ മുതിർന്നുവെന്ന് ജോജി പറഞ്ഞപ്പോൾ, പൈലിക്ക് വിശ്വസിക്കാനായില്ല. ജോജിയേക്കാൾ ശരീരപുഷ്ടിയും കരുത്തും തനിക്കാണെന്ന് പൈലിക്ക് ഉറപ്പായിരുന്നു. അഞ്ച് വയസ്സുള്ളപ്പോൾ രണ്ടുപേരും വഴക്കുണ്ടാക്കിയ കഥ ഇപ്പോഴും പണിക്കാരി പെണ്ണുങ്ങൾ പറയാറുണ്ട്. ജോജിയെ അടിച്ചുവീഴ്ത്തി മണ്ണുവാരി തീറ്റിച്ചിട്ടും അന്ന് പൈലിക്ക് കലിയടങ്ങിയില്ല. ചെറുതും തങ്കമാളുവും ഏറെ പണിപ്പെട്ടാണ് രണ്ടുപേരെയും പിടിച്ചുമാറ്റിയത്. പിന്നീട്, തരം കിട്ടിയപ്പോഴൊക്കെ, രണ്ടുപേരും ശക്തി പരീക്ഷിച്ചു. അടികിട്ടുന്നതു മുഴുവൻ ജോജിക്കാണെന്ന് മനസ്സിലായപ്പോൾ, അവറാച്ചൻ ആശ്വസിച്ചു. ഓരോ വഴക്കിനും മറിയ പൈലിയെ ശകാരിച്ചു. അവറാച്ചന്റെ മുഖത്തുനോക്കി, മുഖം കറുത്ത് സംസാരിക്കാൻ പേടിച്ച ജോർജും ജെസ്സിയും അവരുടെ ദേഷ്യവും സങ്കടവും ഉള്ളിലൊതുക്കി. ഇതൊന്നും ശ്രദ്ധിക്കാതെ, തരംകിട്ടിയപ്പോഴൊക്കെ, പൈലിയും ജോജിയും തല്ലു കൂടി. തോറ്റു തോറ്റ്, എല്ലാ പ്രതീക്ഷയും കെട്ടപ്പോൾ, ജോജി സാഷ്ടാംഗം കീഴടങ്ങി. പിന്നെപ്പിന്നെ, അവർ കൂട്ടുകാരായി.

ശക്തി കുറഞ്ഞ ഇളയ കുട്ടികളോട് ദ്വന്ദ്വയുദ്ധം നടത്താൻ ജോജി അവസരമുണ്ടാക്കിക്കൊണ്ടിരുന്നു. ജോജി അനിയന്മാരുടെ നേതാവായി പറമ്പുകളിലും പാടത്തും വിലസി. നാണം കുണുങ്ങിയായ പൈലി ആരോടും വഴക്കിനും വക്കാണത്തിനും പോയില്ല. ജോജി നേതാവായതിൽ പൈലിയും അഭിമാനിച്ചു.

ജോജിയെ വെല്ലുവിളിക്കാൻ തന്നെ പൈലി തീരുമാനിച്ചു. സ്കൂളിൽ നിന്ന് തിരിച്ചുവരുന്ന വഴിയിൽ രണ്ടുപേരും തനിച്ചായ തക്കത്തിന് പൈലി വിഷയം എടുത്തിട്ടു. ഒക്കെ വെറും പുളുവാണെന്ന പൈലിയുടെ കുത്തുവാക്ക് ജോജിയുടെ മനസ്സിൽ കൊണ്ടു.

"വാ, കാണിച്ചു തരാം"

ജോജി, മൺപാതയിൽ നിന്നു തെറ്റി, കുറ്റിക്കാട്ടിനുള്ളിലേക്കു നടന്നപ്പോൾ, ചെറിയ ചമ്മലോടെ പൈലി പിറകേ ചെന്നു.

നിക്കറിന്റെ കുടുക്കഴിച്ച് ജോജി പ്രയോഗം തുടങ്ങി. ശരീരം ചെറുതാണെങ്കിലും, നിക്കറിനുള്ളിൽ ജോജിക്ക് തന്നെക്കാൾ പല മടങ്ങ് വലിപ്പമുണ്ടെന്ന് പൈലിക്ക് മനസ്സിലായി.

പാടത്തും പറമ്പിലും സ്കൂളിലേക്കുള്ള വഴിയിലും വച്ച് പലവട്ടം തല്ലുകൂടി ഉണ്ടാക്കിയെടുത്ത സ്ഥാനം ഒറ്റയടിക്കു നഷ്ടപ്പെട്ട് ജോജിയുടെ മുന്നിൽ പൈലി നോക്കി നില്ക്കെ, ജോജി പിന്നെയും വലുതായി. ഊക്കോടെ കാലിനിടയിൽ തത്തിച്ചതല്ലാതെ, ഒന്നും വരുന്നില്ലെന്നുകണ്ട് പൈലി കുടുകുടാ ചിരിച്ചു.

ചെറിയ ചമ്മലോടെ ജോജി പണി തുടർന്നു. വിയർത്തു കുളിച്ച ജോജി ഇടതു കൈ പൈലിയുടെ നേർക്കു നീട്ടി,

"കണ്ടോടാ"

ജോജിയുടെ കള്ളി പുറത്തായതുപോലെ പൈലി ആർത്തു ചിരിച്ചു.

പൈലിയുടെ പൊട്ടിച്ചിരിയിൽ താൻ ഒന്നുമല്ലാതാകുന്നതുപോലെ ജോജിക്കു തോന്നി.

ജിജ്ഞാസയുടെ നാളുകൾ കടന്നുപോയി. മുതിർന്നതായി സങ്കല്പിച്ച ആൺകുട്ടികൾ കുളിക്കടവിലും വഴിയോരത്തെ പൊന്ത ക്കാടുകളിലും ആളൊഴിഞ്ഞ പറമ്പുകളിലും ആണും പെണ്ണുമായി സങ്കല്പിച്ച്, തരം കിട്ടിയപ്പോൾ, പരസ്പരം പിണഞ്ഞു.

മുതിർന്നവരുടെ പങ്കുവയ്പുകൾ അവരുടെ സ്വപ്നങ്ങൾക്കും കാഴ്ചകൾക്കും അപ്പുറത്തായിരുന്നു. കീലത്തുമലയുടേയും മേടപ്പാറയു ടേയും രഹസ്യങ്ങളിലേക്ക് തുറക്കുന്ന മുരളിയുടെയും ചെല്ലപ്പന്റെയും അധോലോകം പൈലിക്കുഞ്ഞിന്റെ മനസ്സിൽ പേടിയുണർത്തി.

ഇരുൾ വീഴുന്ന വൈകുന്നേരങ്ങളിൽ പൈലിയുടെയും ജോജിയുടെയും കാഴ്ചകൾ പിന്നിലാക്കി കാടോത്തിയുടെ ഉയരങ്ങളിലേക്ക് അവർ കയറിപ്പോയി.

മറ്റൊരു ജ്ഞാനസ്നാനത്തിനുവേണ്ടി പൈലിക്കുഞ്ഞ് അക്ഷമ യോടെ കാത്തിരുന്നു.

വേനലിൽ വെന്ത മലയുടെ ഉയരങ്ങളിൽ ചെറിയ പൊട്ടുകൾ പോലെ തെളിഞ്ഞ് വലയങ്ങളായി തീ പടരുന്നതു നോക്കി നില്ക്കേ, ചെല്ലപ്പനും മുരളിയും അവരുടെ രഹസ്യങ്ങളും ചാരമായി പോയിരിക്കു മെന്ന് പൈലിക്കുഞ്ഞ് സങ്കല്പിക്കും. ചിലപ്പോൾ, മലവാരങ്ങളിൽനിന്ന് മുഴക്കത്തോടെ തിരിച്ചു വരുന്ന വെടിയൊച്ചകളിൽ അവൻ നടുങ്ങും.

ചോര പുരണ്ട തേക്കിലയിൽ പൊതിഞ്ഞെത്തുന്ന വെടിയിറച്ചി കാലമാക്കി മറിയയും ശോശാമ്മയും പറയുന്ന കഥകൾ കേൾക്കുമ്പോൾ, ആണൊരുത്തനായി മുതിരുന്നതും ജോജി ഓച്ഛാനിച്ച് പിറകേ നടക്കുന്നതും പൈലിക്കുഞ്ഞ് സങ്കല്പിക്കും.

അപഥ സഞ്ചാരങ്ങളുടേയും അരുംകൊലകളുടേയും കഥകൾ പൈലിയും ബെന്നിയും കേൾക്കാതിരിക്കാൻ മറിയ സ്വരം താഴ്ത്തും. കേട്ടറിഞ്ഞ കഥകളിലെ ചേരാത്ത കണ്ണികൾ വിളക്കാൻ മറിയയും ശോശാമ്മയും പണിക്കാരി പെണ്ണുങ്ങളെ കാത്തിരിക്കും. കല്യാണിയില്ലാ ത്തപ്പോൾ കല്യാണിയും പാറുക്കുട്ടിയില്ലാത്തപ്പോൾ പാറുക്കുട്ടിയും ചെറുതില്ലാത്തപ്പോൾ ചെറുതും അവരുടെ കഥാപാത്രങ്ങളാവും.

കുരിശു വരയ്ക്കിടയിൽ ചിന്തകൾ കാടുകയറുമ്പോൾ പൈലി വിശ്വാസ പ്രമാണം തെറ്റിക്കും. ശാസിക്കുന്ന നോട്ടത്തോടെ മറിയ പൈലിയുടെ പ്രമാണവചനങ്ങൾ ചേർത്തുകൊടുക്കുമ്പോൾ, ബെന്നി മറിയയുടെ മടിയിൽ ചുരുണ്ടു കൂടും.

പറക്കുന്ന മനുഷ്യർ

കാട്ടുവള്ളികൾ അറുത്ത് മാങ്കൊമ്പിൽ കെട്ടിയുണ്ടാക്കിയ ഊഞ്ഞാലിൽ മാനം മുട്ടെ പറക്കുന്ന ചെല്ലപ്പന്റെ ചിത്രം പൈലിയുടെ മനസ്സിൽ ആദ്യം പതിഞ്ഞത് മറിയയും ഒത്തുള്ള ഒരു നടത്തത്തിനിടയിലാണ്. ഞായറാഴ്ചകളിൽ ഉച്ചകഴിഞ്ഞ നേരത്ത് ഒരു നാടിറക്കം മറിയയുടെ പതിവാണ്. മനസ്സിന് അടുപ്പമുള്ളവരുടെ വീട്ടിലേ പോകു. അറിയുന്നവരുടെ വിശേഷങ്ങൾ തിരക്കും. ചെറുത് പറഞ്ഞറിഞ്ഞ വിവരങ്ങൾ പങ്കുവയ്ക്കും. പണിക്ക് ആളുകൾ വരാത്ത ആഴ്ചകളിൽ മറിയയ്ക്ക് ആധിയാണ്. നാട്ടിലെ മുഴുവൻപേരുടെയും കഥകൾ കൊണ്ടായിരിക്കും ചെറുതിന്റെ വരവ്. പറയുന്നത് പകുതിയും പതിരാണെന്നേ നാട്ടുകാർ പറയൂ. കൂടെ പണിക്കിറങ്ങുന്ന തങ്കമാളുവും ജെസിയും പോലും ചെറുതിന്റെ കഥകൾ ഉപ്പുതൊടാതെ വിഴുങ്ങിയില്ല. പറഞ്ഞു കേട്ടതൊന്നും നാലുപേരോട് ചോദിക്കാതെ മറിയയും വിശ്വസിച്ചില്ല. പലതും തുറന്നുചോദിക്കാൻ പറ്റാത്ത കാര്യങ്ങളായിരിക്കും. ചെറുതിന്റെ കഥയിൽ കേട്ടാൽ ഇളകിപ്പോകുന്ന എന്തെങ്കിലും കാണാതിരിക്കില്ല. കാര്യമില്ലെന്ന് അറിഞ്ഞിരുന്നിട്ടും ചെറുതിന്റെ കഥകൾക്ക് കരിമ്പുകാർ കാതുകൂർപ്പിച്ചു. തിരക്കൊഴിഞ്ഞ ഞായറാഴ്ചകളിൽ അയൽപക്കത്തുകാരുടെ കാര്യമന്വേഷിച്ചുള്ള മറിയയുടെ നടത്തങ്ങളിൽ പൈലി പതിവുകാരനായി. ഈ നാട്ടുവർത്തമാനങ്ങളിലൂടെ കാട്ടോത്തിയിലെ രഹസ്യങ്ങളുടെ ലോകം പൈലിയുടെ മുന്നിൽ കൂടുതൽ തുറന്നു. ശ്വാസമടക്കി ചെറുത് പറഞ്ഞ കഥകളിൽ അർത്ഥം മനസ്സിലാവത്ത പലതും മറിയയെ പറ്റിനിന്ന പൈലിയും കേട്ടിരുന്നു. ചെറുക്കൻ കേട്ടു കൂടാത്തതെന്ന് തോന്നുമ്പോഴൊക്കെ ചെറുത് പതിവിലും ഗൗരവം നടിക്കും. സ്വരം താഴ്ത്തി മറിയ മാത്രം കേൾക്കെ കുശുകുശുക്കും. രഹസ്യം പറഞ്ഞു കഴിഞ്ഞാൽ ഒന്നും അറിയാത്തതു പോലെ കഥ തുടരും. മറിയയുടെ അരികു പറ്റിയുള്ള അയൽ

യാത്രകളിൽ പൈലിയുടെ സംശയങ്ങളിൽ ചിലതിനെല്ലാം മുറിഞ്ഞും തെളിഞ്ഞും ഉത്തരം കിട്ടി. മരിച്ചു പോയവരുടെയും ആത്മാക്കളുടെയും കഥകൾ മറിയയും ചെറുതും സ്വരം താഴ്ത്തി പറയുമ്പോൾ ചെല്ലപ്പന്റെ പേര് കടന്നുവരുന്നത് എങ്ങനെയെന്നു മാത്രം എത്ര ചിന്തിച്ചിട്ടും പൈലിക്ക് പിടി കിട്ടിയില്ല.

ജ്വരം പിടിച്ചു കിടക്കുന്ന ജോർജിന്റെ വിവരങ്ങൾ വേലിപ്പുറത്തു നിന്ന് തിരക്കി, കറിവയ്ക്കാൻ പച്ചക്കറിയും കൊടുത്ത് മറിയ തിരിച്ചു നടക്കുമ്പോൾ അമ്മയുടെ മുണ്ടിന്റെ തുമ്പിൽ പിടിച്ചു നടന്ന പൈലിയുടെ മനസ്സു നിറയെ ഊഞ്ഞാൽ തട്ടിൽ നിവർന്നും വളഞ്ഞും താളത്തിൽ മാറി പൂവാറൻതോടിന്റെ ഒഴുക്കിനു മീതെ പറക്കുന്ന ചെല്ലപ്പന്റെ ചിത്രമായിരുന്നു. വെളിക്കിറങ്ങണമെന്ന് കളവു പറഞ്ഞ് പിറകോട്ടു വലിഞ്ഞ പൈലി ഇരുന്നും നിന്നും ചാഞ്ഞും ചരിഞ്ഞുമുള്ള മുരളി യുടെയും ചെല്ലപ്പന്റെയും കളികൾ നോക്കി നിന്നു. അത്ഭുതം ആഗ്രഹമായി മാറിയപ്പോൾ പൈലിയുടെ മുഖം വിടർന്നു. മുരളിയുടെ കൈപിടിച്ച് ഊഞ്ഞാൽ തട്ടിൽ ഇരിപ്പുറപ്പിച്ചപ്പോൾ പൈലി അവറാച്ചന്റെ ശാസനകൾ മറന്നു. അവറാച്ചന്റെ മുരൾച്ചയും ചൂരലിന്റെ ചൂടും പേടിച്ച് നാലടി പൊക്കമുള്ള കാപ്പി മരത്തിൽ പോലും കയറാൻ മടിച്ച പൈലി മല വെള്ളം കുത്തിയൊലിക്കുന്ന തോടിനു മുകളിൽ ഊഞ്ഞാലിൽ പറന്നു നടന്നു. മുരളിയെ തള്ളി മാറ്റി ചെല്ലപ്പൻ ആട്ടുകാരനായപ്പോൾ പൈലിയുടെ ഉള്ളു കാളി. ഭയം പുറത്തുകാണിക്കാതെ പൈലി ഊഞ്ഞാൽ വള്ളികൾ അമർത്തിപിടിച്ചു. പൂപോലെ പതഞ്ഞു തെറിക്കുന്ന പൂവാറൻതോട്ടിലെ വെള്ളം ചൂടുപിടിക്കുന്നതും ഊഞ്ഞാൽ ഉയർന്നുപൊങ്ങി ആകാശം തൊട്ട് ചെല്ലപ്പന്റ രഹസ്യങ്ങൾ പതിയിരി ക്കുന്ന മലകളെ തേടി പറക്കുന്നതും തനിക്ക് ഭാരം നഷ്ടപ്പെടുന്നതും പൈലി അറിഞ്ഞു. പിന്നീടുള്ള നാളുകളിൽ പൈലിയുടെ ഓർമ്മകളിൽ അറിഞ്ഞതും അറിയാത്തതുമായ ശബ്ദങ്ങൾ തമ്മിൽ കലർന്നു. കേട്ട വാചകങ്ങൾ മുറിഞ്ഞു. അവറാച്ചന്റെ പേടിപ്പെടുത്തുന്ന ശബ്ദം ഇഴഞ്ഞ് പകുതിയിൽ കലങ്ങി. അർത്ഥം ചേരാത്ത വാചകങ്ങൾക്കിടയിൽ പരിചയമുള്ള പേരുകൾ ഇടയ്ക്കിടെ തെളിഞ്ഞു. വാക്കുകളും ശബ്ദങ്ങളും നിലയ്ക്കു നിന്നപ്പോൾ നഷ്ടപ്പെട്ട നാളുകൾ എത്രയെന്ന് മറിയയോ അവറാച്ചനോ ശോശാമ്മയോ പറഞ്ഞില്ല. അങ്ങനെയൊരു ചോദ്യമുണ്ടെന്ന് പൈലിക്ക് തോന്നിയതുമില്ല.

പൈലിയുടെ കാഴ്ചകളിൽ എന്നും ചെല്ലപ്പൻ ഒരു ഒറ്റയാനായിരുന്നു. അധികം സംസാരിക്കാത്ത പ്രകൃതം. വരച്ചുവച്ചത് പോലെയുള്ള കവിളെല്ലുകൾ. ചെത്തിയെടുത്തതുപോലെ ചരിഞ്ഞു കയറുന്ന നെറ്റി ത്തടം. നീണ്ട് ശോഷിച്ച കൈകൾ. പതിഞ്ഞ താളത്തിലുള്ള നടത്തം കണ്ടാൽ കാലുകൾക്ക് ആവശ്യത്തിലധികം പൊക്കമുണ്ടെന്ന് തോന്നും. ഒട്ടിയ കവിളുകളും മേൽച്ചുണ്ടിൽ അമർന്ന് ഒട്ടിപ്പിടിച്ചതുപോലെ തെളിഞ്ഞു തുടങ്ങിയ മീശരോമങ്ങളും. ചത്തു പോയ അപ്പനും

അനിയത്തിയും പ്രേതങ്ങളായി ചെല്ലപ്പന് കൂട്ടുണ്ടെന്ന രഹസ്യം പകുതി കേട്ട വാക്കുകളിൽനിന്ന് പൈലിക്കുഞ്ഞിന്റെ ഉള്ളിൽ വളർന്നു. കൈകാലുകൾ വച്ചതു പോലെ വളർന്ന്, മിന്നൽ പോലെ ഉയർന്ന്, മുന്നോട്ടു വളഞ്ഞ് ആഞ്ഞുകുത്തുന്ന വെളിച്ചങ്ങളായി കാടോത്തിക്കുന്നിൽ കറങ്ങുന്ന ആത്മാവുകൾ ചെല്ലപ്പനുമായി ചങ്ങാത്തത്തിലാണെന്ന ചിന്ത രാത്രികളിൽ പൈലിയുടെ ഉറക്കം കളഞ്ഞു. തേൻകുടുക്കയും തൂക്കി, വായ്ത്തല തേച്ചുമിനുക്കിയ വെട്ടുകത്തിയുമായി കാടുകയറി നടക്കുന്ന ചെല്ലപ്പനെ മനസ്സിന്റെ ഒരു പകുതികൊണ്ട് പൈലി ആരാധിച്ചു. ചെല്ലപ്പന്റെ വഴികൾ ഒരിക്കൽ തന്റെ മുന്നിൽ തുറക്കുമെന്ന് ഉറക്കത്തിനു മുമ്പുള്ള നിമിഷങ്ങളിൽ പൈലി സങ്കല്പിച്ചു. ശരീരമില്ലാതെ സംസാരിക്കുന്ന ശക്തികളെക്കുറിച്ചുള്ള ചിന്തകൾ കാടുകയറിയ രാത്രികളിൽ ചെല്ലപ്പന്റെ മുഖം മനസ്സിൽ തെളിഞ്ഞ് പൈലി ഞെട്ടിയുണരും. കുരുത്തോല ചുട്ടുപൊടിച്ച് പൈലിയുടെ നെറ്റിയിൽ പുരട്ടി മറിയ പ്രാർത്ഥിക്കും. തന്റെ സ്വപ്നങ്ങളിൽ മലയരയ പ്രേതങ്ങൾ ചുറ്റിത്തിരിയുന്ന തമ്പുരാൻകൊല്ലി തെളിയുന്നതും ചെല്ലപ്പൻ വന്നു പോകുന്നതും ആരോടും പറഞ്ഞു കൂടാത്ത രഹസ്യങ്ങളാണെന്ന് പൈലി വിശ്വസിച്ചു.

ഭാഗം III

രാമകഥ തുടങ്ങുന്നു

രാകർത്തു പെയ്ത രാത്രിമഴ തോർന്നുതുടങ്ങിയ ഒരു പുലർച്ചെയിലാണ് രാമൻ കരിമ്പിൽ കാലു കുത്തിയത്.

വഴിയരികിലെ മുത്തശ്ശി മാവിനു ചുവട്ടിൽ ചവിട്ടി നിർത്തിയ പാണ്ടി ലോറിയിൽനിന്ന് വാതിൽ തുറന്ന് ചാടിയിറങ്ങുമ്പോൾ രാമൻ ഒരു കറുത്ത തുകൽ ബാഗ് കക്ഷത്തിൽ ഇറുക്കിപ്പിടിച്ചിരുന്നു. മാസങ്ങളോളം അലഞ്ഞു തിരിഞ്ഞതിന്റെ ക്ഷീണവും ആലസ്യവും ആ മുഖത്തു നിഴലിച്ചു.

ഒരു നിമിഷം നിന്ന് സ്ഥലം തെറ്റിയിട്ടില്ലെന്ന് ഉറപ്പുവരുത്തിയ രാമന്റെ കണ്ണുകൾ ഓല മറച്ചുകെട്ടിയ ചായക്കടയിൽ ഉടക്കി.

കിഴക്ക് വയലുകൾക്ക് അപ്പുറത്ത് കാടോത്തിമല കോടമഞ്ഞു മൂടിക്കിടന്നു. മജീദിന്റെ ചായക്കടയിൽ തിരക്കു തുടങ്ങിയിരുന്നില്ല.

ചീകിയൊതുക്കിയ നീണ്ട മുടിയും ഇടതൂർന്ന താടിയും സാധാരണയിൽ കൂടുതൽ പൊക്കവുമുള്ള അപരിചിതനെ കൃഷ്ണൻ നായർ കൗതുകത്തോടെ നോക്കി.

മജീദ് കണക്കൊപ്പിച്ചു നല്കിയ പാലിന്റെ കാശ് എണ്ണാതെ ചുരുട്ടി ലുങ്കിയുടെ മടിയിൽവച്ച് പിരിച്ചു കുത്തുമ്പോൾ കൃഷ്ണൻ നായർ രാമനെ മനസ്സുകൊണ്ട് അളക്കുകയായിരുന്നു.

സംശയിക്കാതെ കയറിവന്ന് ബെഞ്ചിൽ അമർന്നിരുന്ന് ഒരു പതിവുകാരന്റെ ലാഘവത്തോടെ രാമൻ കടുപ്പമുള്ള ചായ ചോദിച്ചപ്പോൾ ചിലത് പിടികിട്ടിയതുപോലെ കൃഷ്ണൻ നായരുടെ മുഖം തെളിഞ്ഞു. രാമന്റെ ശബ്ദത്തിലെ മുഴക്കം അയാളുടെ മനസ്സിൽ തട്ടി.

ജുബ്ബയുടെ പോക്കറ്റിൽ കൈയിട്ട് തൂവാലയിൽ പൊതിഞ്ഞുവച്ച സിഗററ്റ് പാക്കറ്റും തീപ്പെട്ടിയും പുറത്തെടുക്കുന്ന രാമനെ നോക്കി നിന്നപ്പോൾ കൃഷ്ണൻ നായരുടെ മുഖത്ത് അത്ഭുതം കലർന്ന ഒരു പുഞ്ചിരി തെളിഞ്ഞു. മജീദ് പറഞ്ഞ പാലിന്റെ കണക്ക് കൃഷ്ണൻ നായർ കേട്ടില്ല.

“കണ്ടിട്ടില്ലല്ലോ?” കൃഷ്ണൻ നായർ ഒരു പാലം വച്ചു.

രാമൻ ചുണ്ടിൽ വച്ച സിഗററ്റ് തീപ്പെട്ടിയുരച്ച് കത്തിക്കുന്നതുവരെ മറുപടിക്കുവേണ്ടി കൃഷ്ണൻ നായർ കാത്തു നിന്നു.

മജീദ് രാമനെ ആദരവോടെ നോക്കി.

മനയ്ക്കൽ ആന്റപ്പൻ ജയിലിൽ ആയതിനുശേഷം കരിമ്പിൽ സിഗററ്റ് വലിക്കുന്നവർ ഇല്ലെന്ന് മജീദ് മനസ്സിൽ പറഞ്ഞു. എല്ലാവരും പുകയ്ക്കുന്നത് തെറുപ്പുബീഡിയും കാജാബീഡിയുംതന്നെ.

രാമന്റെ കൈയിലെ വാച്ച് കൃഷ്ണൻ നായർ നേരത്തേ തന്നെ ശ്രദ്ധിച്ചിരുന്നു

“ഇവിടത്തുകാരനല്ല”

രാമന്റെ മറുപടി കൃഷ്ണൻ നായർക്ക് തൃപ്തികരമായി തോന്നിയില്ല

ചായ കൈയിൽ കൊടുത്ത് മജീദ് നാലടി മാറി വായും പൊളിച്ചു നിന്നു.

“കുറച്ചു ദൂരെ നിന്നാ.”

രാമൻ സിഗററ്റ് പാക്കറ്റ് കൃഷ്ണൻ നായർക്കു നേരെ നീട്ടി.

കൃഷ്ണൻ നായർ വേണ്ടെന്ന അർത്ഥത്തിൽ തല കോട്ടിയത് മര്യാദകൊണ്ടാണെന്ന് രാമൻ ഊഹിച്ചു.

രാമൻ നിറഞ്ഞു ചിരിച്ചു.

കൃഷിക്ക് നല്ല മണ്ണു തേടി തെക്കുനിന്നു വന്നതാണെന്ന് രാമൻ പറഞ്ഞപ്പോൾ കാടോത്തിക്കുന്നിലെയും കരിമലയിലെയും നസ്രാണികളുടെ മുഖങ്ങൾ മജീദിന്റെ മനസ്സിലൂടെ കടന്നുപോയി.

മുന്നിൽ ഇരിക്കുന്നത് കുറ്റിയും പറിച്ചുവന്ന ഏതോ ഒരുത്തൻ അല്ലെന്ന് കൃഷ്ണൻ നായർക്ക് ഉറപ്പായിരുന്നു.

രാമൻ കാടോത്തിക്കുന്നിലേക്കുള്ള വഴി ചോദിച്ചപ്പോൾ കൃഷ്ണൻ നായർക്ക് അപകടം മണത്തു.

മജീദ് പുറത്തേക്കു കൈ ചൂണ്ടി.

“ചവിട്ടു വഴിയിലൂടെ ഒരു മണിക്കൂർ നടന്ന് തോട് കടക്കണം.”

ഇടയ്ക്കു കയറിയ മജീദിനെ കൃഷ്ണൻ നായർ ശകാരഭാവത്തിൽ നോക്കുന്നത് രാമൻ ശ്രദ്ധിച്ചു.

“അവറാച്ചന്റെ സ്ഥലം എവിടെയായിട്ട് വരും.”

–ആ ചോദ്യം കൃഷ്ണൻ നായരെ നിരാശപ്പെടുത്തി.

“അച്ചായന്റെ ആരാ?” കൃഷ്ണൻ നായർ മനസ്സിൽ വിചാരിച്ചതു തന്നെ മജീദ് ചോദിച്ചു.

അവറാച്ചനെക്കുറിച്ച് കേട്ടറിഞ്ഞതാണെന്ന് രാമൻ പറഞ്ഞപ്പോൾ കൃഷ്ണൻ നായർ സമാധാനിച്ചു.

കൃഷ്ണൻ നായരുടെ ഭാവങ്ങൾ മുഖത്ത് എഴുതി വച്ചതു പോലെ രാമൻ വായിക്കുന്നുണ്ടായിരുന്നു.

രാമൻ തിടുക്കമില്ലാതെ തെളിഞ്ഞു സംസാരിച്ചു.

രാമൻ അവറാച്ചന്റെയും ചാണ്ടിയുടെയും കൈയിൽ ചെന്നു വീഴാതിരിക്കാൻ വേണ്ടതു ചെയ്യണമെന്ന് കൃഷ്ണൻ നായർ മനസ്സിൽ ഉറപ്പിച്ചു.

സോമക്കുറുപ്പിന്റെ കളത്തിൽ രാമന് താമസം ഏർപ്പാടു ചെയ്യാമെന്ന് രണ്ടാമതൊന്ന് ആലോചിക്കാതെ കൃഷ്ണൻ നായർ ഉറപ്പുകൊടുത്തു.

കടയിൽ പാർട്ടിപ്പത്രം ഇടാനെത്തിയ ഷാജിയോട് രാമൻ പേരു പറഞ്ഞു പരിചയപ്പെടുത്തിയപ്പോൾ കൃഷ്ണൻ നായർ ഇടയ്ക്കു കയറി തിരുത്തി .

“രാമനല്ല, രാമൻ നായർ”

വായ പൊളിച്ചു ചിരിക്കുന്ന കൃഷ്ണൻ നായരെ ഷാജി പുച്ഛത്തോടെ നോക്കി.

രാമന്റെ മുനവച്ച നോട്ടത്തിനുമുന്നിൽ കൃഷ്ണൻ നായർ ചൂളി.

ആവേശം കൂടിപ്പോയെന്ന് കൃഷ്ണൻ നായർ മനസ്സിൽ സ്വയം കുറ്റപ്പെടുത്തി.

ഒരുനിമിഷംകൊണ്ട് സമനില വീണ്ടെടുത്ത രാമന്റെ മുഖത്ത് പുഞ്ചിരി തിരിച്ചു വന്നു.

അരമണിക്കൂർകൊണ്ട് ഒരു ആത്മസുഹൃത്തിനെ നേടിയ സ്വന്തം സാമർത്ഥ്യത്തിൽ കൃഷ്ണൻ നായർക്ക് അന്നാദ്യമായി മതിപ്പു തോന്നി.

കവലയിൽ ആളുകൾ കൂടി വന്നു.

മഴവെള്ളം ചളി കെട്ടിയ ചവിട്ടുവഴിയിലൂടെ കൃഷ്ണൻ നായരോടൊപ്പം രാമൻ നടന്നു.

ജീപ്പുറോഡിന് ഇരുവശവും കാടുകൾ വളർന്നിരിക്കുന്നു.

അങ്ങിങ്ങായി ജീപ്പിന്റെ ചക്രങ്ങൾ പതിഞ്ഞ പാടുകളിൽ മഴവെള്ളം കെട്ടി നിന്നു.

ആകാശം തെളിഞ്ഞു.

കാടോത്തിക്കുന്നിലെ കോടമഞ്ഞ് കാറ്റിൽ ഒഴുകി മലകൾക്കു പിറകിൽ മറഞ്ഞു. അങ്ങിങ്ങ് വിതറിയിട്ടതുപോലെ തൂവെള്ള മേഘക്കീറുകൾ കരിമലയിൽ ചിതറിക്കിടന്നു.

മഴ തോർന്നു.

കരകവിഞ്ഞ കൈത്തോടുകൾ ചാലുകളിലേക്ക് ഒതുങ്ങി.

വെള്ളപ്പൊക്കത്തിൽ ശ്വാസം മുട്ടിയ നെൽച്ചെടികൾ ഇളം വെയിലിൽ നിവർന്നു.

കലക്കൽ വിട്ടുമാറാത്ത കൈത്തോടുകളിൽ മാനത്തുകണ്ണികൾ നീന്തി നടന്നു.

കരിമലയിലേക്കുള്ള ചവിട്ടുവഴി പൊന്തക്കാടുകൾക്കിടയിലൂടെ വടക്കോട്ട് പിരിഞ്ഞു.

തെക്കൻ കാറ്റിന് നല്ല തണുപ്പുള്ളതുപോലെ രാമനു തോന്നി.

കനാൽ പണിക്കാർ കുട്ടയും തൂമ്പയുമായി കടന്നു പൊയ്ക്കൊണ്ടിരുന്നു.

കൃഷ്ണൻ നായർ ചേട്ടന്മാരുടെ കുറ്റങ്ങൾ വാതോരാതെ പറഞ്ഞു.

പറഞ്ഞതിൽ പകുതി പതിരാണെന്നു മനസ്സിലായിട്ടും രാമൻ അനിഷ്ടം പുറത്തു കാട്ടിയില്ല.

കൃഷ്ണൻ നായരുടെ കഥാപാത്രങ്ങൾ ഏതു നിമിഷവും കൺമുന്നിൽ പ്രത്യക്ഷപ്പെടുമെന്ന് രാമൻ പ്രതീക്ഷിച്ചു.

കൃഷ്ണൻ നായരുടെ കഥകളിൽനിന്ന് കാടോത്തിക്കുന്നിന്റെയും മേടപ്പാറയുടെയും പഴയ കാലങ്ങൾ രാമൻ മനസ്സിൽ കണ്ടു.

മൂന്നു ചെറിയ കുന്നുകൾക്കപ്പുറത്ത് ഒരു മുത്തശ്ശിക്കുന്നുപോലെ രാമന്റെ കാഴ്ചയിൽ കാടോത്തിമല വലുതായി.

കുറുപ്പുമാരുടെ പ്രതാപകാലത്തെക്കുറിച്ച് പറയുമ്പോൾ കൃഷ്ണൻ നായരുടെ വാക്കുകളിൽ നഷ്ടബോധം നിഴലിച്ചു.

കരിമ്പിലെ ഉത്സവത്തിന് പകിട്ടുപോയത് ചേട്ടന്മാരും മാപ്പിളമാരും വന്നതിനു ശേഷമാണെന്നു പറയുമ്പോൾ നായരുടെ മനസ്സു തിളയ്ക്കുന്നത് അയാളുടെ കണ്ണുകളിൽ കാണാമായിരുന്നു.

കുറുപ്പുമാരുടെ ആയിരം ഏക്കർ തൊടിയിൽനിന്ന് മരം മുറിച്ചു കടത്താൻ ഇരുപത്തി അഞ്ച് വർഷങ്ങൾക്കുമുൻപ് പണിത മൺപാത ശോഷിച്ച് ഏറക്കുറെ ഒരു നടപ്പാതപോലെ ആയിരിക്കുന്നു.

മരത്തിന് വിലപറഞ്ഞ മമ്മദ് ഹാജി കുറുപ്പുമാരുടെ ആയിരം ഏക്കറിൽ പകുതി എഴുതി വാങ്ങിച്ചതാണെന്ന് കൃഷ്ണൻ നായർ തറപ്പിച്ചു പറഞ്ഞു.

കുടിയേറി വന്ന ചേട്ടൻമാരും ഗൾഫിൽനിന്ന് പണം കൊണ്ടുവന്ന മാപ്പിളമാരും ഏക്കറിന് നൂറ്റി അമ്പതും ഇരുനൂറും രൂപ കൊടുത്ത് കുറുപ്പുമാരുടെയും ഹാജിയാരുടെയും സ്ഥലം വാങ്ങിക്കൂട്ടി.

കുറുപ്പുമാരുടെ തറവാട്ടു സ്വത്തിൽ കണക്കില്ലാത്ത നൂറുകണക്കിന് ഏക്കർ ജണ്ട കെട്ടിത്തിരിച്ച് സർക്കാർ വനഭൂമിയാക്കിയെന്ന് കൃഷ്ണൻ നായർ പരിഭവിച്ചു.

രാമൻ എല്ലാം ക്ഷമയോടെ മൂളി കേട്ടു.

മൂളിയും ചരിഞ്ഞും കുന്നിറങ്ങിവന്ന മനയ്ക്കലെ ജീപ്പിന് കടന്നുപോകാൻ രാമനും കൃഷ്ണൻ നായരും കാടുപോലെ വളർന്ന പുൽച്ചെടികൾക്ക് ഇടയിലേക്ക് ഒതുങ്ങി സ്ഥലം കൊടുത്തു. വണ്ടിയോടിച്ചിരുന്ന മുരളി കൃഷ്ണൻ നായരോട് പരിചയഭാവം കാണിക്കാത്തതിന്റെ കാരണം ഊഹിക്കാൻ അയാൾ അതുവരെ പറഞ്ഞ കഥകൾ തന്നെ രാമന് ധാരാളമായിരുന്നു.

മലഞ്ചരക്ക് കയറ്റാൻ വരുന്ന കൊറ്റുവിന്റെ കാളവണ്ടിയും മനയ്ക്കലെ ജീപ്പും മാത്രമായിരുന്നു മലവഴിയിലൂടെ കടന്നുപോകാറുള്ള വാഹനങ്ങൾ.

രണ്ടു വർഷംകൊണ്ട് കനാൽ റോഡ് പണി തീരുമെന്ന് കൃഷ്ണൻ നായർ പറഞ്ഞപ്പോൾ രാമൻ ചിരിച്ചു.

രാമന്റെ കാഴ്ചയിൽ മല വലുതായി വന്നു.

പൂവാറൻ തോടിന്റെ ഇരമ്പൽ രാമന്റെ കാതുകളിൽ അലച്ചു. തണുത്ത കാറ്റ് രാമനെ തഴുകി.

മാനം മുട്ടെ വായപിളർന്നു നില്ക്കുന്ന കാടോത്തി മലയ്ക്ക് ഒരു വലിയ കാട്ടാനയുടെ രൂപമാണെന്ന് രാമൻ മനസ്സിൽ പാഞ്ഞു.

മരങ്ങളുടെ ഉയരമുള്ള കൂറ്റൻ പാറക്കല്ലുകൾ ഏതു നിമിഷവും താഴേക്ക് ഉരുളുമെന്ന് രാമനു തോന്നി.

കാടോത്തി മല നെടുകെ പിളർന്നപോലെ കല്ലും മണ്ണും കുത്തിയൊഴുകിയ നാല്പത്തി രണ്ടിലെ ഉരുൾപൊട്ടൽ കൃഷ്ണൻ നായർ പറഞ്ഞതിനേക്കാൾ ഭയങ്കരമായിരുന്നുവെന്ന് രാമൻ ഊഹിച്ചു.

പൂവാറൻ തോടിനക്കരെ മനയ്ക്കൽ ആന്റപ്പന്റെ നൂറേക്കർ പറമ്പിന്റെ ഇരുമ്പു ഗേറ്റ് കൃഷ്ണൻ നായർ ചൂണ്ടിക്കാണിച്ചു.

ജീപ്പിനു കടന്നുപോകാൻ പാകത്തിന് ആറ്റിലെ വഞ്ഞിക്കാടുകൾ ഭംഗിയായി വെട്ടിയൊതുക്കിയിരുന്നു.

നൂറു വാര മുന്നിൽ വെട്ടിവച്ചതുപോലെ മല ഉയർന്നു.

കീലത്തു പാറയുടെ ഉയരങ്ങളിൽനിന്ന് കയത്തിലേക്ക് അലച്ചു വീഴുന്ന ആറ്റുവെള്ളം കാറ്റിൽ ഇരമ്പി.

"തെക്കോട്ടു തിരിഞ്ഞാൽ കാടോത്തിക്കുന്നായി"

രാമന്റെ ക്ഷീണം കൃഷ്ണൻ നായർ മനസ്സിലാക്കിയിരുന്നു.

"ആറ്റിനക്കരെ വേറെയാർക്കും സ്ഥലമില്ല"

കൂറ്റൻ ഉരുളൻ പാറകൾക്കിടയിലുള്ള ചവിട്ടു വഴിയിലൂടെ കിഴക്കുനിന്ന് മലയിറങ്ങിവരുന്ന മലയരയപ്പെണ്ണുങ്ങൾ രാമന്റെ കാഴ്ചയിൽ വലുതായി വന്നു.

''മണ്ണായ മണ്ണുള്ള സ്ഥലമൊക്കെ ആന്റപ്പൻ വളച്ചുകെട്ടി'' കൃഷ്ണൻ നായർ പറഞ്ഞത് രാമൻ കേട്ടില്ല.

വടക്ക് മനയ്ക്കൽ ആന്റപ്പന്റെ നൂറേക്കറിനപ്പുറത്ത് കരിമലയിൽ അപ്പോഴും മഴ പെയ്തുകൊണ്ടിരുന്നു.

കീലത്തു പാറയിൽ വെള്ളമൊഴുകുന്ന വെളുത്ത വരകൾ ഇടയ്ക്കിടെ മുറിഞ്ഞു.

കൃഷ്ണൻ നായർ തെക്കോട്ടു നീളുന്ന ചവിട്ടു വഴിയിലേക്ക് കൈ ചൂണ്ടി.

"പടിഞ്ഞാറുവശത്ത് ആദ്യം കാണുന്നത് ഗോപാലന്റെ വീട്, രണ്ടാമതു കാണുന്നതാ........"

"പത്തു മിനിറ്റ് നടന്നാൽ മതി... അല്ല, അഞ്ച് മിനിറ്റ്"

ഒരു നിമിഷം സംശയിച്ച് കൃഷ്ണൻ നായർ തിരുത്തി.

"തൊട്ടപ്പുറത്ത് കിഴക്കുവശത്ത് ആദ്യം കാണുന്നത് ചേട്ടന്റെ......"

കൃഷ്ണൻ നായരെ പറഞ്ഞയച്ചതിനു ശേഷം രാമൻ വഞ്ഞിക്കാടുകൾക്കിടയിലൂടെ കടവിലേക്ക് ഇറങ്ങി.

അവറാച്ചന്റെ പറമ്പിൽ പണിക്കുപോകുന്ന പെണ്ണുങ്ങളുടെ കലമ്പൽ അടുത്തുവരുന്നതും അകന്നുപോകുന്നതും കേട്ടുകൊണ്ട് രാമൻ വഞ്ഞിക്കാടുകൾക്ക് ഇടയിൽ അമർന്നു.

തെളിയുന്ന ചിത്രങ്ങൾ

കീലത്തുമലയുടെ ചവിട്ടുവഴിയിറങ്ങി കത്രീന നടന്നു. ഇടതൂർന്ന് വളർന്ന തെരുവക്കൂട്ടങ്ങൾക്കിടയിൽ കത്രീന ചെറുതായി. മലയരയന്മാരും വല്ലപ്പോഴും മലകയറുന്ന വെടിക്കാരും വാറ്റുതേടി വരുന്നവരുമല്ലാതെ അധികമാരും ആ വഴി നടക്കാറില്ല. മീശ കിളിർക്കാത്ത പൊടിപ്പയ്യന്മാർ പകുതി വഴി വന്ന് തിരിച്ചുപോയി. കത്രീനയെ കണ്ടതായും ചാരായം വാങ്ങിക്കുടിച്ചതായും അവർ കഥകളുണ്ടാക്കി.

ചിലർ ഒരുപടി കൂടി കടന്ന്, കത്രീന അവരെ വീട്ടിൽ കയറ്റി സൽക്കരിച്ചതായി പറഞ്ഞു പൊലിപ്പിച്ചു. ഒക്കെ വെറും കഥകളാണെന്ന് പറയുന്നവരും കേൾക്കുന്നവരും അറിഞ്ഞിരുന്നുകൊണ്ടുതന്നെ കഥകൾ പൊലിച്ചു. നിറം പിടിപ്പിച്ച കഥകൾ തന്റെ ചെവിയിലും എത്തിയിരുന്നത് കത്രീന ഓർത്തു.

കയ്യാലകൾക്കു പിന്നിലും പൊന്തക്കാടുകൾക്ക് മറവിലും ഒളിച്ചിരുന്ന് 'താട്ടീ' എന്ന് വിളിച്ച പൊടിക്കുട്ടികൾ കത്രീനയുടെ നോട്ടത്തിൽ ഭയന്നു. ചിലർ ചെറുകല്ലുകൾ എറിഞ്ഞ് അതിവേഗം ഓടി പാറക്കൂട്ടങ്ങൾക്കു പിറകിലും ഇടവഴികളിലും ഒളിച്ചു.

പുലിപോലെ ചീറിയ കത്രീന കുനിഞ്ഞ് കല്ലെടുത്ത് ഓങ്ങിയതല്ലാതെ, എറിഞ്ഞില്ല.

മുറുക്കിച്ചുവന്ന വായ കോട്ടി കാർക്കിച്ച് "ഫൂ" എന്ന് തുപ്പിയ കത്രീനയ്ക്കു മുന്നിൽ എല്ലാ കുറുമ്പും അടങ്ങി.

'തന്റെ വായിൽ പുളിച്ചു തികട്ടി പുറത്തുവന്ന വാക്കുകൾക്ക് കല്ലിനേക്കാൾ മുനയും മൂർച്ചയുമുണ്ടായിരുന്നു,' അവൾ ഓർത്തു.

മുതിർന്ന് മുഴുപ്പെത്തിയ ആണുങ്ങൾക്ക് കത്രീന വാറ്റ് വിളമ്പുമെന്നും പായ വിരിക്കുമെന്നും കരിമ്പിലെ പയ്യൻമാർ വിശ്വസിച്ചു. ശരീരം തിടം വയ്ക്കുന്നതും മീശ ഘനം വച്ച് പുരുഷാകാരങ്ങളായി കീലത്തുമലയുടെ ചവിട്ടു വഴി കയറുന്നതും കത്രീനയുടെ സൽക്കാരം സ്വീകരിക്കു

ന്നതും അവർ സങ്കല്പിച്ചു.

മുതിർന്നപ്പോൾ കത്രീനയുടെ സ്ഥായി കൂടുതൽ മുതിർന്നവരോടും ഇഷ്ടക്കാരോടും മാത്രമാണെന്ന് അവർക്ക് തോന്നി.

കീലത്തുമലയുടെ ചവിട്ടുവഴി വെടിക്കാരെയും മലയരയന്മാരെയും മാത്രം വരവേറ്റു.

മാസത്തിലൊരിക്കൽ ഒരു തുണിസഞ്ചിയും മണ്ണെണ്ണ വാങ്ങാനുള്ള കന്നാസും കൈയിലെടുത്ത് കത്രീന മലയിറങ്ങി. മുറുക്കിച്ചുവപ്പിച്ച് വഴിയരികിൽ നീട്ടിത്തുപ്പി കരിമ്പിലൂടെ നടന്നു.

ആരോടും മിണ്ടിയില്ല.

ആരെയും നോക്കി ചിരിച്ചില്ല.

ഏഷണികൾക്ക് ചെവികൊടുത്തില്ല.

മടിക്കുത്തിൽ നിന്ന് പുകയിലയും വെറ്റിലയും അടയ്ക്കയും പകുത്ത് വായിലിട്ട് ചവച്ചു.

ഒരു കൈയിൽ അരിയും മറുകൈയിൽ മണ്ണെണ്ണയും തൂക്കി കുടിലി ലേക്ക് തിരിച്ചു നടന്നു. കല്ലെടുത്തെറിഞ്ഞ് ഓടിയകലുന്ന ചെറുക്കന്മാരെ ഭയപ്പെടുത്താൻ മാത്രം നിന്നു. താട്ടീ എന്നു വിളിച്ചവരെ പൂളിച്ച തെറി കൊണ്ട് അഭിഷേകം ചെയ്യാൻ മാത്രം വായ തുറന്നു.

കത്രീനയുടെ കാഴ്ചയ്ക്കുവേണ്ടി മാത്രം കരിമ്പിലെ കൗമാരം കാത്തിരുന്നു.

റേഷൻ കടയിൽ സാധനങ്ങൾ വാങ്ങുന്ന കത്രീനയെ ചെറുക്കന്മാർ പാളി നോക്കി. മിണ്ടാൻ സ്വാതന്ത്ര്യമുള്ള ചിലർ, കാത്തിരുന്നതുപോലെ പുതിന കഥകൾ കെട്ടഴിച്ചു. വിവരണം നീണ്ടാൽ കത്രീന മുരളും. അതോടെ കഥയുടെ ചുരുൾ അടയും.

കാടോത്തിക്കുന്നിൽ മണ്ണു വാങ്ങിയ പ്രതാപശാലിയായ നായരെക്കു റിച്ച് ഒളിഞ്ഞും തെളിഞ്ഞും കേട്ട കഥകളുമായി കീലത്തുപാറയെ ലക്ഷ്യമാക്കി തിരികെ നടക്കുമ്പോൾ കത്രീന മറ്റൊരു ലോകത്തായി രുന്നു. ആഗ്രഹിക്കാത്ത മുഖങ്ങൾ ഒന്നൊന്നായി മനസ്സിൽ തെളിഞ്ഞ പ്പോൾ, ചിന്തകൾ അടക്കാൻ കത്രീന പാടുപെട്ടു.

ഇല്ലായ്മകളിൽനിന്ന് നാടുവിട്ടെത്തി ജീവിതം വെട്ടിപ്പിടിച്ച എത്ര പേർ! ഒന്നുമില്ലാതെ ജീവിച്ചവർ. നാട്ടിലെ പ്രതാപം വർണ്ണിക്കുമ്പോൾ അവർക്കെല്ലാം നൂറു നാവ്! ഊരും പേരും അറിയുന്ന ആരെങ്കിലും ഒരാൾ കരിമ്പിൽ വണ്ടിയിറങ്ങുന്നതോടെ എല്ലാ കഥകളും പൊളിയും.

ചേമ്പിൻതാൾ തിന്നും വെള്ളം തിളപ്പിച്ചു കുടിച്ചും ആഴ്ചകൾ ജീവിച്ചത്, മഴക്കാലത്ത് പണി കിട്ടാതെ നരകിച്ചത്, വാഴക്കുല കട്ടതിന് ചുട്ട തല്ല് കിട്ടിയത്, അവിഹിതത്തിന് നാട്ടുകാർ പിടികൂടിയത്.

ഇന്നല്ലെങ്കിൽ നാളെ, ഒളിപ്പിച്ചുവച്ച കഥകൾ പുറത്തായി എല്ലാവരും തുണിയുരിഞ്ഞതു പോലെ നില്ക്കും.

പഴയ കഥകൾ പുതിയ ഇരട്ടപ്പേരുകളായി മാറും.

ഞായറാഴ്ച കുർബ്ബാനകളിൽ പള്ളിയിൽ എത്തിയിരുന്ന പകുതി പേർക്കും പഴയ കാലത്തിന്റെ മുദ്ര പോലെ ഇരട്ടപ്പേരുകൾ വീണിരുന്നത് കത്രീന ഓർത്തു.

തന്റെ ഭൂതകാലം മുന്നിൽ വെളിപ്പെട്ടതുപോലെ കത്രീന ചൂളി.

അങ്ങാടിയിൽ കൂടി നിന്ന ചെറുപ്പക്കാർ തന്റെ ഭാവമാറ്റം അറിയാതിരിക്കാൻ കത്രീന സ്വയം വീണ്ടെടുത്തു.

പെട്ടെന്ന് ...

ഒരു ചൂളമടി ശബ്ദം കത്രീനയെ ഉണർത്തി.

തന്റെ ചെവിക്കല്ലിൽ ഉരഞ്ഞ് എന്തോ ഒന്ന് പാഞ്ഞു പോകുന്നത് കത്രീന അറിഞ്ഞു.

അടുത്ത ഏറിൽ കത്രീന വേദനിച്ചു പുളഞ്ഞു

താട്ടീ......

പൊന്തക്കാടുകൾക്കു പിറകിൽ നിന്ന് ചൂളം വിളികൾ ഉയർന്നു.

കന്നാസും സഞ്ചിയും താഴെ വച്ച് കത്രീന ചീറി.

കല്ലെടുക്കാൻ കുനിഞ്ഞ കത്രീനയുടെ വായിൽനിന്ന് പുളിച്ച തെറിവാക്കുകൾ പുറപ്പെട്ടു.

കാക്കക്കൂട്ടിൽ കല്ലെറിഞ്ഞതുപോലെ പൊന്തക്കാടിനു പിറകിൽ നിന്ന് കുട്ടികൾ ചിതറിയോടി.

യാഹുവിന്റെ മാടക്കടയുടെ ചായിപ്പിൽ ബീഡി പുകച്ചു നിന്ന ചാണ്ടി വെടി കൊണ്ടതുപോലെ പുറത്തിറങ്ങി.

ഓടി രക്ഷപ്പെടാനുള്ള വെപ്രാളത്തിൽ കനാലിറമ്പിലെ കരിങ്കല്ലിൽ കാൽ തടഞ്ഞ്, എടുത്തെറിഞ്ഞതു പോലെ ജോജി തെറിച്ചു വീണു.

“തന്തേടെ മോൻ തന്നെ, ഊളത്തരം മാറൂല.”

ചാണ്ടി ചെവിക്കു പിടിച്ച് ജോജിയെ തൂക്കിയെടുത്തു.

ചവിട്ടു കിട്ടിയ എലിക്കുഞ്ഞിനെപോലെ ജോജി കരഞ്ഞു.

ചാർമിനാർ പുകച്ചു നിന്ന രാമന്റെ മേൽ കത്രീനയുടെ കണ്ണുകൾ ഉടക്കി. മലങ്കാക്കകൾ കൂട്ടുകെട്ടിയ മരത്തിന്റെ ചുവട്ടിൽ അങ്ങാടിയിൽ നടന്നതൊന്നും കാണാത്ത മട്ടിൽ, നട്ട മരം പോലെ, രാമൻ നിന്നു. ഇലപ്പടർപ്പുകൾക്ക് ഇടയിലൂടെ പതിച്ച വെയിൽ വെട്ടം ചിത്രങ്ങൾ വരച്ച പോലെ, രാമന്റെ വെള്ള ജുബ്ബയും മുണ്ടും തിളങ്ങി.

ഇരുപതു വർഷങ്ങൾക്കു പിറകിൽ ഓർമ്മകൾക്കായി കത്രീന പരതി.

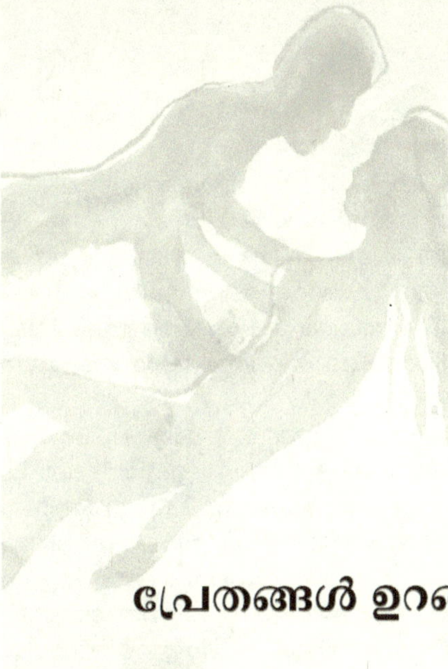

പ്രേതങ്ങൾ ഉറങ്ങിയ രാത്രി

പടിഞ്ഞാറൻ ചക്രവാളത്തിലെ വെള്ളിമേഘങ്ങളെ നോക്കി കീലത്തു പാറയുടെ ചരിവിൽ കത്രീന ഇരുന്നു. നേർത്ത് കുത്തിയൊഴുകി വരുന്ന പൂവാറൻതോടിന്റെ ഇരമ്പൽ ചീവീടുകളുടെ കലമ്പലിൽ കലർന്നപ്പോൾ പള്ളിയിലെ ആർപ്പുവിളികൾ പോലെയുണ്ടെന്ന് കത്രീനയ്ക്കു തോന്നി.

"സർവ്വവും മായയാണ്. എല്ലാ പ്രയത്നവും വൃഥാവിലാണ്."

പണ്ടു വായിച്ച സഭാപ്രസംഗത്തിലെ വാക്കുകൾ കത്രീനയുടെ മനസ്സിൽ തികട്ടി വന്നു. അവളുടെ മനസ്സിൽ ഒരു സംശയം ബലപ്പെടുകയായിരുന്നു.

കടന്നുപോന്ന അനുഭവങ്ങളുടെ പരമ്പര അവളുടെ മനസ്സിൽ തെളിഞ്ഞു. കാര്യങ്ങൾ കൂട്ടിയോജിപ്പിക്കാനുള്ള ഒരു യുക്തിയും കണ്ടെത്താൻ അവൾക്കായില്ല.

എത്ര പെട്ടെന്നാണ് ജീവിതം മാറിമറിയുന്നത്!

ജീവിതത്തിന്റെ കണ്ണികൾ ഒരിക്കൽ വേർപെട്ടാൽ നേരെയാക്കാൻ പ്രയാസമാണെന്ന് അവൾക്കു തോന്നി.

ഒരിക്കൽ നടതെറ്റിയാൽ അതോടെ തീർന്നു.

തന്റെ ജീവിതത്തിന് അങ്ങനെയൊരു വ്യാഖ്യാനം നല്കി ആശ്വസിക്കാൻ ശ്രമിച്ച കത്രീന അതിനുപോലും തനിക്കാവില്ലെന്ന് വേദനയോടെ ഓർത്തു.

നീണ്ട പതിന്നാറു വർഷങ്ങൾക്കുമുമ്പാണ് അപ്പനും അമ്മയും ലാളിച്ചു വളർത്തിയ കത്രീന എന്ന ദൈവഭയമുള്ള പെൺകുട്ടി അവരെയൊക്കെ ധിക്കരിച്ച് ഒരു പുലയ ക്രിസ്ത്യാനിയുടെ കൂടെ ഇറങ്ങിത്തിരിച്ചത്. അന്നു മുതല്ക്ക് ഈ ദിവസംവരെ തന്റെ ജീവിതം കടന്നുവന്ന വഴികൾ കത്രീനയുടെ മനസ്സിൽ തെളിഞ്ഞു.

മേടപ്പാറയുടെ മലനിരകളെ തഴുകിവന്ന ഇളം കാറ്റ് അവളുടെ പാതി

അനാവൃതമായ മാറിടത്തിലേക്ക് കാറ്റിന്റെ തണുപ്പ് കടത്തിവിട്ടു.

ഓർമ്മകളിലൂടെ കത്രീന പുറകോട്ടു പോയി.

സിൽക്ക് ജുബ്ബാ ധരിച്ച് വില കൂടിയ സിഗരറ്റും പുകച്ച് മുത്തശ്ശി മാവും ചാരി നില്ക്കുന്ന രാമന്റെ ചിത്രം അവളുടെ മനസ്സിൽ മായാതെ നിന്നു. രഹസ്യങ്ങളുടെ ഏതൊക്കെയോ ഭിത്തികൾ തങ്ങളെ വേർതിരിച്ചിരിക്കുകയാണെന്ന് അവൾക്കു തോന്നി. ഒക്കെ വെറും തോന്നലാണെന്ന് തൊട്ടടുത്ത നിമിഷം സ്വയം വിശ്വസിപ്പിക്കാൻ ശ്രമിച്ചു.

കാറ്റിന് തണുപ്പ് കൂടിക്കൂടി വന്നു. കീലത്തു പാറയുടെ ചൂട് ശമിച്ചു. പതിവിലും തെളിഞ്ഞ ആകാശത്തെ നക്ഷത്രങ്ങളെ എണ്ണാൻ കത്രീന ശ്രമിച്ചു. എടുത്തുവച്ചതു പോലെ ചേർന്നുകിടക്കുന്ന മൂന്ന് നക്ഷത്രങ്ങളിൽ അവളുടെ കണ്ണുകൾ ഉടക്കി. ആകാശത്തേക്ക് വിരൽ ചൂണ്ടി ആ നക്ഷത്രങ്ങളെ കാണിച്ച് അത് കുരിശിലെ കർത്താവും രണ്ട് കള്ളൻമാരുമാണെന്ന് ആദ്യം പറഞ്ഞത് അമ്മയാണെന്ന് കത്രീന ഓർത്തു. മുതിർന്നപ്പോൾ സങ്കല്പമാണെന്നറിഞ്ഞിട്ടും, അതവളുടെ മനസ്സിൽ വിങ്ങി.

“അത് ക്രിസ്തുവും രണ്ട് പെണ്ണുങ്ങളുമാണ്. രണ്ടു പേരും ക്രിസ്തുവിന്റെ കാമുകിമാർ”

ഇരുപത്തിയഞ്ച് വർഷങ്ങൾക്ക് പിന്നിൽ നിന്ന് ചേറിന്റെ മണമുള്ള ഒരു ചിരി അവളുടെ ഉള്ളിൽ മുഴങ്ങി. ദൈവദോഷം പറയുന്നവർക്ക് നരകമാണ് ശിക്ഷയെന്ന് താൻ അന്നൊരു പുലയച്ചെറുക്കനെ ശകാരിച്ചു.

“കാത്തിക്കൊച്ചമ്മ കൂടെ വന്നാൽ, നരകത്തിൽ പോവാനും ഞാൻ റെഡി.”

ആദ്യമായി മോഹിച്ച പുരുഷന്റെ രൂപം ഓർത്തെടുക്കാൻ കത്രീന ശ്രമിച്ചു. പുരുഷനെന്ന് എങ്ങനെ പറയും, പൊടിമീശ പോലും കിളിർക്കാത്ത പതിനാറുകാരൻ. തനിക്കന്ന് പതിമൂന്ന്; പ്രായത്തേക്കാൾ ശരീരം വളർന്നുവെന്ന് അമ്മ ദിവസവും ഓർമ്മിപ്പിക്കുന്ന കാലം. നഷ്ടസ്മരണകളിൽ കത്രീന സ്വയം ഇല്ലാതായി. കിഴക്കൻ മലകളെ തഴുകി വരുന്ന കാറ്റിന് അവന്റെ ശരീരത്തിന്റെ മണമുണ്ടെന്ന് കത്രീന സങ്കല്പിച്ചു. പാടത്തു പണിയെടുത്ത് ദേഹമാസകലം ചളി പുരണ്ട്, കിതച്ചുവിറയ്ക്കുന്ന ശരീരവുമായി നില്ക്കുന്ന അവന്റെ കൈകളിലേക്ക് കഞ്ഞിവെള്ളം നിറച്ച ഗ്ലാസു നീട്ടുമ്പോൾ താൻ എത്ര വട്ടം അത് അനുഭവിച്ചിരിക്കുന്നു.

പെട്ടെന്ന്, കത്രീനയുടെ നെഞ്ച് പിടച്ചു. അവളിൽനിന്ന് ഒരു നിശ്വാസം പുറപ്പെട്ടു.

കീലത്തു പാറയുടെ വിടവിൽ അടർന്നു തൂങ്ങിനിന്ന ചെറിയ കല്ലുകൾ കൈകൊണ്ട് മാന്തിയെടുത്ത് അവൾ താഴേക്ക് എറിഞ്ഞുകൊണ്ടിരുന്നു.

പെട്ടെന്ന് കാൽപ്പെരുമാറ്റം കേട്ടതു പോലെ, കത്രീന തിരിഞ്ഞു നോക്കി. പിറകിലെ നിഴൽ രൂപം കണ്ട് അവൾ ഞെട്ടി. പ്രേതങ്ങൾ മാത്രം

സഞ്ചരിക്കുന്ന പാറയിൽ, ആരും പുറത്തിറങ്ങാൻ ധൈര്യപ്പെടാത്ത നേരത്ത് ഒരു മനുഷ്യരൂപം!

നീളൻ പിടിയുള്ള കാച്ചിച്ച വാക്കത്തിയിൽ കത്രീന തിരുപ്പിടിച്ചു.

"ആരാത്?," ഇരുട്ടിൽ കത്രീന എഴുന്നേറ്റു.

"പേടിക്കേണ്ട, ഞാൻ തന്നെ"

"ഓ, രാമൻ നായരോ?" ആളെ തിരിച്ചറിഞ്ഞപ്പോൾ കത്രീനയ്ക്ക് വിശ്വസിക്കാനായില്ല.

രാമൻ പൊട്ടിച്ചിരിച്ചു. മുഴക്കമുള്ള ആ ശബ്ദം കീലത്തുമലയുടെ ഉയരങ്ങളിൽ തട്ടി തിരിച്ചുവരുന്നതുപോലെ അവൾക്കു തോന്നി. ശബ്ദിക്കാനാവാതെ അവൾ ഒരു നിമിഷം പകച്ചു നിന്നു.

"എന്നെയല്ലേ, ഓർത്തു കൊണ്ടിരുന്നത്," കളിമട്ടിൽ രാമൻ ചോദിച്ചു.

"തന്നെ ഞാനെന്തിനോർക്കണം?" തന്റെ മനസ്സിൽ ഉയർന്ന സംശയങ്ങൾ മനസ്സിലാക്കിയ രാമനോട് തോന്നിയ ആരാധന പുറത്തുകാണിക്കാതെ കത്രീന മുരണ്ടു.

"ശൃംഗരിക്കാൻ ഇരുട്ടു ചവിട്ടി വന്നതാണല്ലേ, നായർക്ക് ആളു മാറിപ്പോയി."

രാമൻ പിന്നെയും ചിരിച്ചു. എന്തോ ഒന്ന് സംഭവിക്കാൻ പോകുകയാണെന്ന് കത്രീനയ്ക്ക് തോന്നി.

"കാത്തിക്കൊച്ചമ്മയ്ക്ക് ഇനിയും എന്നെ മനസ്സിലായില്ലെന്നുണ്ടോ?"

ഒരു കൊടുങ്കാറ്റുപോലെ, ആ വാക്കുകൾ കത്രീനയെ ഉലച്ചു. കാലങ്ങൾക്ക് പിറകിൽ നിന്ന് വരുന്ന ശബ്ദം. പ്രായത്തിനൊപ്പം ആ ശബ്ദത്തിനു പിന്നെയും കനം വച്ചിരിക്കുന്നു.

കൊക്കയിലേക്ക് നില തെറ്റി വീഴാതിരിക്കാൻ കത്രീന പാടുപെട്ടു.

"രാമാ," അതൊരു നിലവിളിയായിരുന്നു.

"എന്തോ," കത്രീനയ്ക്കു പരിചയമുള്ള അതേ അനുസരണയോടെ രാമൻ വിളി കേട്ടു.

"എനിക്ക്..... എന്ത്....," വാക്കുകൾ കിട്ടാതെ കത്രീന വിഷമിച്ചു.

"കാത്തിക്കൊച്ചമ്മയ്ക്ക് സംശയമുണ്ടോ?"

"ങൂ ഹും.. " അവൾ മൂളി.

"ഇത് സ്വപ്നമാണോ, അതോ തോന്നലോ," കത്രീന അറിയാതെ പറഞ്ഞു പോയി. ·

"ഞാൻ എല്ലാം അറിയുന്നുണ്ടായിരുന്നു," രാമൻ പറഞ്ഞു. ആ നിമിഷം താൻ തീരെ ചെറുതായതു പോലെ അവൾക്കു തോന്നി.

"എല്ലാം അറിഞ്ഞിട്ടും, ഈ രാത്രി ....?"

"എല്ലാം എനിക്കറിയാമെന്ന് പറയാൻ, പഴയ ഇഷ്ടം ഇപ്പോഴുമുണ്ടോ എന്ന് ചോദിക്കാൻ...."

അവിടെ വച്ച് സംസാരം മുറിഞ്ഞു. ആരോ വലിച്ചടുപ്പിച്ചതുപോലെ അവരുടെ ഉടലുകൾ കൊരുത്തു. തെളിഞ്ഞ ആകാശത്തിനു കീഴെ, പൂവാറൻതോടിന്റെ സംഗീതവും മേടപ്പാറയെ തഴുകിവരുന്ന ഇളം

കാറ്റിന്റെ സുഗന്ധവുമേറ്റ് അവർ പരസ്പരം അറിഞ്ഞു. മണിക്കൂറുകൾ കടന്നുപോയത് അവർ അറിഞ്ഞില്ല.

രാമന്റെ രഹസ്യങ്ങളുടെ കെട്ടുപൊട്ടിക്കാൻ കത്രീനയോ അവളുടെ ജീവിതം പിടിച്ചുപറിക്കാൻ രാമനോ ആഗ്രഹിച്ചില്ല. അപ്പോൾ അവർക്കിടയിൽ ചിന്തകൾ ഉണ്ടായിരുന്നില്ല. രഹസ്യങ്ങളുടെ രണ്ടു കരകൾക്ക് നടുവിൽ അവർ ശരീരംകൊണ്ട് പാലം വച്ചു.

എന്നെന്നേക്കുമായി പിരിഞ്ഞു പോകേണ്ടവരാണെന്ന് അവർ സ്വയം പറഞ്ഞു.

മേടപ്പാറയുടെ മുകളിൽ രാമന്റെ ചൂട്ടു വെട്ടം അകന്നു പോകുന്നത് കത്രീന നോക്കി നിന്നു. കാലിന്റെ പെരുവിരലിൽനിന്ന് ഒരു മരവിപ്പ് അരിച്ചു കയറുന്നതു പോലെ അവൾക്ക് തോന്നി.

അന്നു പകൽ മുഴുവൻ കത്രീന രാമനെക്കുറിച്ചു മാത്രം ചിന്തിച്ചു. ആധികൊണ്ട് അവൾ പൊറുതിമുട്ടി. ഉൽക്കണ്ഠയുടെ പകൽ കത്രീനയെ വീർപ്പുമുട്ടിച്ചു. ഇരുട്ടിനുവേണ്ടി അവൾ ആഗ്രഹിച്ചു. ഒരിക്കൽക്കൂടി രാമൻ തന്നെ തേടിവരുമെന്ന് അവൾ വിശ്വസിച്ചു. ഇരുൾ വീണപ്പോൾ, അതിന്റെ മറവിൽ എവിടെയോ രാമനുണ്ടെന്ന് അവൾക്ക് തോന്നി. താനും രാമനും കണ്ടെത്തിയ പാറയിൽ നീണ്ട മണിക്കൂറുകൾ അവൾ കാത്തിരുന്നു. കാതങ്ങൾ താഴെ, കരിമ്പിൽ വെളിച്ചങ്ങൾ കെട്ടു.

ഒന്നും സംഭവിക്കാത്തതുപോലെ, രാമൻ വന്നു. രാമന്റെ കരുത്തിൽ അവളുടെ ആധിയകന്നു. ആ കരുത്തിൽ പുതിയൊരു സുരക്ഷിതത്വ ബോധം കത്രീനയ്ക്ക് അനുഭവപ്പെട്ടു.

ചീവീടുകളുടെ കലമ്പൽ നേർത്തു വന്നു. മലങ്കാറ്റ് തണുത്തു.

നിലാവിൽ, തെളിഞ്ഞ ആകാശത്തിനുതാഴെ, കീലത്തുപാറയുടെ പരുക്കൻ പ്രതലത്തിൽ കത്രീനയുടെ മലപോലുള്ള ശരീരം തന്റെ ഉരുക്കുമുഷ്ടി കൊണ്ട് വലിച്ചെടുത്ത് രാമൻ നെഞ്ചോടു ചേർത്തു.

ഒരൊറ്റ ദിവസംകൊണ്ട് രാമന്റെ ശരീരം കൂടുതൽ ബലിഷ്ഠമായതുപോലെ കത്രീനയ്ക്കു തോന്നി.

ഒരു നിമിഷം പോലും കാത്തിരിക്കാൻ കഴിയാതെ തന്റെ ഉള്ളിൽ എന്തോ തിളയ്ക്കുകയാണെന്ന് അവൾക്കു തോന്നി.

നിമിഷാർദ്ധം കൊണ്ട് ഇരുവരും വിവസ്ത്രരായി.

ഇന്നലെ കണ്ട രാമൻ ഒരു മുയൽക്കുഞ്ഞായിരുന്നെങ്കിൽ, ഇന്നത്തെ രാമൻ കാട്ടുപോത്താണെന്ന് കത്രീന സംശയിച്ചു.

കാലിന്റെ പെരുവിരൽ തൊട്ട് ഉച്ചിവരെ തിളച്ച് ആ തീമുഴുവൻ കാലുകൾക്കിടയിലൂടെ ഉള്ളിലേക്ക് കയറി വരികയാണെന്ന് കത്രീനയ്ക്കു തോന്നി.

അവളുടെ കാലുകൾക്കിടയിൽ രാമന്റെ പൗരുഷം തിമിർത്തു.

കത്രീന പ്രതീക്ഷിച്ചതിനേക്കാൾ ശക്തിയുണ്ടായിരുന്നു രാമന്.

കീലത്തു പാറയുടെ പരുക്കൻ പ്രതലത്തിൽ ചേർത്തുവച്ചുള്ള

രാമന്റെ താഡനത്തിൽ തന്റെ ശരീരം നുറുങ്ങുകയാണെന്ന് അവൾക്കു തോന്നി.

രാമന്റെ വേഗം കൂടി വന്നപ്പോൾ കത്രീന മൂർച്ഛിച്ചു.

അവളുടെ കൂറ്റൻ മുലകളും വയറും ചുണ്ടും വിറച്ചു

അവളുടെ ദാഹത്തിന്റെ തീയിലേക്ക് രാമൻ പുഴ പോലെ ചുരന്നു.

ദാഹം തീരുന്നതുവരെ അവർ പരസ്പരം കുടിച്ചു. ചീവീടുകൾ ശബ്ദമടക്കിയപ്പോൾ പൂവാറൻതോടിന്റെ ഇരമ്പൽ ഉച്ചത്തിലായി. നാഴികകൾ കടന്നുപോയി. കിതച്ച്... വിയർത്ത്, പിന്നെയും മൂർച്ഛിച്ച്, ആർത്ത് ചിരിച്ച്, പിന്നെ തളർന്ന്, ഇടയ്ക്കിടെ ഏങ്ങലടിച്ച്..... പരസ്പരം പുണർന്ന്... ഇടയ്ക്കിടെ മാറിക്കിടന്ന് .... പിന്നെയും പുണർന്ന്... .അവർ മയക്കത്തിലേക്ക് വഴുതി.

രാത്രിയുടെ ശബ്ദങ്ങൾ നേർത്തു വന്നു.

മഞ്ഞ് കീലത്തു പാറയെ മൂടി.

രാത്രിയുടെ യാമങ്ങളിൽ പാറ തണുത്തു.

പെരുവിരലിൽനിന്ന് അരിച്ചിറങ്ങുന്ന തണുപ്പ് കത്രീനയെ ഉണർത്തി.

അവൾ രാമനെ തൊട്ടുനോക്കി.

മഞ്ഞിൽ രാമന്റെ ശരീരം നനഞ്ഞിരിക്കുന്നത് അവൾ അറിഞ്ഞു.

അവൾ രാമനെ സൂക്ഷിച്ചു നോക്കി.

അവൾക്ക് നാണം തോന്നിയില്ല.

ആ പൗരുഷം നല്ല വെളിച്ചത്തിൽ കാണാൻ കത്രീന ആഗ്രഹിച്ചു.

തന്റെ നഗ്നമായ മാറിടം രാമന്റെ മുഖത്ത് അമർത്തി വച്ച് അവൾ അയാളെ തടവി.

ബോധത്തിലേക്ക് തിരിച്ചു വന്ന രാമൻ നിലാവെളിച്ചത്തിൽ സിഗരറ്റ് പൊതി തപ്പിയെടുത്തു.

അരണ്ട വെളിച്ചത്തിൽ പരസ്പരം നോക്കി അവർ എഴുന്നേറ്റിരുന്നു.

ശരീരം ചെറുതായി വിറയ്ക്കുന്നുണ്ടെന്ന് രാമന് തോന്നി.

"നല്ല മഞ്ഞുണ്ട്"

"ഉം..."

"നിനക്ക് പനിപിടിക്കില്ലേ"

"എനിക്കോ, കീലത്തു പാറയിലെ മഞ്ഞു കൊണ്ടിട്ടോ?"

കത്രീനയുടെ ശബ്ദം ഉയർന്നു.

"മഴ കൊണ്ടാൽ എരുമയ്ക്ക് പനി വരുമോ?"

"രാമനെ കാണുന്നതിനും മുൻപ്, എത്രയോ രാത്രികളിൽ മഞ്ഞും മഴയും കൊണ്ട് ഞാൻ ഈ പാറയിൽ കിടന്നുറങ്ങിയിട്ടുണ്ട്."

"ഒറ്റയ്ക്കോ?"

"ഹും ..."

"ഇതുപോലെയോ?"

"ഹും ..."

"ഒന്നുമില്ലാതെ?"

"ഹും.."

"പേടി തോന്നിയിട്ടില്ലേ?"

"എന്തിന്?"

കീലത്തുപാറയിൽ ഒറ്റയ്ക്ക് കിടന്നുറങ്ങിയ രാത്രികൾ കത്രീന ഓർമ്മിച്ചു. കൂടെ ഒരാളുണ്ടെന്ന് അന്നവൾ സങ്കല്പിച്ചിരുന്നു. അയാൾക്കു മുന്നിൽ അവൾക്ക് വസ്ത്രമോ മറവോ വേണ്ടിവന്നില്ല. അതവൾക്ക് ശലോമോന്റെ മുന്തിരിത്തോട്ടമായിരുന്നു. തന്റെ പ്രിയൻ തന്നെ മുന്തിരിക്കുലകൾ കൊണ്ട് മൂടുന്നതും ഊക്കോടെ അനുഭവിക്കുന്നതും സങ്കല്പിച്ച് സ്വയം നനഞ്ഞത് അവൾ ഓർമ്മിച്ചു.

ഒന്നും പറയാനാവാതെ രാമൻ അവളെത്തന്നെ നോക്കിയിയിരുന്നു.

പ്ലാസ്റ്റിക് കീറിനുള്ളിൽ ചുരുട്ടി വച്ച സിഗരറ്റ് പാക്കറ്റിൽനിന്ന് ഒരെണ്ണം വലിച്ചെടുത്ത് രാമൻ ചുണ്ടിൽ തിരുകി. ഒരു നിമിഷത്തെ ആലോചനയ്ക്കുശേഷം ഒന്ന് കത്രീനയുടെ ചുണ്ടിൽ തിരുകിക്കൊടുത്തു.

രാമൻ തീപ്പെട്ടിയെടുത്ത് പിന്നെയും പിന്നെയും ഉരച്ചു. പ്ലാസ്റ്റിക്കിൽ പൊതിഞ്ഞു വച്ചിട്ടും അത് തണുത്തു പോയിരുന്നു.

കത്രീന സിഗരറ്റ് ചുണ്ടിൽ നിന്നെടുത്തു.

നൂൽബന്ധമില്ലാതെ അവർ എഴുന്നേറ്റു. ചവിട്ടു വഴിയിറങ്ങി കുടിലിലേക്ക് നഗ്നരായി നടന്നു. ഓരോ കല്ലും ഓരോ ഇറക്കവും പകൽ വെളിച്ചത്തിൽ കാണുന്നതുപോലെ കത്രീനയുടെ മനസ്സിൽ ഉണ്ടായിരുന്നു.

അവൾക്കു പിറകെ തൊട്ടു തൊട്ടില്ലെന്ന അകലത്തിൽ രാമൻ നടന്നു. ഇടയ്ക്കിടെ കത്രീന പിറകോട്ടു തിരിഞ്ഞ് രാമനെ സഹായിക്കാൻ കൈകൾ നീട്ടി. രാമന് അതിന്റെ ആവശ്യം വേണ്ടി വന്നില്ല. അയാളുടെ കാഴ്ചശക്തിയോർത്ത് കത്രീന അത്ഭുതപ്പെട്ടു.

കുടിലിന്റെ വരാന്തയിലെത്തിയപ്പോൾ ഇരുട്ടു കനത്തു.

അവൾ രാമനെ കൈപിടിച്ച് അകത്തു കയറ്റി. ഇരുട്ടിൽനിന്ന് തപ്പിയെടുത്ത തീപ്പെട്ടി രാമന്റെ കൈയിൽ വച്ചു കൊടുത്തു. രാമൻ ആർത്തിയോടെ തീപ്പെട്ടി തെളിച്ചു. കത്രീനയുടെ നഗ്നമായ ശരീരം കാഴ്ചയിൽ തെളിഞ്ഞപ്പോൾ ഒരു നിമിഷം തൊണ്ട വരണ്ടതുപോലെ അയാൾക്കു തോന്നി. സിഗരറ്റ് കത്തിക്കാതെ നിന്ന നില്പിൽ രാമൻ നിന്നു. കത്രീനയുടെ നോട്ടം രാമന്റെ നേർക്കായിരുന്നു. ആ നിമിഷം രാമൻ ഉണരുന്നത് അവൾ കണ്ടു.

കത്രീന അടുപ്പിൻചുവട്ടിലിരുന്ന വിളക്കെടുത്ത് കത്തിച്ച് തണ്ടിൽ വച്ചു. ഇരുവരും ആർത്തിയോടെ പരസ്പരം കണ്ടു. ആദ്യമായി കാണുന്ന ആഗ്രഹത്തോടെ അവർ തറയിൽ കിടന്നു പുളഞ്ഞു. വിളക്കിന്റെ വെളിച്ചത്തിൽ അതവർക്ക് പുതിയ അനുഭവമായിരുന്നു. ആഗ്രഹം അടങ്ങാത്തതുപോലെ രാമൻ കത്രീനയ്ക്കു മേൽ അലച്ചുകൊണ്ടിരുന്നു. അവൾ ഉച്ചത്തിൽ അർത്ഥമില്ലാത്ത ശബ്ദങ്ങൾ ഉണ്ടാക്കി. തന്റെ കരുത്തിൽ രാമന് അഭിമാനം തോന്നി. അത് അംഗീകരിക്കുന്നതു പോലെ

കത്രീന പുളയുകയും ഞരങ്ങുകയും രാമന്റെ ശരീരത്തിൽ മാന്തുകയും മുടിയിൽ പിടിച്ചു വലിക്കുകയും ചെയ്തു.

ഒടുവിൽ കത്രീന അടങ്ങി. ശരീരം ശക്തിയായി വിറച്ച് കത്രീന അയഞ്ഞു. ശരീരം വിറച്ച് രാമൻ കത്രീനയ്ക്കു മേൽ തളർന്ന് ഒതുങ്ങി. അവൾ അയാളെ ചേർത്തു പിടിച്ചു. രാമൻ അവൾക്കു മേൽ തളർന്നു കിടന്നു. രാമന്റെ വിയർപ്പ് തന്റെ ദേഹത്തിലൂടെ ഒലിച്ചിറങ്ങുന്നത് അവൾ അറിഞ്ഞു. രാമന്റെ പൊതിക്കെട്ടിൽനിന്ന് കത്രീന ഒരു സിഗരറ്റ് വലിച്ചൂരിയെടുത്തു. പിറകോട്ടു കൈ നീട്ടി വിളക്കിന്റെ തീയിൽ നിന്ന് സിഗരറ്റ് കത്തിച്ച് ചുണ്ടിൽ വച്ചു. മാറിൽ പതിഞ്ഞു കിടന്ന് ഉറക്കത്തിലേക്ക് വഴുതുന്ന രാമനെ ഇളക്കാതെ സിഗരറ്റിന്റെ പുക ഉള്ളിലേക്കെടുക്കാൻ ശ്രമിച്ചു. പുക തൊണ്ടയിൽ കുടുങ്ങി അവൾ ശക്തിയായി ചുമച്ചു. എടുത്തിട്ടതു പോലെ അവളുടെ നെഞ്ചിൽ രാമൻ ഒരു വട്ടം ഉയർന്നു താണു.

ഉറങ്ങിപ്പോയതിന്റെ ക്ഷമാപണത്തോടെ രാമൻ ഉണർന്നു. ഒരു സിഗരറ്റ് ചുണ്ടിൽ തിരുകി. വിളക്കുയർത്തി സിഗരറ്റ് കത്തിച്ച് പുകയൂതി. വിളക്കിന്റെ വെളിച്ചത്തിൽ, പുകച്ചുരുളുകൾക്കു നടുവിൽ അവർ നഗ്നരായി, ഒന്നും മിണ്ടാതെ, പരസ്പരം നോക്കിയിരുന്നു.

രണ്ടാമത്തെ സിഗരറ്റ് ആദ്യം കത്തിച്ചത് കത്രീനയാണ്. അവൾ ഒരെണ്ണം രാമനു നേർക്കും നീട്ടി.

"ഉറക്കം വരുന്നില്ലേ?," രാമൻ ചോദിച്ചു.

"ഉം..."

"ഉറങ്ങണ്ടേ..?"

"വേണ്ട....."

"പിന്നെ..?"

"ഇങ്ങനെ .....ഇരുന്നാൽ മതി."

"ഉം..."

"രാമൻ നീട്ടി മൂളി."

കത്രീന പുതിയൊരാളായി മാറിയതു പോലെ രാമനു തോന്നി.

"ഈ രാത്രി പോലൊന്ന് ഇനിയൊരിക്കലും ഉണ്ടായില്ലെങ്കിലോ?"

കത്രീന ഒരു പ്രവചനത്തിനു മുതിരുകയാണെന്ന് രാമൻ സംശയിച്ചു.

"നമ്മൾ ആരെ പേടിക്കണം?..., ഈ ലോകത്തോടെനിക്ക് യാതൊരു കടപ്പാടുമില്ല."

"എനിക്കും.......," കത്രീനയുടെ മറുപടി രാമനെ അത്ഭുതപ്പെടുത്തി.

അല്പം ലഹരിയില്ലാതെ ആ രാത്രി പൂർണ്ണമാകില്ലെന്ന് രാമന് തോന്നി.

ആദിമ മനുഷ്യരെപ്പോലെ അവർ പുറത്തിറങ്ങി.

ചൂട്ടു വെട്ടത്തിൽ നഗ്നരായി തെങ്ങിൻ തോപ്പിലൂടെ നടന്നു.

ഒരായുസ്സിന്റെ മുഴുവൻ കാമവും ഒരുമിച്ചു നേടിയതുപോലെ രാമൻ ശാന്തനായിരുന്നു.

കത്രീനയുടെ തലയ്ക്കു മുകളിലൂടെ ഒരു തെങ്ങിന്റെ ഉയരത്തിലേക്ക് രാമൻ കയറിപ്പോയി.

കത്രീന പകുതി കാഴ്ചയോടെ നോക്കി നില്ക്കെ, മധുരക്കള്ളിന്റെ കുടവുമായി രാമൻ ഇറങ്ങി വന്നു.

കുടിലിന്റെ മുറ്റത്ത് ഉണങ്ങിയ വിറകുകൾ കൂട്ടി കത്രീന ഒരു തീക്കുണ്ഡമൊരുക്കി.

കോപ്പയിൽ പകർന്ന കള്ളും നുകർന്ന് അതിന് ഇരുവശവുമായി അവർ കുത്തിയിരുന്നു.

വസ്ത്രങ്ങൾ വേണമെന്ന് അപ്പോഴും അവർക്ക് തോന്നിയില്ല.

രാമൻ സംസാരിച്ചുകൊണ്ടിരുന്നു.

കത്രീന എല്ലാം കേട്ടു.

തനിക്ക് പറയാൻ കൂടുതലൊന്നും ബാക്കിയില്ലെന്ന് കത്രീന ഓർത്തു.

മണിക്കൂറുകൾ കടന്നുപോയി.

ഇരുട്ട് നേർത്തു വന്നു.

പുലരുന്നതിന് മുൻപ് കത്രീനയെ ഉറക്കത്തിനുവിട്ട്, രാമൻ കാടുകയറി.

പിന്നീടുള്ള രാത്രികളിൽ കീലത്തു പാറയിലെ പ്രേതങ്ങളും കത്രീനയും ഉറങ്ങി.

വിശുദ്ധ കത്രീന

സ്റ്റാനിസ്ലാവ് അച്ചൻ വികാരിയായി വന്നതിനുശേഷമുള്ള ആദ്യത്തെ ഞായറാഴ്ച കുർബ്ബാനയിൽ അച്ചന്റെ പ്രസംഗം നല്ല ഇടയന്റെ ഉപമയെക്കുറിച്ചായിരുന്നു. തൊണ്ണൂറ്റി ഒമ്പത് ആടുകളെയും വിട്ട് കാണാതെ പോയ ഒന്നിനെ അന്വേഷിക്കുകയും കണ്ടു കിട്ടുമ്പോൾ അതിനെയോർത്ത് ഏറ്റവും സന്തോഷിക്കുകയും ചെയ്യുന്ന ഇടയന്റെ കഥ കേട്ട് തല മുണ്ടു ധരിച്ച പെണ്ണുങ്ങൾ കണ്ണു തുടച്ചു. മുടിയനായ പുത്രന്റെ കഥ പറഞ്ഞാണ് അച്ചൻ പ്രസംഗം അവസാനിപ്പിച്ചത്. അപ്പനെ തള്ളിപ്പറഞ്ഞ് നാടുവിട്ടു പോയി, സ്വത്തു മുഴുവൻ ധൂർത്തടിച്ച്, പശ്ചാത്താപത്തോടെ തിരിച്ചു വന്ന മകനെ വാത്സല്യത്തോടെ സ്വീകരിച്ച് കാളയെ അറുത്ത് സന്തോഷിച്ച പിതാവ് കരുണയുള്ള ദൈവമാണെന്ന് അച്ചൻ വിശദീകരിച്ചു. ചുമതലയേറ്റ് ആഴ്ചകൾക്കകം അച്ചൻ തന്റെ ദൈവിക ദൗത്യം വിശ്വാസികൾക്കു മുന്നിൽ വെളിപ്പെടുത്തിയിരുന്നു. ആദ്യ കാഴ്ചയിൽ അച്ചന്റെ കണ്ണിൽനിന്ന് മാറി നടന്നവർ, ദിവസങ്ങൾക്കു ശേഷം, അച്ചനെ മുഖാമുഖം കാണാൻ വഴിയരികിലും പള്ളിമേടയ്ക്കു മുന്നിലും ഭവ്യതയോടെ കാത്തുനിന്നു. ക്ഷീണമില്ലാതെ മലകൾ കയറിയ അച്ചൻ വിശ്വാസികളുടെ വീടുകൾ ഒന്നൊന്നായി സന്ദർശിച്ചു. മുൻകൂട്ടി അറിയിക്കാതെയുള്ള അച്ചന്റെ സന്ദർശനങ്ങൾ ആദ്യമുണ്ടാക്കിയ മുറുമുറുപ്പ് പെട്ടെന്നു തന്നെ അടങ്ങി.

അച്ചൻ പറയുന്നതൊന്നും വെറും വാക്കല്ലെന്ന് മനസ്സിലാക്കിയ ഇടവകക്കാർ ഒരു മാനസാന്തരത്തിനുവേണ്ടി സ്വയം പരുവപ്പെടുത്തി. അച്ചന്റെ പ്രസംഗം സ്വന്തം കഴിഞ്ഞ കാലത്തിന്റെ ഇരുൾ നിറഞ്ഞ വഴികളിലൂടെ അവരെ കൂട്ടിക്കൊണ്ടു പോയി. ദൈവമാർഗ്ഗം വിട്ട് പാപത്തിലേക്കു തിരിഞ്ഞ സർപ്പസന്തതികളുടെ ചിത്രം വിശ്വാസികളുടെ മനസ്സിൽ തെളിഞ്ഞു,

മനയ്ക്കൽ ആന്റപ്പന്റെ മുഖം ഓർമ്മിച്ച ജോർജ് താൻ ഉണ്ണുന്ന ചോറ് അയാളുടേതാണെന്ന് ഓർത്തപ്പോൾ മനസ്സിൽ സ്വയം തിരുത്തി.

കൊല്ലും കൊലയുംവരെ നടത്തിയ ആന്റപ്പൻ ഒരുനാൾ മാനസാന്തരപ്പെടുമെന്ന് അയാൾക്കു തോന്നി.

അച്ചന്റെ പ്രസംഗം മാനസാന്തരത്തിന്റെ തീ പടർത്തിക്കൊണ്ടിരുന്നു.

പശ്ചാത്തപിച്ച് ദൈവത്തിന്റെ വഴിയിലേക്ക് തിരിച്ചുവരാൻ പാപികളെ പ്രേരിപ്പിക്കണമെന്ന് അച്ചൻ വിശ്വാസികളെ ഉപദേശിച്ചു.

ദുർന്നടപ്പുകാരിയായ മഗ്ദലനക്കാരത്തി മറിയയ്ക്ക് ദൈവത്തിന്റെ വഴിയിലേക്കു തിരിച്ചുവരാമെങ്കിൽ എന്തുകൊണ്ട് കത്രീനയ്ക്ക് അങ്ങനെ ആയിക്കൂടെന്ന് ജോർജിന്റെ കെട്ടിയവൾ ജെസി മനസ്സിൽ ചോദിച്ചു.

വാറ്റിനു വേണ്ടി മാത്രം കത്രീനയെ കണ്ടു ശീലമുള്ള കരിമലയിലെയും കരിമ്പിലെയും ക്രിസ്ത്യാനികൾ അന്നാദ്യമായി കത്രീനയെ ദൈവനാമത്തിൽ ഓർത്തു.

എത്ര നിയന്ത്രിച്ചിട്ടും നില്ക്കാതെ രാത്രി ചിന്തകളിൽ മനസ്സിലേക്കു കയറിവന്ന കത്രീനയുടെ രൂപം പുതിയ രീതിനിൽ സങ്കല്പിക്കാൻ ഒരു ശ്രമം നടത്തിനോക്കിയെങ്കിലും മനസ്സുറയ്ക്കാതെ രാജു നിസ്സഹായനായി.

കത്രീനയോടു ചേർന്നിരുന്ന് പ്രാർത്ഥനാ ഗീതങ്ങൾ ആലപിക്കുന്ന രംഗം രാജു സങ്കല്പിച്ചു നോക്കി.

കത്രീനയെ കയ്യാലയ്ക്കു മുകളിൽനിന്ന് തള്ളിയിട്ട അന്നു മുതല്ക്ക് എത്രയോ ദിവസങ്ങളിൽ രാത്രിയോ പകലോ എന്നില്ലാതെ, രാജു ചിന്തിച്ചതു മുഴുവൻ അവരെക്കുറിച്ചായിരുന്നു.

ഒന്നരയാൾ പൊക്കത്തിൽനിന്ന് കത്രീന മറിഞ്ഞു വീണപ്പോൾ പെട്ടെന്നുണ്ടായ ഭയം വർഷങ്ങൾക്കുശേഷം രാജുവിന്റെ മനസ്സിൽ തികട്ടിക്കൊണ്ടിരുന്നു.

കത്രീന ചത്തുവെന്നോ നടുവൊടിഞ്ഞു കിടപ്പിലായെന്നോ ഉള്ള വാർത്ത ഏതു നിമിഷവും എത്തുമെന്ന പേടിയിൽ ദേവസിയുടെയും ആനിയുടെയും കൺവെട്ടത്തു നിന്ന് അന്ന് പകൽ മുഴുവൻ രാജു മാറി നടന്നു.

പിറ്റേന്നും പതിവു കാര്യങ്ങളല്ലാതെ കൂടുതലൊന്നും കത്രീനയെപ്പറ്റി പറഞ്ഞു കേൾക്കാതിരുന്നപ്പോൾ രാജു ആശ്വസിച്ചു. എന്നാലും, പെട്ടെന്നുണ്ടായ നടുക്കം മാറാതെ നിന്നു.

പതിയെ പതിയെ,

കത്രീനയുടെ രൂപത്തോട് രഹസ്യമായ ഒരിഷ്ടം വളർന്നു വരുന്നത് രാജു മനസ്സിലാക്കി.

സ്ത്രീകളുടെ രഹസ്യങ്ങളെക്കുറിച്ച് കൂടുതൽ ചിന്തിക്കാൻ കത്രീനയുടെ ഓർമ്മകൾ രാജുവിനെ പ്രേരിപ്പിച്ചുകൊണ്ടിരുന്നു.

കത്രീനയുടെ കൊഴുത്ത മുലകളുടെ കാഴ്ച വീണ്ടും വീണ്ടും

ഓർമ്മയിൽ തെളിഞ്ഞ് രാജുവിന്റെ രതി കാമനകളെ ഉണർത്തി.

രാജുവിന്റെ മുണ്ടിലെ കട്ടിയുള്ള കറ വെള്ളത്തിൽ കുതിർത്ത് പതപ്പിച്ചപ്പോൾ അതിൽനിന്ന് ശുക്ലത്തിന്റെ ഗന്ധമുയരുന്നതുപോലെ ആനിക്കു തോന്നി.

ഈയിടെയായി രാജുവിന്റെ പെരുമാറ്റത്തിൽക്കണ്ട മാറ്റം ആനിയെ ചിന്തിപ്പിച്ചിരുന്നു. മുറയ്ക്ക് താനവളുടെ അമ്മയുടെ സ്ഥാനത്താണെങ്കിലും രണ്ടുപേർക്കുമിടയിൽ മൂന്നേ മൂന്നു വയസ്സിന്റെ മാറ്റമേയുള്ളുവെന്ന് ആനി ഓർമ്മിച്ചു. രാജുവിന് അരുതാത്ത ബന്ധങ്ങളുണ്ടെന്ന സംശയം ദേവസ്യയോട് പറയാൻ ഭയന്ന ആനി, "അവനെ പെണ്ണുകെട്ടിക്കണ്ടേ?" എന്ന് ഇടയ്ക്കിടെ ചോദിച്ചു.

അനുജന്റെ കണ്ണുകൾ ചുരുങ്ങി കുഴിയിലേക്കുപോകുന്നതിന്റെ കാരണം മനസ്സിലായതോടെ രാജുവുമായി അടുത്തു പെരുമാറാതിരിക്കാൻ ആനി കൂടുതൽ ശ്രദ്ധിച്ചു.

തുണികൾ അലക്കി വിരിക്കുന്നതിനിടയിൽ ആനിക്ക് തന്റെ എല്ലാ രഹസ്യങ്ങളും പിടി കിട്ടിക്കാണുമെന്നോർത്ത് രാജു നാണിച്ചു.

ഇരുവർക്കുമിടയിൽ രഹസ്യങ്ങൾ അറിയുന്ന മനസ്സും മനസ്സും തമ്മിലുള്ള ഒരു പ്രത്യേക ബന്ധം വളർന്നു.

ഇല്ലി പൊളിച്ചുചീകി കുത്തി മറച്ചുണ്ടാക്കിയ കൂരയിലെ രാത്രികളിൽ ഒരു പനമ്പു ചുമരിന് അപ്പുറവും ഇപ്പുറവും കിടക്കുമ്പോൾ ദേവസ്യയുടെ മുളങ്കട്ടിലിൽനിന്ന് ആനിയുടെ താളം തെറ്റിയ നിശ്വാസങ്ങൾ രാജുവിനെ ഉണർത്തി.

ദേവസ്യ പരിസരം മറന്ന രാത്രികളിൽ 'ചെറുക്കൻ അപ്പുറത്തു കിടക്കുന്നു, ഒച്ച കേൾക്കും' എന്നു പറഞ്ഞ് ആനി കെട്ടിയവന്റെ രസം കെടുത്തി.

ശാന്തമായി ഉറക്കത്തിലേക്ക് വഴുതുന്നതിന് തൊട്ടുമുമ്പുള്ള നിമിഷങ്ങളിൽ കട്ടവച്ചു പണിത അടച്ചുറപ്പുള്ള വീടു വേണമെന്ന ആഗ്രഹം ആനി ആവർത്തിച്ചുകൊണ്ടിരുന്നു.

ദേഹത്തു പറ്റിച്ചേർന്ന് ഉറങ്ങുന്ന നാലുവയസ്സുകാരൻ പൗലോസുകുട്ടി തിരിഞ്ഞും മറിഞ്ഞും കിടന്നപ്പോൾ രാജു പെട്ടെന്ന് സ്നേഹമുള്ള ചിറ്റപ്പനായി.

രാത്രികളിലെ സ്വകാര്യ നിമിഷങ്ങളിൽ രാജുവിന്റെ കല്യാണക്കാര്യം ആനി കൂടെക്കൂടെ ദേവസ്യയോടു സംസാരിച്ചു.

സ്റ്റാനിസ്ലാവ് അച്ചന്റെ പ്രസംഗത്തോടെ, വിശുദ്ധയായി മാറിയാലുള്ള കത്രീനയെക്കുറിച്ചായി രാജുവിന്റെ ചിന്ത. കവലയിലെ ചർച്ചകൾ രാജുവിന് ഹരം പകർന്നു. നാട്ടിലെ ഏറ്റവും വലിയ പ്രശ്നം കത്രീനയാണെന്ന് കരിമ്പിലെ ഹിന്ദുക്കളും ക്രിസ്ത്യാനികളും ഒരേ സ്വരത്തിൽ സമ്മതിച്ചു. അച്ചൻ കത്രീനയെ തളയ്ക്കുന്നതു കാണാൻ ഇടവകക്കാർ മാത്രമല്ല, നാട്ടുകാർ മുഴുവൻ കാത്തിരുന്നു.

എല്ലാം പഴയ കൂറ്റുകാരുടെ തട്ടിപ്പാണെന്ന് ചാണ്ടി വിശ്വസിച്ചു. അവറാച്ചനും അതു തന്നെ കരുതി. കൊല്ലും കൊലയും ബലാല്

ക്കാരവുമായി നടന്ന മനയ്ക്കൽ ആന്റപ്പനെ തലയിൽ ചുമന്നു വളർത്തിയത് ഇതേ കൂട്ടരല്ലേ എന്ന് ചാണ്ടി ചോദിച്ചപ്പോൾ നാവിറങ്ങി പ്പോയതുപോലെ ദേവസിക്കു തോന്നി.

സ്റ്റാനിസ്ലാവ് അച്ചൻ പറഞ്ഞതിലേറെ പ്രവർത്തിച്ചു.

കുന്നും മലയും കയറി മുഴുവൻ ഇടവകക്കാരുടെയും വീടുകൾ സന്ദർശിച്ചു.

ആത്മീയ കാര്യങ്ങളിൽ താല്പര്യമുള്ള സ്ത്രീ പുരുഷന്മാരെ ചേർത്ത് പള്ളിയിൽ ഒരു പ്രാർത്ഥനാ സംഘമുണ്ടാക്കി.

ഞായറാഴ്ച വൈകുന്നേരങ്ങളിൽ വീടുകൾതോറും മാറി മാറി പ്രാർത്ഥനാ യോഗങ്ങൾ വച്ചു.

രാജുവും ആനിയും ജോർജിന്റെ കെട്ടിയവൾ ജെസിയും പ്രാർത്ഥനാ സംഘത്തിന്റെ മുൻനിരക്കാരായി അച്ചന്റെ ഇടവും വലവും നിന്നു.

വൈകുന്നേരങ്ങളിൽ ചാരായവും മണപ്പിച്ച് നടക്കുന്ന പതിവ് ഞായറാഴ്ചകളിൽ മുറിഞ്ഞതോടെ പലരും അച്ചനെതിരെ രഹസ്യമായി കുശുകുശുത്തു.

അച്ചൻ വന്നതോടെ കാര്യങ്ങൾക്ക് അടുക്കും ചിട്ടയും വന്നുവെന്ന് ഇടവകയിലെ പെണ്ണുങ്ങൾ തമ്മിൽ പറഞ്ഞു.

ആഴ്ചയിൽ ഒരുദിവസം പള്ളിക്കും ആത്മീയ കാര്യങ്ങൾക്കും വേണ്ടി നീക്കിവയ്ക്കാൻ അച്ചൻ ഇടവകക്കാരെ ഉപദേശിച്ചു.

ഇടവകക്കാരെ മുഴുവൻ ആത്മീയതയുടെ മർമ്മം ഉപദേശിച്ചു നടന്ന അച്ചനു മുന്നിൽ കത്രീന ഒരു ചോദ്യമായി നിന്നു.

അച്ചൻ കൂടെയുള്ള ധൈര്യത്തോടെ കത്രീനയുടെ കുത്തുപടി കയറി ചെല്ലുന്നതും അച്ചന്റെ ഉപദേശങ്ങൾക്കു മുന്നിൽ കത്രീന ചൂളി നില്ക്കുന്നതും രാജു സങ്കല്പിച്ചു.

അച്ചൻ ഓരോ വീട് സന്ദർശിക്കുമ്പോഴും അടുത്ത ഊഴം കത്രീനയുടേതായിരിക്കുമെന്ന് കരുതിയവർ പെട്ടെന്നുതന്നെ നിരാശരായി.

പലരും സന്ദർഭമുണ്ടാക്കി കത്രീനയുടെ കാര്യം എടുത്തിട്ടു.

അച്ചൻ എല്ലാം മൂളിക്കേട്ട് മറുപടി പറയാതെ ചെറുതായി ചിരിക്കുക മാത്രം ചെയ്തു.

'മഗ്ദലനക്കാരത്തി കത്രീന'യ്ക്ക് മാനസാന്തരം നല്കാൻ മാത്രം ഈ കർത്താവു വളർന്നിട്ടില്ലെന്ന് ചെറുപ്പക്കാർ അച്ചൻ കേൾക്കാതെ കളിയാക്കി.

ചിലർ കത്രീനയുടെ ഭീമാകാരവും അച്ചന്റെ മെലിഞ്ഞുണങ്ങിയ ശരീരവും ചേർത്ത് എരിവുള്ള തമാശകളുണ്ടാക്കി രസിച്ചു.

പാപി എന്നും പാപി തന്നെയെന്ന് ഇടവകയിലെ പെണ്ണുങ്ങൾ അടക്കം പറഞ്ഞു.

വാസ്തവത്തിൽ, സ്റ്റാനിസ്ലാവ് അച്ചൻ കത്രീനയ്ക്കുവേണ്ടി ഒരു പദ്ധതി തയ്യാറാക്കുകയായിരുന്നു.

കേട്ടറിഞ്ഞ കഥകൾ ഏറക്കുറെ സത്യമാണെന്ന് അച്ചൻ ഉറപ്പിച്ചു.

തന്റെ ആത്മീയ ജീവിതത്തിലെ വലിയ പരീക്ഷണങ്ങളിൽ ഒന്നാണ് കത്രീനയെന്ന് അച്ചന് തോന്നി.

എടുത്തു ചാട്ടം ഒന്നിനും പരിഹാരമല്ലെന്ന് അച്ചന് അറിയാമായി രുന്നു.

ഇടവകക്കാരെയുംകൂട്ടി നേരെ കയറിച്ചെന്ന് കത്രീനയോട് കോർക്കുന്നതുകൊണ്ട് യാതൊരു കാര്യവുമില്ലെന്ന് അച്ചൻ ഉറപ്പിച്ചു.

ഒരു ദിവസം, കുർബ്ബാനയ്ക്കുശേഷമുള്ള സമയത്ത്, പ്രാർത്ഥനാ സംഘത്തിന്റെ യോഗത്തിൽ കത്രീനയുടെ കാര്യവും ചർച്ചയായി.

രക്ഷയുടെ അനുഭവത്തിനു വേണ്ടി മനസ്സുകളെ ഒരുക്കാൻ വിശ്വാസികളെ പ്രേരിപ്പിക്കേണ്ടത് ആത്മീയ ജീവിതത്തിൽ ഉറപ്പുള്ള വിശ്വാസികളുടെ കടമയാണെന്ന് അച്ചൻ ഓർമ്മിപ്പിച്ചു.

വാസ്തവത്തിൽ, കത്രീനയുടെ പേര് അച്ചൻ പറയുകയല്ല പറയിപ്പിക്കുകയാണു ചെയ്തത്.

കേൾക്കുന്നവരുടെ മനസ്സിൽ കത്രീനയുടെ മുഖം തെളിയുന്ന രീതിയിലായിരുന്നു അച്ചന്റെ അന്നത്തെ സാരോപദേശം.

അതിനുവേണ്ട വിവരങ്ങൾ അച്ചൻ ശേഖരിച്ചിരുന്നു.

കത്രീനയെപ്പറ്റി കേട്ടതും കണ്ടതും മനസ്സിൽ തോന്നിയതും പറയാൻ ആനിയും ജെസിയും മത്സരിക്കുന്നതു നോക്കി അച്ചൻ ചിരിച്ചു.

കത്രീന പാപിയാണെന്നു പറഞ്ഞ ആനിയോട് അവർ ചെയ്ത പാപം എന്താണെന്ന് അച്ചൻ തിരിച്ചു ചോദിച്ചത് രാജുവിനെ അത്ഭുതപ്പെടുത്തി.

ആണുങ്ങളെ ചേർത്ത് വല്ല അബദ്ധവും ആനി പറഞ്ഞു കളയുമോ എന്ന് രാജു സംശയിച്ചു.

ആനിയുടെ ചുണ്ടുകൾ വിറച്ചതല്ലാതെ മറുപടി പുറത്തു വന്നില്ല.

ഒരാളുടെ വിശ്വാസം ഒരിക്കലും ഇല്ലാതാവുന്നില്ലെന്നും സഭയുമാ യുള്ള ബന്ധം മുറിയുക മാത്രമേ ചെയ്യുന്നുള്ളൂവെന്നും അച്ചൻ പറഞ്ഞപ്പോൾ കേട്ടവർക്ക് അതൊരു പുതിയ അറിവായിരുന്നു.

കത്രീനയുടെ ജീവിതത്തിൽ ഒരു മുള്ളുണ്ടെന്നും അത് എടുക്കുക യാണ് വേണ്ടതെന്നും അച്ചൻ പറഞ്ഞതിന്റെ മർമ്മം പിടികിട്ടാതെ ആനിയും രാജുവും മുഖത്തോടു മുഖം നോക്കി.

വീട്ടിലെത്തുന്നതു വരെ അച്ചൻ പറഞ്ഞ ആ ദുരൂഹമായ വാക്കുകൾ ആനിയുടെ മനസ്സിൽ തികട്ടിക്കൊണ്ടിരുന്നു.

അച്ചൻ ശരിക്കും ഒരു ആത്മീയ പുരുഷനാണെന്ന് ആനി പറഞ്ഞപ്പോൾ അത്ഭുതത്തോടെ രാജു തലയാട്ടി.

കത്രീനയ്ക്കുവേണ്ടിയുള്ള സ്റ്റാനിസ്ലാവ് അച്ചന്റെ പദ്ധതികൾ അതീവ രഹസ്യമായിരുന്നു.

റേഷൻ കടയിൽനിന്ന് അരിയും മണ്ണെണ്ണയും പലചരക്കു കടയിൽ നിന്ന് ഉപ്പും പഞ്ചസാരയും വാങ്ങി, കാടോത്തിക്കുന്നിലേക്കുള്ള ജീപ്പുവഴിയിലൂടെ നടന്നുപോകുന്ന കത്രീനയുടെ രൂപം ആദ്യ കാഴ്ച

യിൽത്തന്നെ അച്ചന്റെ മനസ്സിൽ പതിഞ്ഞിരുന്നു.

കത്രീനയെപ്പറ്റി കേട്ടറിഞ്ഞ കഥകൾ അച്ചൻ ആ രൂപവുമായി ചേർത്ത് സങ്കല്പിച്ചു.

പിന്നീട് രണ്ടോ മൂന്നോ വട്ടം ദൂരെ നിന്ന് കണ്ടതല്ലാതെ, പേരെടുത്തു വിളിക്കാനോ "ഈശോ മിശിഹായ്ക്ക് സ്തുതിയായിരിക്കട്ടെ" എന്ന് അഭിവാദ്യം ചെയ്യാനോ പറ്റുന്നത്ര അരികത്ത് അച്ചന് കത്രീനയെ കിട്ടിയില്ല.

"ആ പോണവൾ ആരെന്ന് അച്ചനറിയാമോ" എന്ന ആമുഖത്തോടെ കത്രീനയുടെ കഥകൾ അച്ചനെ ധരിപ്പിക്കാൻ കരിമ്പിലെ പൊതുജനം മത്സരിക്കുന്നതുപോലെ അച്ചനു തോന്നി.

"എല്ലാവരെയും നന്നാക്കുന്ന അച്ചനല്ലേ, അവളെ നന്നാക്കാൻ അച്ചനെക്കൊണ്ട് ഒക്കുമോ' എന്ന് ചാണ്ടി പരസ്യമായി ചോദിച്ചത് പഴയ കൂറ്റു ക്രിസ്ത്യാനികൾക്കിടയിൽ മുറുമുറുപ്പുണ്ടാക്കി.

ചാണ്ടിയുടെ അടുത്ത കൂട്ടുകാരനായിരുന്നിട്ടും ചാണ്ടി ചെയ്തത് ശരിയായില്ലെന്ന് ദേവസി കരുതി.

പഴയ കൂറ്റ് അച്ചന്മാരോട് മേക്കിട്ടു കയറേണ്ട കാര്യമില്ലെന്നു തന്നെ അവറാച്ചനും കരുതി.

പള്ളി കമ്മിറ്റിക്കാരെയും കൂട്ടി കത്രീനയുടെ വീട്ടിൽ ചെന്ന് നേരേ ചൊവ്വേ കാര്യങ്ങൾ പറയാത്തത് അച്ചനെ അതിന് കൊള്ളില്ലാത്തതു കൊണ്ടാണെന്ന് ദേവസി പറഞ്ഞപ്പോൾ ആനിയുടെ മുഖത്ത് ഭയം നിഴലിച്ചത് രാജു ശ്രദ്ധിച്ചു.

രാജുവും ആനിയും അർത്ഥം വച്ച് പരസ്പരം നോക്കിയത് ദേവസി കണ്ടില്ല.

അച്ചൻ അത്ഭുതം കാണിക്കുമെന്ന കാര്യത്തിൽ ഇരുവർക്കും സംശയമുണ്ടായിരുന്നില്ല.

അച്ചന് കത്രീനയുടെ കാര്യത്തിൽ ഒരു പദ്ധതിയുണ്ടെന്ന് ആനി ഊഹിച്ചിരുന്നു.

കത്രീനയുടെ ജീവിതത്തിൽ ഒരു മുള്ളുണ്ടെന്ന് അച്ചൻ പറഞ്ഞതിന്റെ അർത്ഥം അതാണെന്ന് രാജുവും ഉറപ്പിച്ചു.

കത്രീനയ്ക്കുള്ള മരുന്ന് കത്രീനയുടെ പഴയ കാലം തന്നെയാണെന്ന് സ്റ്റാനിസ്ലാവ് അച്ചൻ കണക്കുകൂട്ടി.

കത്രീന അനുഭവിക്കുന്ന വേദനയുടെ ആഴം മനസ്സിലാക്കാതെ അവളെ ഉപദേശിക്കുന്നത് ക്രൂരതയാവുമെന്ന് അച്ചനു തോന്നി.

മദ്ധ്യ തിരുവിതാംകൂറിൽനിന്ന് നാടുവിട്ടു പോന്ന ഒരാളുടെ, അതും പ്രേമിച്ച് ഒളിച്ചോടിപ്പോന്ന ഒരു പെണ്ണിന്റെ, പഴയ കാലം കണ്ടെത്താൻ ഒരു പുരോഹിതൻ വിചാരിച്ചാൽ കഴിയാത്ത കാര്യമല്ലെന്ന് അച്ചന് ഉറപ്പായിരുന്നു.

കത്രീനയെക്കുറിച്ച് അറിയാവുന്ന വിവരങ്ങൾവച്ച് അതീവ

രഹസ്യമായി അച്ചൻ നടത്തിയ എഴുത്തുകുത്തുകൾ വെറുതെയായില്ല.

കഷ്ടിച്ച് ഒരു മാസത്തെ സമയമേ വേണ്ടി വന്നുള്ളു.

അതിനുള്ളിൽ ആവശ്യമുള്ള വിവരങ്ങൾ അച്ചൻ തരപ്പെടുത്തി.

സഭാ കാര്യങ്ങൾക്കു വേണ്ടി കോട്ടയത്ത് അരമനയിൽ പോകുന്ന കൂട്ടത്തിൽ സമയമുണ്ടാക്കി കാണേണ്ടവരെ കാണുകയും ചെയ്തു.

അച്ചന്റെ ഇടതു കൈ ചെയ്യുന്നതെന്തെന്ന് വലതു കൈയോ ഒരു ചെവി കേട്ടതെന്തെന്ന് മറു ചെവിയോ അറിഞ്ഞില്ല

ഒരു ശനിയാഴ്ച പുലർച്ചെയിൽ തിരുവസ്ത്രം ധരിച്ച്, പുരോഹിതന്റെ സ്ഥാന ചിഹ്നങ്ങളോടെ, പ്രാർത്ഥനാ സംഘത്തിന്റെയോ പള്ളിക്കമ്മിറ്റിക്കാരുടെയോ അകമ്പടിയില്ലാതെ, സ്റ്റാനിസ്ലാവ് അച്ചൻ കാടോത്തിക്കുന്നിന്റെ മലവഴി താണ്ടി കത്രീനയുടെ കുത്തുപടികൾ കയറി.

അന്ന് യേശുവിന്റെ രൂപമുള്ള ആ പുരോഹിതനും പാപിയെന്ന് ലോകം വിളിച്ച ആ സ്ത്രീക്കുമിടയിൽ എന്തു നടന്നുവെന്ന് ഒരാളും അറിഞ്ഞില്ല.

പിറ്റേന്നത്തെ കുർബ്ബാനയ്ക്ക് വെളുത്ത സാരിയുടുത്ത്, കരഞ്ഞു വീർത്ത കവിളുകളും പ്രാർത്ഥനാഭാവം നിറഞ്ഞ കണ്ണുകളുമായി എത്തിയ കത്രീനയെ കണ്ട് ആളുകൾ അമ്പരന്നു.

കവലയിൽ ഏഷണി പറഞ്ഞു നിന്ന ചെറുപ്പക്കാർ പകുതി കളിയായും പകുതി കാര്യമായും പറഞ്ഞു.

“വിശുദ്ധ കത്രീന.”

മാനസാന്തരം

എന്തു മാന്ത്രിക വടികൊണ്ടാണ് സ്റ്റാനിസ്ലാവ് അച്ചൻ കത്രീനയെ തൊട്ടതെന്ന് നാട്ടുകാരും ഇടവകക്കാരും അത്ഭുതപ്പെട്ടു.

ഇരുട്ടി വെളുക്കുന്ന സമയംകൊണ്ട് പാപിയായ കത്രീന നല്ല കത്രീനയായി മാറിയത് അവർക്ക് ഉത്തരം കിട്ടാത്ത കടങ്കഥയായി.

തന്റെ പ്രേഷിത ജീവിതത്തിലെ തിളക്കമായി അച്ചൻ കത്രീനയുടെ മാനസാന്തരത്തെ കണ്ടു.

കർത്താവ് അയച്ച ദൈവപുരുഷൻ തന്നെ തേടിവന്നതുപോലെയാണ് അച്ചന്റെ സന്ദർശനത്തിനുശേഷം കത്രീനയ്ക്കു തോന്നിയത്.

കത്രീനയുടെ മനസ്സിൽ ഓർമ്മകൾ ഇരമ്പി.

കെട്ടിയവൻ ഉരുൾപൊട്ടലിൽ മരിച്ചതിനു ശേഷം ദൈവഹിതത്തിന് എതിരായി ജീവിച്ച തനിക്ക് ഇനിയൊരു ആത്മീയ ജീവിതം ഉണ്ടാകുമെന്ന് കത്രീന പ്രതീക്ഷിച്ചതല്ല.

എല്ലാവരോടും എല്ലാറ്റിനോടും അവൾക്ക് ദേഷ്യമായിരുന്നു.

മനുഷ്യർ സ്നേഹവും ദയയും ഇല്ലാത്തവരാണെന്ന ചിന്തയിൽ കത്രീനയ്ക്ക് ജീവിതം മടുത്തു.

അതിനേക്കാൾ കത്രീനയെ വേദനിപ്പിച്ചത് മറ്റൊന്നായിരുന്നു. ഓർമ്മവച്ച നാൾ മുതൽ പള്ളിയും പ്രാർത്ഥനയും ജീവകാരുണ്യവുമായി ജീവിച്ച തന്നോട് ദൈവം അനീതി പ്രവർത്തിച്ചുവെന്ന് കത്രീന കരുതി.

കുടുംബത്തിന്റെ നിലയും വിലയും ഓർക്കാതെ ജാതിയിൽ ചേരാത്ത കൂലിപ്പണിക്കാരനായ ഒരാളുടെ കൈ പിടിച്ചത് ദൈവദൃഷ്ടിയിൽ തെറ്റാണെന്ന് വേദപുസ്തകം പലവുരു വായിച്ച കത്രീനയ്ക്ക് ഒരിക്കലും തോന്നിയില്ല.

അപ്പനും അമ്മയ്ക്കും തന്നേക്കാൾ വലുത് പണവും അന്തസ്സുമാണെന്ന് തോന്നിയ നിമിഷത്തിലായിരുന്നു ജീവിതം മാറ്റിമറിച്ച തീരുമാനത്തിൽ കത്രീന എത്തിയത്.

പെറ്റു വളർന്ന വീടും നാടും ഉപേക്ഷിച്ച് ഒളിച്ചോടിപ്പോരുമ്പോൾ അപ്പനെയോ അമ്മയെയോ പിരിയുന്നതിൽ കത്രീനയ്ക്ക് വിഷമം തോന്നിയില്ല.

തന്നേക്കാൾ എട്ട് വയസ്സിന്റെ ഇളപ്പമുള്ള കുഞ്ഞനുജന്റെ മുഖം മാത്രം കത്രീനയുടെ മനസ്സിൽ നീറി.

മാമ്മോദീസാ കണക്ക് ചോദിച്ച പുരോഹിതന്റെ മുന്നിൽ കൈമലർത്തി രഹസ്യങ്ങൾ തുറന്നു പറഞ്ഞതോടെ, ഇടവകക്കാരുടെ കണ്ണിൽ കത്രീന അവരാധിച്ച പെണ്ണായി.

ഇടവക രജിസ്റ്ററിൽ പേരില്ലാതെ അവളും കെട്ടിയവനും കുർബ്ബാന കണ്ടു.

പുതിയ മണ്ണിൽ കാലുറയ്ക്കുന്നതിനുമുമ്പ് കെട്ടിയവനെ കാടോത്തി മല കൊണ്ടുപോയി.

ഉള്ളിൽ തുടിച്ച ജീവൻ ചാപിള്ളയായി.

സഹതാപത്തിനും കുത്തുവാക്കുകൾക്കും ചെവികൊടുക്കാതെ കത്രീന സ്വയം ഒതുങ്ങി.

പള്ളിയും പട്ടക്കാരും തിരിഞ്ഞു നോക്കാതെ കത്രീന ഒറ്റയാളായി.

മരിച്ചു കാണാൻ ആഗ്രഹിച്ചവരെ ജീവിച്ചു കാണിക്കാൻ വാറ്റു കത്രീനയായി.

അരിയും പഞ്ചസാരയും മണ്ണെണ്ണയും വാങ്ങാൻ കവലയിൽ ഇറങ്ങിയ കത്രീന കാണാതെ അവരെ നോക്കി ആണുങ്ങൾ അടക്കം പറഞ്ഞു.

വാറ്റുകത്രീനയെ അടുത്തു കാണാൻ തഞ്ചത്തിൽ കൂടിയ സ്കൂൾ കുട്ടികളെ മുറുക്കിച്ചുവന്ന പരന്ന പല്ലുകൾ കാട്ടി കത്രീന തെറി വിളിച്ചു.

രാത്രിയുടെ മറവു പറ്റി വാതിലിൽ തട്ടിയവർ കത്രീനയുടെ പുലവിളി കേട്ട് ചൂളി.

കരിമ്പിലെ ചെറുപ്പക്കാരുടെ കഥകളിൽ കത്രീന നിറഞ്ഞു.

എന്നെന്നേക്കുമായി നഷ്ടപ്പെട്ടുവെന്നു കരുതിയ ജീവിതത്തിലേക്കാണ് സ്റ്റാനിസ്ലാവോസ് അച്ചൻ കത്രീനയെ തിരികെ വിളിച്ചത്.

അപ്പന്റെ മരണവിവരവും അമ്മ കിടപ്പിലായതും വലിയ ആണായി വളർന്ന അനിയനായ തോമസു കുട്ടി പെണ്ണു നോക്കുന്നതും ചേച്ചിക്കു വേണ്ടി ഇപ്പോഴും കാത്തിരിക്കുന്നതും അച്ചൻ പറഞ്ഞു കേട്ടപ്പോൾ കത്രീന മനസ്സിൽ അടക്കി വച്ചതെല്ലാം ഒറ്റയടിക്ക് തള്ളി പുറത്തുവന്നു.

നഷ്ടചിന്തയും ദുഃഖവും കുറ്റബോധവുംകൊണ്ട് കത്രീന മറ്റൊരാളായി.

മണവാള വേഷത്തിൽ അൾത്താരയ്ക്കു മുന്നിൽ നില്ക്കുന്ന തോമസുകുട്ടിയുടെ പിറകിൽ അധികാരത്തോടെ നില്ക്കുന്നതും അണിഞ്ഞൊരുങ്ങിയ സുന്ദരിയായ മണവാട്ടിപ്പെണ്ണിനെ സ്നേഹത്തോടെ ചേർത്തുപിടിച്ച് മൂർദ്ധാവിൽ ഉമ്മ വയ്ക്കുന്നതും കത്രീന സങ്കല്പിച്ചു.

തോമസുകുട്ടി അനിയനല്ല, മകനാണെന്ന് അവൾക്കു തോന്നി.

തൊട്ടടുത്ത നിമിഷത്തിൽ ദൈവഭയംകൊണ്ട് കത്രീന വിറച്ചു.

തോമസുകുട്ടി അന്വേഷിച്ചു വരുന്നതും വെറുക്കപ്പെട്ട വാറ്റുകാരി കത്രീനയായി തന്നെ കാണുന്നതും ഓർത്തപ്പോൾ മരിച്ചു കളയുന്നതാണ് ഭേദമെന്ന് കത്രീനയ്ക്കു തോന്നി.

ഉള്ളം നുറുങ്ങിയവർക്ക് കർത്താവ് അഭയമാണെന്ന ദൈവവാക്യം മുറുകെ പിടിച്ച് കത്രീന മാനസാന്തരപ്പെട്ടു.

പതിന്നാലു വർഷത്തിനു ശേഷം അന്ന് കത്രീനയുടെ വാഷടുപ്പിലെ തീ എന്നെന്നേക്കുമായി കെട്ടു.

സ്വയം ചോദിച്ച ചോദ്യങ്ങൾക്കു മുന്നിൽ കത്രീന തളർന്നു.

സ്റ്റാനിസ്ലാവ് അച്ചന്റെ കണ്ണിൽനിന്ന് അനുതാപത്തിന്റെ രണ്ടുതുള്ളി കണ്ണുനീർ അടർന്നു. മുൾക്കിരീടം കൊണ്ട് മുറിവേറ്റ കർത്താവിന്റെ ശിരസ്സിൽ നിന്ന് ഒഴുകുന്ന രക്തമാണ് അതെന്ന് കത്രീനയ്ക്കു തോന്നി. തോമസുകുട്ടി കൊടുത്തയച്ച തൂവെള്ള സാരി അച്ചൻ കത്രീനയ്ക്കു നേരെ നീട്ടി. അനുജന്റെ സ്നേഹസമ്മാനം തൊട്ടപ്പോൾ കത്രീനയുടെ മനസ്സുപൊള്ളി. അവൾ നിർത്താതെ കരഞ്ഞു. അച്ചൻ കത്രീനയെ ആശ്വസിപ്പിച്ചില്ല. 'ഈ സാരിയുടുടുത്ത് പുതിയ ആളായി നാളെ പള്ളിയിൽ വരണം' എന്ന് അച്ചൻ പറഞ്ഞപ്പോൾ അത് കരുണയുള്ള ദൈവത്തിന്റെ ആജ്ഞയാണെന്ന് കത്രീനയ്ക്കു തോന്നി. സ്വന്തം കണ്ണീരിൽ സ്വയം കഴുകി വിശുദ്ധീകരിക്കാൻ കത്രീനയെ വിട്ട് അച്ചൻ മലയിറങ്ങി.

അന്ന് കത്രീന കുടിലിനു പുറത്തിറങ്ങിയില്ല.

അന്നത്തെ സന്ധ്യയിൽ വാറ്റുകത്രീനയെ തേടി ഒരാളും മലകയറിയില്ല.

വിശപ്പും ദാഹവും മറന്ന് കരഞ്ഞും പ്രാർത്ഥിച്ചും കത്രീന സമയം കഴിച്ചു.

അന്ന് പാതിരാത്രിക്കുശേഷം മഴ പെയ്തു.

മണ്ണു തണുത്തു.

കരഞ്ഞു തളർന്ന് കത്രീന ഉറങ്ങി.

തൂവെള്ള സാരിയുടുത്ത്, കഴുത്തിൽ കൊന്തയണിഞ്ഞ്, കൈയിൽ വേദപുസ്തകം പിടിച്ച് അൾത്താരയ്ക്ക് അഭിമുഖമായി നിന്ന് കുർബ്ബാന കാണുന്നത് കത്രീന സ്വപ്നത്തിൽ കണ്ടു.

'നിന്റെ പാപങ്ങൾ രക്തം പോലെ കടും ചുവപ്പായിരുന്നാലും ഞാനത് ഹിമം പോലെ വെളുപ്പിക്കും' എന്ന വേദഭാഗം കേട്ട് ഉറക്കത്തിൽ കത്രീന തേങ്ങി.

ആ തേങ്ങലിൽ കത്രീന ഉണർന്നു.

ഉദയത്തിനു മുൻപ് മഴയൊഴിഞ്ഞ് മാനം വെളുത്തപ്പോൾ മനസ്സിലെ കലക്കൽ മാറി ചിന്തകൾ തെളിയുന്നത് കത്രീന അറിഞ്ഞു.

പതിനാറ് വർഷങ്ങളുടെ മറവിയിൽനിന്ന് രക്ഷയുടെ വചനങ്ങൾ കത്രീനയുടെ മനസ്സിൽ തിരിച്ചെത്തി.

അവൾ പുതിയൊരാളായി.

അന്നത്തെ കുർബ്ബാനയ്ക്ക് പള്ളിയിൽ ആദ്യം എത്തിയത് കത്രീനയാണ്.

ശുശ്രൂഷ തുടങ്ങുന്നതിനു മുൻപുതന്നെ കണ്ണുകൾ പാതിയടച്ച് കൈകൂപ്പി അൾത്താരയ്ക്കഭിമുഖമായി മുട്ടുകുത്തി കത്രീന നിന്നു.

തലയിലൂടെ വലിച്ചിട്ട സാരിത്തലപ്പുകൊണ്ട് മുഖം പാതി മറച്ച കത്രീന ഇടയ്ക്കിടെ കണ്ണീർ തുടച്ചുകൊണ്ടിരുന്നു.

അച്ചൻ വീട്ടിൽ പോയി കത്രീനയെ കണ്ട വിവരം കാതോടു കാതു മറിഞ്ഞ് അതിനകം മിക്കവരും അറിഞ്ഞിരുന്നു.

അച്ചൻ അത്ഭുതം കാണിക്കുമെന്ന് ആനിയും രാജുവും പോലെ കുറച്ചു പേരല്ലാതെ അധികമാരും വിശ്വസിച്ചിരുന്നില്ല.

പള്ളിയിൽ ആളുകൾ വന്നു കൂടിക്കൊണ്ടിരുന്നു.

ചുറ്റം നടക്കുന്നത് കത്രീന അറിഞ്ഞില്ല.

ക്രൂശിതമായ ക്രിസ്തുരൂപവും ക്രിസ്തുവിന്റെ രൂപമുള്ള പുരോഹിതനും മാത്രമായിരുന്നു കത്രീനയുടെ കാഴ്ചയിൽ.

അന്നത്തെ കുർബ്ബാനയ്ക്കിടയിൽ ക്രിസ്തുവിനെയും പാപമോചനത്തെയും വിട്ട് പള്ളിയിലെ സ്ത്രീ പുരുഷന്മാർ കത്രീനയെക്കുറിച്ച് ചിന്തിച്ചുകൊണ്ടിരുന്നു.

കത്രീന എന്തു ചെയ്യുന്നുവെന്നറിയാൻ ആനി ഇടയ്ക്കിടെ തല വെട്ടിച്ചു നോക്കി.

കത്രീന പള്ളിയിലുള്ളപ്പോൾ ഏകാഗ്രതയോടെ പ്രാർത്ഥിക്കാൻ കഴിയില്ലെന്ന് ദേവസിക്കു തോന്നി.

വാറ്റുകത്രീനയെ പള്ളിയിൽ കയറ്റിയ അച്ചൻ വിശ്വാസികളെ അപമാനിക്കുകയാണെന്ന് ജോർജ്ജിന് തോന്നി.

കത്രീനയെക്കുറിച്ച് പറഞ്ഞു കേട്ട എരിവും പുളിയുമുള്ള കഥകൾ പലരുടെയും മനസ്സിലൂടെ സഞ്ചരിച്ചുകൊണ്ടിരുന്നു.

ദൈവത്തെ വിട്ട് സാത്താന്റെ വഴിയിലൂടെ സഞ്ചരിച്ച ഒരു വാറ്റുകാരി പെണ്ണിന്റെ മാനസാന്തരത്തെക്കുറിച്ച് അച്ചൻ ദീർഘമായ ഒരു പ്രസംഗം നടത്തുമെന്ന് പ്രതീക്ഷിച്ചവർ നിരാശരായി.

കത്രീനയുടെ പേര് പ്രസംഗത്തിൽ അച്ചൻ പരാമർശിച്ചതേയില്ല.

മുന്തിരിത്തോട്ടത്തിലെ കൂലിവേലക്കാരുടെ ഉപമയെക്കുറിച്ചായിരുന്നു അന്നത്തെ പ്രസംഗം.

ലോകത്തിന്റെ നിയമങ്ങൾ കൊണ്ട് ദൈവരാജ്യത്തിന്റെ മർമ്മങ്ങൾ അറിയാൻ ശ്രമിക്കുന്നവർ അതിന് കഴിയാതെ വഴിതെറ്റി പോവുകയാണെന്ന് അച്ചൻ പറഞ്ഞു.

'ദൈവരാജ്യം അതിൽ വിശ്വസിക്കുന്നവർക്കുള്ള പ്രതിഫലം കൂട്ടി വയ്ക്കുന്നില്ല. യജമാനൻ വരുമ്പോൾ മുന്തിരിത്തോട്ടത്തിൽ വേല ചെയ്യുന്നതായി കാണുന്ന എല്ലാവർക്കും സ്വർഗ്ഗീയ വരങ്ങൾ ലഭിക്കും'.

വൈകി വന്നവർക്കും നേരത്തേ വന്നവർക്കും ഒരേ പ്രതിഫലം നല്കുന്ന ആ യജമാനൻ കരുണയുള്ള കർത്താവാണെന്ന് അച്ചൻ വിശദീകരിച്ചു.

വിശ്വാസം മുറുകെ പിടിച്ച് കഷ്ടാനുഭവത്തിന്റെ ആഴ്ചയ്ക്കു വേണ്ടി ഒരുങ്ങാൻ അച്ചൻ വിശ്വാസികളെ ഉപദേശിച്ചു.

നേരെ നോക്കി രണ്ട് കുത്തുവാക്കു പറയാൻ ആഗ്രഹിച്ചവർക്ക് കത്രീനയെ മുഖാമുഖം കിട്ടിയില്ല.

വിശ്വാസികൾ പോയി തീരും വരെ കത്രീന മുട്ടുകുത്തി കരഞ്ഞു പ്രാർത്ഥിച്ചുകൊണ്ടിരുന്നു.

കുർബ്ബാനയ്ക്കു ശേഷം കത്രീന കുമ്പസാരിച്ചു.

നീണ്ട പതിനാറുവർഷത്തെ കുറ്റങ്ങൾ എണ്ണി കണക്കെടുത്ത് ഒന്നൊന്നായി അൾത്താരയ്ക്കു മുന്നിൽ ഇറക്കി വച്ചു.

സ്വയം തിരിച്ചറിയാത്ത ഒരു വിശുദ്ധയുടെ കഥ കുമ്പസാരക്കൂട്ടിനു പിറകിൽ നിന്ന് ആദ്യമായി കേൾക്കുകയാണെന്ന് അച്ചനു തോന്നി.

കൊല ചെയ്തിട്ടില്ല.

മോഷ്ടിച്ചിട്ടില്ല.

കള്ളസത്യം ചെയ്തിട്ടില്ല.

അന്യന്റെ സ്വത്തുക്കൾ മോഹിച്ചിട്ടില്ല.

വിഗ്രഹങ്ങളെ ആരാധിച്ചിട്ടില്ല.

വലിപ്പച്ചെറുപ്പങ്ങൾ നോക്കാതെ സ്നേഹിച്ചു.

സ്നേഹത്തിനുവേണ്ടി എല്ലാം ത്യജിച്ചു.

ആകാശത്തിലെ പറവകളെപ്പോലെ, നാളേക്കുവേണ്ടി കൂട്ടി വയ്ക്കാതെ ജീവിച്ചു.

--- ഈ വിശുദ്ധയ്ക്ക് മദ്ധ്യസ്ഥനാവാൻ ശക്തി തരേണമേ എന്നായിരുന്നു ആ നിമിഷം അച്ചന്റെ പ്രാർത്ഥന.

ഓശാനപ്പെരുന്നാളിന് കുരുത്തോലയും പിടിച്ച് പള്ളിക്ക് പ്രദക്ഷിണം വയ്ക്കുമ്പോൾ കഴുതപ്പുറത്തേറിയ രക്ഷകനെ നോക്കി ആൾക്കൂട്ടത്തിനിടയിൽനിന്ന് ആർപ്പുവിളിക്കുന്ന മഗ്ദലന മറിയമായി കത്രീന സ്വയം സങ്കല്പിച്ചു.

വിശുദ്ധവാരത്തിന്റെ സ്വർഗ്ഗീയാനുഭവത്തിലൂടെ പുത്തൻകൂറ്റുകാരും പഴയ കൂറ്റുകാരുമായ ക്രിസ്ത്യാനികൾ കടന്നു പോയി.

പെസഹാ വ്യാഴത്തിന് വൈകിട്ട് ശുശ്രൂഷയ്ക്കിടയിൽ ക്രിസ്തുവിന്റെ താഴ്മയെ ഓർമ്മിപ്പിച്ച് ഇടവകക്കാരുടെ കാൽ കഴുകി ചുംബിക്കുന്ന സ്റ്റാനിസ്ലാവ് അച്ചനെ പ്രാർത്ഥനയോടെ നോക്കി നില്ക്കെ കത്രീനയുടെ കണ്ണുകൾ നിറഞ്ഞൊഴുകി.

'ഇതാ, മനുഷ്യപുത്രൻ പാപികളുടെ കൈയിൽ ഏല്പിക്കപ്പെടാൻ പോകുന്നു' എന്ന വേദ വാക്യം കത്രീനയുടെ ഉള്ളിൽ നീറി.

ദുഃഖവെള്ളിയാഴ്ച കരിമ്പിലെയും കാടോത്തിക്കുന്നിലെയും കരിമലയിലെയും ക്രിസ്ത്യാനികൾ, കൈക്കുഞ്ഞു മുതൽ മരണം കാത്തു കിടക്കുന്നവർ വരെ, വീടും പൂട്ടി പള്ളിയിൽ ഒത്തുകൂടി വിശുദ്ധ ശുശ്രൂഷ കണ്ട് മനസ്സുരുകി പ്രാർത്ഥിച്ചു.

വിശ്വാസികൾ പിരിഞ്ഞിട്ടും കത്രീന പള്ളിയിൽത്തന്നെ തങ്ങി.

പുത്തൻ കൂറ്റുകാരുടെ പള്ളിയിലെ ചടങ്ങുകൾ തീർന്ന് അവറാച്ചനും മറിയയും എത്തുന്നതു വരെ കത്രീന പ്രാർത്ഥിച്ചുകൊണ്ടിരുന്നു.

ഉയിർപ്പിന്റെ ഞായറാഴ്ച, ആണിപ്പാടുകളും വിലാവിലെ മുറിവും കരിഞ്ഞ് കത്രീനയുടെ മനസ്സിൽ ക്രിസ്തു ഉയിർത്തു.

മുറുമുറുപ്പുകൾക്ക് അധികം ആയുസ്സുണ്ടായില്ല.

ആദ്യം മടിച്ചവർ ദിവസങ്ങൾ കഴിഞ്ഞപ്പോൾ കത്രീനയ്ക്കു മുഖം കൊടുത്തു തുടങ്ങി.

ചിലർ മടിച്ചു മടിച്ച് ചങ്ങാത്തം സ്ഥാപിച്ചു.

ചിലർ പുതിയ കഥകളുണ്ടാക്കി.

രാജു കത്രീനയ്ക്കുവേണ്ടി വാശിയോടെ വാദിക്കുന്നതു കണ്ട് ആനി അത്ഭുതപ്പെട്ടു.

ജോർജിനോട് തർക്കിച്ച് രാജു തോല്ക്കുമെന്നായപ്പോൾ ആനി അനിയനെ സഹായിക്കാനെത്തി.

തോമസുകുട്ടിയെ മനസ്സിൽ ഓർത്തപ്പോഴൊക്കെ രാജുവിന്റെ രൂപം കത്രീനയുടെ മനസ്സിൽ തെളിഞ്ഞു.

പിറ്റേന്ന്, വ്രതശുദ്ധിയുടെ അമ്പതാം നാളായ പൊന്തിക്കൊസ്തു പെരുന്നാൾ ദിവസം തോമസ് കുട്ടി കത്രീനയെ നാട്ടിലേക്ക് കൂട്ടിക്കൊണ്ടു പോയി. ആ പകൽ മുഴുവൻ രാമൻ തന്റെ രഹസ്യങ്ങളുമായി കാട്ടിൽ അലഞ്ഞു.

വാറ്റു കത്രീനയുടെ പഴയ കഥകളിൽ ചേരുംപടി ചേരാത്തത് വിട്ടു കളഞ്ഞ്, പുതിയ പൊടിപ്പും തൊങ്ങലും ചേർത്ത് ആളുകൾ പറഞ്ഞു നടന്നു.

മാസങ്ങൾക്കുശേഷം, കത്രീന കെട്ടിത്തൂങ്ങി മരിച്ച വാർത്ത ഇടവകക്കാരെ അറിയിക്കുമ്പോൾ സ്റ്റാനിസ്ലാവ് അച്ചന്റെ മുഖത്ത് കുരിശിൽ തറയ്ക്കപ്പെടാൻ പോകുന്ന ക്രിസ്തുവിന്റെ ഭാവമായിരുന്നു. ദേവസി പറഞ്ഞ് വിവരമറിഞ്ഞ രാമൻ അന്നും കരഞ്ഞില്ല.

വാക്കും നോട്ടവും

സോമക്കുറുപ്പിന്റെ ആറേക്കർ പറമ്പും കളവും വിലയ്ക്കു വാങ്ങിയ ചങ്ങനാശ്ശേരിക്കാരൻ കരിമ്പിലെ പ്രധാന ചർച്ചയായി.

രാമന്റെ ഉടുപ്പും നടപ്പും തറവാടിയുടേതാണെന്ന് കൃഷ്ണൻ നായർ ആണയിട്ടു.

കുടിയേറിവന്ന ചേട്ടന്മാർക്ക് രാമൻ ഒരു പ്രതിയോഗിയാണെന്ന കൃഷ്ണൻ നായരുടെ അഭിപ്രായത്തെ ഗോപാലൻ പരസ്യമായി പുച്ഛിച്ചു.

രാമൻ വലിക്കുന്ന സിഗരറ്റിന്റെ വില ഊഹിച്ചു പറഞ്ഞ മജീദിനെ പത്മനാഭൻ കളിയാക്കി.

രാമന്റെ വാച്ച് ഗൾഫിൽനിന്ന് കൊണ്ടുവന്നതാണെന്ന കാര്യത്തിൽ ആരും രണ്ടഭിപ്രായം പറഞ്ഞില്ല.

കരിമ്പിൽ കാലുകുത്തി ആഴ്ചകൾകൊണ്ട് രാമൻ എല്ലാവർക്കും പ്രിയപ്പെട്ടവനായി.

സ്ഥലം പരിചയമില്ലാത്ത ആളാണെന്ന് ആർക്കും തോന്നാത്തതുപോലെ രാമൻ പെരുമാറി.

എല്ലായിടത്തും ഓടിയെത്തി.

ആരെയും മുഷിപ്പിക്കാതെ എല്ലാവരോടും സംസാരിച്ചു. സുന്ദരമായ കൈപ്പടയിൽ അക്ഷരത്തെറ്റില്ലാതെ നാട്ടുകാർക്ക് അപേക്ഷകൾ എഴുതിക്കൊടുത്ത് പരോപകാരിയായി.

സ്ഥലത്തിന്റെ കേസു നടത്താൻ അവറാച്ചനും കിട്ടി രാമന്റെ സഹായം. രാമൻ എറണാകുളത്തുപോയി മിടുക്കനായ വക്കീലിനെ ഏല്പിച്ചതിനു ശേഷമാണ് കേസ് അനുകൂലമായത്. പൊന്നുവിളയുന്ന മണ്ണു വാങ്ങിയ അവറാച്ചൻ സ്ഥലത്തിന്റെ അടിയാധാരത്തിലെ നൂലാമാലകൾ കണ്ടിരുന്നില്ല. കൂടും കുടുക്കയുമായി കരിമ്പിൽ വന്നിറങ്ങിയ ശേഷം രാമനെപ്പോലെ വേറൊരാളും തന്നെ സഹായിച്ചിട്ടില്ലെന്ന്

അവറാച്ചൻ പറഞ്ഞു.

കേസിന് ചെലവായ കാശിന്റെ കണക്ക് മറിയ അറിയാതിരിക്കാൻ അവറാച്ചൻ ശ്രദ്ധിച്ചു.

കാടോത്തി മലയുടെ താഴ്‌വാരത്ത് വാങ്ങിയ അഞ്ചേക്കറിൽ കഷ്ടിച്ച് ഒന്നര ഏക്കറിലായിരുന്നു രാമന്റെ കൃഷിയത്രയും. ബാക്കി സ്ഥലം മുഴുവൻ കാടുകയറി അതേപടി കിടന്നു. പെണ്ണും പിടക്കോഴിയും ഇല്ലാത്ത നായർക്ക് സമ്പാദിച്ചിട്ട് വേണ്ടല്ലോ എന്ന് നാട്ടുകാർ തമ്മിൽ പറഞ്ഞു.

രാമൻ പറമ്പു വാങ്ങുമ്പോൾ അതിൽ ചെറിയ ചില ദേഹണ്ഡങ്ങൾ ഉണ്ടായിരുന്നു. പാളയൻകോടൻ, ഞാലിപ്പൂവൻ തുടങ്ങിയ വാഴകൾ ശുശ്രൂഷ കിട്ടാതെ അങ്ങിങ്ങ് തുറുപിടിച്ച് നിന്നു. രാമൻ ഒന്നും നശിപ്പിക്കാതെ ചുവട് ചെറുതായി തെളിച്ചു കൊടുക്കുക മാത്രം ചെയ്തു.

എല്ലാം അറിയുന്ന രാമൻ നായർക്ക് കൃഷി മാത്രം അറിയില്ലെന്ന് അവറാച്ചൻ പറഞ്ഞപ്പോൾ രാമൻ സൗമ്യമായി ചിരിച്ചു.

അവറാച്ചന്റെ തോന്നലുകൾ മാറാൻ അധികനാൾ വേണ്ടി വന്നില്ല. രാമൻ പള്ളിക്കു കൊടുത്ത പൂവൻ വാഴക്കുല കണ്ടപ്പോൾ അവറാച്ചന് വിശ്വസിക്കാൻ കഴിഞ്ഞില്ല.

ക്രിസ്ത്യാനികളുടെ പള്ളിയിൽ രാമൻ നായർക്ക് എന്തു കാര്യം എന്ന് കൃഷ്ണൻ നായർ മുറുമുറുത്തു.

കൃഷി ഹിന്ദുക്കൾക്കും അറിയുമെന്ന് കാണിച്ചുകൊടുക്കാനാണ് രാമൻ നായർ അത് ചെയ്തതെന്ന് കഥയുണ്ടാക്കി കവലയിൽ ഇറങ്ങി നാലുപേരോട് പറഞ്ഞപ്പോൾ നായരുടെ ചൊരുക്ക് അടങ്ങി. ഒന്ന് ഓർത്തപ്പോൾ അത് ശരിയാണെന്ന് സരോജിനിക്കും തോന്നി.

കൃഷ്ണൻ നായരോടൊപ്പം വീട്ടിൽ വന്നപ്പോഴാണ് സരോജിനി രാമനെ ആദ്യമായി കണ്ടത്. ആഹാരം കഴിക്കുന്ന സമയത്ത് ആണുങ്ങൾ രണ്ടു പേരും നിർത്താതെ സംസാരിച്ചുകൊണ്ടിരുന്നു. സരോജിനി വെറും അടുക്കളക്കാരിയായി. സല്ക്കരിക്കുന്ന തിരക്കിൽ രാമനോട് കാര്യമായി സംസാരിക്കാൻ കഴിയാത്തതിന്റെ വിഷമം സരോജിനിയുടെ ഉള്ളിൽ കിടന്നു.

രാമൻ ഒരു കാര്യവും ഒറ്റ വാചകത്തിൽ പറഞ്ഞില്ല., ഒരു വാക്കു പോലും തെറ്റാതെ ശ്രദ്ധയോടെ രാമൻ ഓരോ കാര്യവും വിവരിച്ചു.

കിട്ടുന്ന തരത്തിന് കൃഷ്ണൻ നായർ വിളമ്പുന്ന വിടുവായത്ത മെല്ലാം ചിരിച്ചുകൊണ്ട് ക്ഷമയോടെ മൂളിക്കേട്ട രാമനോട് സരോജിനിക്ക് സഹതാപം തോന്നി. അതിഥിയോട് മിണ്ടാൻ പോലും സരോജിനിക്ക് അവസരം കൊടുക്കാതെ കൃഷ്ണൻ നായർ ഇടതടവില്ലാതെ സംസാരിച്ചു കൊണ്ടിരുന്നു.

ഒന്നും മിണ്ടിയില്ലെങ്കിലും നോട്ടംകൊണ്ട് സരോജിനിയെ പരിഗണി ക്കാൻ രാമൻ മറന്നില്ല.

രാമന്റെ ഓരോ വാക്കും ഓരോ നേട്ടവും സരോജിനിയുടെ ഉള്ളിൽ പൊലിച്ചു

'അന്യപുരുഷൻ' വീട്ടിൽ വരുമ്പോൾ മീനാക്ഷി അടുത്തു പോയി നില്ക്കുന്നത് സരോജിനി ആദ്യമായി കാണുകയായിരുന്നു. കൃഷ്ണൻ നായരും അതു ശ്രദ്ധിക്കാതിരുന്നില്ല.

രാമൻ അറിവും 'പരിജ്ഞാന'വുമുള്ള ആളാണെന്ന് കൃഷ്ണൻ നായർ മനസ്സിൽ പറഞ്ഞു.

കൃഷ്ണൻ നായർക്ക് സമുദായത്തിന്റെ കാര്യങ്ങളാണ് അധികവും പറയാൻ ഉണ്ടായിരുന്നത്.

നായർ പ്രമാണിയായി സ്വയം കരുതുന്ന കൃഷ്ണൻ നായർ മന്നത്തു പത്മനാഭന്റെ പേരുപോലും കേട്ടിട്ടില്ല എന്ന് ഓർത്ത് രാമൻ ഉള്ളിൽ ചിരിച്ചു. ഒരേ സമുദായത്തിനു തന്നെ രണ്ടു നാട്ടിൽ രണ്ടു രീതിയാണെന്ന് കൃഷ്ണൻ നായർ വിസ്മയം കൂറി. മതമല്ല മനുഷ്യനാണ് വലുത് എന്നതായിരുന്നു രാമന്റെ പക്ഷം.

ഒരു മതത്തിന്റെ ആളായി ജീവിക്കാൻ ആഗ്രഹമില്ലെന്ന് തീർത്തു പറഞ്ഞ രാമനെ കൃഷ്ണൻ നായർ അത്ഭുതത്തോടെ നോക്കി.

എല്ലാ മതത്തിലും എല്ലാ ജാതിയിലും നല്ല മനുഷ്യരുണ്ടെന്ന് രാമൻ പറഞ്ഞപ്പോൾ നായരുടെ വാദങ്ങൾക്കു മുന്നിൽ പിടിച്ചുനില്ക്കാൻ കഴിയാതെ കൃഷ്ണൻ നായർ പരാജയഭാവത്തിൽ തലയിളക്കി.

ജാതിയെക്കുറിച്ച് അഭിമാനമില്ലാത്ത ഒരു നായരെ ആദ്യമായി കാണുകയാണെന്ന് കൃഷ്ണൻ നായർ പരിഭവിച്ചു. പ്രതാപ ഗുണവാനായ ഒരാളുടെ സേവനം സമുദായത്തിന് നഷ്ടപ്പെടാൻ കാരണം ശ്രീനാരായണ ഗുരു ആയിരിക്കുമെന്ന് ഊഹിച്ച കൃഷ്ണൻ നായർ ഉള്ളുകൊണ്ട് ഗുരുവിനെ പഴിച്ചു.

രാമനോട് തർക്കിക്കാൻ തന്റെ കൈയിൽ കോപ്പില്ലെന്ന് ഓർത്തപ്പോൾ കൃഷ്ണൻ നായർ ഒതുങ്ങി. ഒറ്റത്തടിയായി നടക്കാൻ കാരണമെന്തെന്ന ചോദ്യം നാവിന്റെ തുമ്പത്തു വന്നിട്ടും ചോദിക്കാൻ കൃഷ്ണൻ നായർ ധൈര്യപ്പെട്ടില്ല.

പഠിപ്പിനെപ്പറ്റി രാമൻ വിശദമായി ചോദിച്ചപ്പോൾ മീനാക്ഷിക്ക് അത് പുതിയ അനുഭവമായി.

സ്കൂളും പഠിപ്പും ഇത്ര വലിയ കാര്യങ്ങളാണെന്ന് അച്ഛനും അമ്മയും ഒരിക്കലും പറഞ്ഞില്ലെന്ന് മീനാക്ഷി ഓർത്തു. പാഠത്തിൽ സംശയങ്ങളുണ്ടെങ്കിൽ ചോദിച്ചുകൊള്ളാൻ പറഞ്ഞ് പുറത്തിറങ്ങുമ്പോൾ മീനാക്ഷിയുടെ മൂർദ്ധാവിൽ രാമൻ സ്നേഹത്തോടെ തൊട്ടു.

ചെങ്കൊടി പാർട്ടിക്ക് പുതിയൊരു നേതാവിനെ കിട്ടുകയാണോ എന്ന് ആലോചിച്ചപ്പോൾ കൃഷ്ണൻ നായർക്ക് ഭയം തോന്നി. പൊലീസുകാർ ഇടിച്ച് എല്ലൊടിച്ച ചോമന്മാർ ഇനി കരിമ്പിൻ തല പൊക്കില്ലെന്ന് മനസ്സിന്റെ ഒരു പകുതികൊണ്ട് കൃഷ്ണൻ നായർ ആശ്വസിച്ചു. സ്വന്തം നിയോഗം എന്തെന്ന് രാമനും തീർച്ചയുണ്ടായിരുന്നില്ല.

മതത്തിന്റെയും രാഷ്ട്രീയത്തിന്റെയും അതിരുകളില്ലാതെ കാടോന്നിക്കാരുടെ മനസ്സിൽ രാമൻ വളർന്നു.

മരിച്ചവരും ജീവിച്ചിരിക്കുന്നവരും

കഥകൾക്കുവേണ്ടി മാത്രം ചെറുതിനെയും തങ്കമാളുവിനെയും രാമൻ പണിക്കു വിളിച്ചു.

ഒരു നീളൻ തോർത്തും അരയിൽ ചുറ്റി പണിക്കാർക്ക് ഒപ്പമിറങ്ങി, രാമൻ പറമ്പു കിളച്ചു. തങ്കമാളു അനത്തിയ മധുരമില്ലാത്ത കട്ടൻ ചായയും കുടിച്ച് ഇടയ്ക്കിടെ സിഗററ്റ് പുകച്ചു.

പുല്ലു മാന്തികൊണ്ട് പുല്ലും കല്ലും നീക്കി മണ്ണൊരുക്കുന്നതിനിടയിൽ ചെറുതിന്റെയും തങ്കമാളുവിന്റെയും നാവിൽ മരിച്ചവരുടെയും ജീവിച്ചിരിക്കുന്നവരുടെയും കഥകൾ വിളയാടി.

പറമ്പിൽ അടുപ്പു കൂട്ടി തങ്കമാളു പണിക്കാർക്ക് കഞ്ഞിയും കപ്പയും ഉണ്ടാക്കി. കൃഷ്ണൻ കുട്ടിയുടെ കോഴികൾ ഇടയ്ക്കിടെ രാമന്റെ അടുപ്പിൽ വെന്തു.

ഇതിനു മുൻപ് അവറാച്ചനല്ലാതെ മറ്റൊരാളും കോഴിയിറച്ചിയുംകൂട്ടി പണിക്കാർക്ക് ഊണു കൊടുത്തിട്ടില്ലെന്ന് ചെറുത് ആണയിട്ടു. പണിക്കു വന്ന ദിവസങ്ങളിൽ രാമന്റെ ചാർമിനാർ പാക്കറ്റുകളിൽ നിന്ന് ഒന്നോ രണ്ടോ സിഗററ്റുകൾ ജോർജിനും കിട്ടി. രാമൻ കേൾക്കെ ആരും കത്രീനയുടെ കഥകൾ പറഞ്ഞില്ല.

കേട്ടറിഞ്ഞ കഥകളിൽ നിന്ന് കാടോത്തിയുടെ ഇന്നലെകൾ രാമന്റെ മനസ്സിൽ തെളിഞ്ഞു.

കല്ലുവാഴയും കിഴങ്ങുകളും വളർന്ന പഴയ കാലത്തെ കാടോത്തി എങ്ങനെയിരിക്കുമെന്ന് രാമൻ സങ്കല്പിച്ചു നോക്കി.

ആനച്ചെവിപോലെ വലിപ്പമുള്ള തേൻകൂടുകൾ ആകാശം മുട്ടെ ഉയരത്തിൽ തൂങ്ങിനിന്ന പഴയ ആഞ്ഞിലി മരങ്ങൾ വെട്ടിമാറ്റിയതിന്റെ കുറ്റികൾ അങ്ങിങ്ങ് പുതലിച്ച് നില്ക്കുന്നത് രാമൻ കണ്ടു.

മനയ്ക്കലെ ആന്റപ്പൻ തോക്കിന്റെ പാത്തി കൊണ്ട് അടിച്ചുകൊന്ന ചെറിയ രാമനായി രാമൻ ഇടയ്ക്കിടെ സ്വയം സങ്കല്പിച്ചു.

കീലത്തു പാറയ്ക്കപ്പുറത്തെ കൊല്ലിയിൽ ഈറ്റ വെട്ടുന്നതിനിടെ കാട്ടാന ചവിട്ടിക്കൊന്ന ചെറിയ രാമന്റെ അപ്പൻ കീരൻ ജീവിച്ചിരുന്നെങ്കിൽ എന്തൊക്കെ കഥകൾ പറയുമായിരുന്നുവെന്ന് രാമൻ ആലോചിച്ചു.

നാല്പത്തി നാലിലെ ഉരുൾപൊട്ടലിനുശേഷമുള്ള വേനലിലായിരുന്നു കീരന്റെ അന്ത്യം.

മലയന്മാരെ ആന ഉപദ്രവിക്കില്ലെന്ന വിശ്വാസം അതോടെ തെറ്റി.

ഓരോ പുതിയ വേലി ഉയരുമ്പോഴും അതിനു പുറത്തായിപ്പോയ മലയന്മാരുടെ മൂന്നു തലമുറകൾ അവരുടെ ചോരയും വിയർപ്പും കലർന്ന മണ്ണിൽനിന്ന് നിലവിളിക്കുന്നതുപോലെ രാമനു തോന്നി.

ഓരോ വസ്തു വില്പനയും, ഓരോ പുതിയ വേലിയും മണ്ണിന്റെ മക്കളെ മണ്ണില്ലാത്ത കൽമടക്കുകളിലേക്ക്, ആർക്കും വേണ്ടാത്ത പാറയിടുക്കുകളിലേക്ക്, ഒതുക്കി.

ചത്തും കെട്ടും തീർന്ന ഒരു കൂട്ടം കീലത്തു പാറയിടുക്കിലെ നാല് മലയക്കുടിലുകളിൽ പരാതികളില്ലാതെ ജീവിക്കുകയാണെന്ന് രാമൻ വിശ്വസിച്ചില്ല.

മണ്ണു കൈയേറിയതോ പോകട്ടെ, തലമുറകളുടെ കുരുതിച്ചോര കുടിച്ച കാടോത്തിക്കാവിലെ ദേവിയെ കട്ടവരോട് അവർ ക്ഷമിക്കില്ലെന്ന് രാമനു തോന്നി.

ആരും ചോദിക്കാനില്ലാത്തവർക്കുവേണ്ടി ആരു ചോദിക്കുമെന്നോർത്ത് രാമന്റെ ചിന്തകൾ കാടുകയറി.

പടിഞ്ഞാറുനിന്ന് ഉരുണ്ടു കൂടി വരുന്ന കാർമേഘങ്ങൾ കാടോത്തിക്കാവിനു മുകളിൽ കെട്ടിനില്ക്കുമെന്നും, ഒരുനാൾ അലച്ചുപെയ്ത്, കാടോത്തി മലയെ നിരപ്പാക്കുമെന്നും രാമൻ വിശ്വസിച്ചു.

ഒളിച്ചോടിയ മണ്ണിൽ തിരിച്ചെത്തിയതുപോലെ രാമന്റെ ഉള്ളു വെന്തു.

കാടോത്തിയുടെ ആകാശങ്ങൾ കറുത്തു വന്നു.

വെയിലും മഴയുമില്ലാതെ ദിവസങ്ങൾ കടന്നുപോയപ്പോൾ അത് ആപത്തിന്റെ സൂചനയാണെന്ന് രാമൻ ഭയന്നു.

എല്ലാം കലിയുടെ കളിയാണെന്ന് കൃഷ്ണൻ നായർ പറഞ്ഞപ്പോൾ പതിവുപോലെ ചിരിക്കാതെ രാമൻ ചിന്തയിൽ അമർന്നതിന്റെ കാരണം സരോജിനിക്ക് പിടി കിട്ടിയില്ല.

രാമനെ എന്തോ ചിന്താഭാരം പിടികൂടിയിട്ടുണ്ടെന്ന് ഗോപാലൻ പറഞ്ഞു.

കൃഷിക്കാര്യങ്ങളിൽ ശ്രദ്ധ കൂടിയതുകൊണ്ടാണ് രാമൻ പതിവുപോലെ അങ്ങാടിയിൽ വരാത്തതെന്നു കരുതിയ ചാണ്ടിക്കും മക്കൾക്കും അത് നല്ല കാര്യമായിട്ടേ തോന്നിയുള്ളൂ.

രാമൻ നായർ കീലത്തു പാറയിലും മലയക്കോളനിയിലും കറങ്ങി നടക്കുകയാണെന്ന് ദേവസ്യ പറഞ്ഞത് സ്വന്തം കണ്ണുകൊണ്ടു

കാണുന്നതുവരെ ചാണ്ടി വിശ്വസിച്ചില്ല.

ക്രിസ്ത്യാനികളും അല്ലാത്തവരുമെന്ന രണ്ടു കൂട്ടരേ ലോകത്തുള്ളൂ എന്ന് ചാണ്ടി പറഞ്ഞപ്പോൾ തർക്കിക്കാൻ നില്ക്കാതെ ദേവസ്യ വിട്ടുകൊടുത്തു.

ജാതിയുടെ പേരു കളഞ്ഞ രാമന്റെ കാര്യം പറഞ്ഞ് വീട്ടിലും കവലയിലും മുറുമുറുത്തു നടന്ന കൃഷ്ണൻ നായർ രാമനെ നേരിൽ കണ്ടപ്പോഴെല്ലാം വിനയാന്വിതനായി.

ഒരു വാക്കുകൊണ്ടോ നോട്ടം കൊണ്ടോ രാമൻ എല്ലാവരെയും മനസ്സു മയക്കി കൂടെ നിർത്തി.

രാമൻ കരിമ്പിൽ ഇറങ്ങാത്ത ദിവസങ്ങളിൽ പത്ര വായനയ്ക്കിടയിലെ സംശയങ്ങൾ പത്മനാഭന്റെയും സഖാക്കളുടെയും മനസ്സിൽ കുന്നു കൂടി.

കാടോത്തിക്ക് ഒരു മനസ്സുണ്ടെന്ന് രാമനു തോന്നി.

ഓരോ ഇലയനക്കത്തിലും കാറ്റിന്റെ ചൂളം വിളിയിലും കാടോത്തി സംസാരിക്കുന്നതുപോലെ രാമൻ സങ്കല്പിച്ചു.

ഓരോ പകലിലും മഴയ്ക്കു വേണ്ടി മാനം കറുത്തിരുളുന്നതും ഒരു തുള്ളിപോലും പെയ്യാതെ പ്രളയത്തിനുവേണ്ടി കാടോത്തി മല അതു കാത്തു വയ്ക്കുന്നതും രാമൻ കണ്ടു.

മഴക്കാറുകൾ കാടോത്തിക്കാവിനു മേൽ അതിന്റെ പ്രളയങ്ങളെ അടക്കിപ്പിടിച്ചു.

ഇടയ്ക്കിടെ പാളി നോക്കിയതുപോലെ വെയിലുകൾക്ക് മാത്രകളുടെ ആയുസ്സായിരുന്നു.

ആകാശത്തുനിന്ന് കഴുകനെപ്പോലെ ഇറങ്ങിവന്ന കാറ്റുകൾ മുനപ്പിച്ച കമ്പി കൊണ്ടെന്നപോലെ മണ്ണിൽ കുത്തി. ആലിംഗനബദ്ധരായി നിന്ന മരങ്ങൾക്കിടയിൽനിന്ന് ഒന്നോ രണ്ടോ പിഴുതെടുത്ത് നിലത്തടിച്ച്, വന്നതു പോലെ കാറ്റുകൾ തിരിച്ചു കയറിപ്പോയി.

പാതിരയോടടുത്ത നേരത്ത് കാടോത്തി മലയുടെ മടക്കുകൾക്കപ്പുറത്ത് വെളിച്ചങ്ങൾ വീണു പൊലിയുന്നത് കൃഷ്ണൻ നായർ കണ്ടു. ഉള്ളിൽ മരവിപ്പ് പടരുന്നതുപോലെ കൃഷ്ണൻ നായർ ഭയന്നു.

മരിച്ചുപോയ മലയന്മാരുടെ ആത്മാക്കൾ അസ്ഥികൾ തേടി വരികയാണെന്ന തോന്നലിൽ കൃഷ്ണൻ നായരുടെ ഭയം മുറുകി.

രാമൻ ഉണർത്തി വിട്ട സംശയങ്ങൾ അയാളുടെ ഉള്ളിൽ തികട്ടി.

മലയന്മാർക്കും മൃഗങ്ങൾക്കും ആത്മാവുണ്ടാകുമോ?

കാടോത്തിക്കാവിൽനിന്ന് കുടിയിറക്കി വിട്ട മലയന്മാരുടെ ദൈവത്തിന് ശക്തിയുണ്ടാവുമോ?

ഉന്മാദത്തിൽ, ഭൂമി കീഴ്മേൽ മറിയുന്നതുപോലെ കൃഷ്ണൻ നായർക്ക് തോന്നി.

'ദൈവമേ ' എന്ന ഉച്ചത്തിലുള്ള അലർച്ച കേട്ട് അടുക്കളയിൽനിന്ന്

പാഞ്ഞെത്തിയ സരോജിനി ആരോ എടുത്തെറിഞ്ഞതുപോലെ മുറ്റത്തേക്കു തെറിച്ചു വീഴുന്ന കൃഷ്ണൻ നായരെ കണ്ട് അമ്പരന്നു.

തൊഴുത്തിന്റെ അരച്ചുമരിൽ തലവച്ച് കൃഷ്ണൻ നായർ ചരിഞ്ഞിരുന്നു.

വെപ്രാളപ്പെട്ട് കൈപിടിച്ച് എഴുന്നേല്പിക്കുന്നതിനിടയിൽ കൃഷ്ണൻ നായരുടെ മുഖത്തെ ദൈന്യതയും ഭയവും സരോജിനിയെ അത്ഭുതപ്പെടുത്തി.

വെറുപ്പോ ദേഷ്യമോ ശൃംഗാരമോ ഇല്ലാതെ ഭർത്താവ് തന്നെ നോക്കുന്നത് അന്നാദ്യമാണെന്ന് സരോജിനിക്ക് തോന്നി.

പെട്ടെന്ന്, കൊള്ളിയാൻ പോലെ കീലത്തു പാറയിലേക്ക് മിന്നലുകൾ പാഞ്ഞുപോയി.

കൃഷ്ണൻ നായർ സർവ്വശക്തിയുമെടുത്ത് കാതുകൾ പൊത്തി.

ഇടിയൊച്ചയിൽ കാലിനടിയിലെ മണ്ണ് കുലുങ്ങിയപ്പോൾ സരോജിനി വിറച്ച ശബ്ദത്തിൽ മകളെ വിളിച്ചു.

പേടിച്ചരണ്ട മീനാക്ഷി വാതില്ക്കൽ വന്ന് പാളി നോക്കി.

കാറ്റിലുലയുന്ന മഴത്തൂണുകളായാണ് പിറ്റേന്ന് കാടോത്തിക്കുന്നിൽ മഴയെത്തിയത്.

പെയ്ത്ത് കനത്തപ്പോൾ മഴത്തൂണുകൾ ഒന്നായി.

കാടോത്തി മല കാഴ്ചയിൽ നിന്ന് മറഞ്ഞു.

മഴയുടെ ശബ്ദത്തിൽ മനഷ്യരുടെ കാതുകൾ അടഞ്ഞു.

പൂവാറൻ തോടിന്റെ ഇരമ്പൽ കനത്തു.

കാടോത്തിമലയുടെ ഞരമ്പുകളിൽ കാട്ടുവെള്ളം കുത്തിയൊഴുകി.

കാടോത്തിക്കുന്നിന്റെ ഉച്ച മഴയിൽ മുങ്ങി.

മഴയിൽ സൂര്യൻ അസ്തമിച്ചു.

രാത്രിയുടെ യാമങ്ങളിൽ മഴ കനത്തു.

അലച്ചു പെയ്ത് പുലർച്ചയ്ക്കു മുൻപ് മഴ പറന്നു.

പ്രകൃതിയിലെ ശബ്ദങ്ങൾ തെളിഞ്ഞു.

ചെറിയ ചാറ്റൽ മാത്രം ബാക്കി നിന്നു.

കൊടുങ്കാറ്റും ഇടിയുമില്ലാതെ പെയ്തൊഴിഞ്ഞ മഴയ്ക്ക് കൃഷ്ണൻ നായർ ഭഗവാനെ വിളിച്ചു.

മറിയ കുരിശു വരച്ചു.

ഗ്രാമം ഭയമകന്ന് ഉറക്കത്തിലേക്കു വഴുതി.

പെട്ടെന്ന്, കാടോത്തിക്കുന്നിനു മുകളിലെ നക്ഷത്രങ്ങൾ വിറച്ചു.

അടുക്കളയിൽ പാത്രങ്ങൾ മറിഞ്ഞുവീഴുന്ന ശബ്ദത്തിൽ സരോജിനി ഉണർന്നു.

ഭയങ്കരമായ ഇരമ്പൽ അടുത്തുവരുന്നത് സരോജിനി അറിഞ്ഞു.

സരോജിനിയുടെ കാലുകൾക്കടിയിൽ ഭൂമി കുലുങ്ങി.

മല പിളർന്നു.

കാതടപ്പിക്കുന്ന ഇരമ്പലോടെ കാടോത്തി മലയുടെ ഒരു കൈ സരോജിനിയെ തൊട്ട് താഴേക്ക് പാഞ്ഞുപോയി.

പ്രളയത്തിനു നേർക്ക് സരോജിനി കൈ നീട്ടി.

കൃഷ്ണൻ നായർ കിടന്ന കട്ടിലിന്റെ സ്ഥാനത്ത് ഒരു വലിയ കിടങ്ങ് രൂപപ്പെട്ടതുപോലെ സരോജിനിക്കു തോന്നി.

ഓല കെട്ടിയ വീടിന്റെ മൺചുവരുകൾ മലവെള്ളത്തിലേക്ക് അടർന്നു വീഴുന്നത് സരോജിനി അറിഞ്ഞു.

തറയിൽ വിരിച്ച തഴപ്പായയിൽ മീനാക്ഷിക്കുവേണ്ടി പരതുന്നതിനിടയിൽ ശരീരം കുഴഞ്ഞ് സരോജിനി അബോധത്തിലേക്ക് മറിഞ്ഞു.

കൂറ്റൻ പാറക്കല്ലുകളും കട പറിഞ്ഞ മരങ്ങളും ചളിയിൽ കുത്തിയൊഴുകി പരക്കുന്നതിന്റെ ഇരമ്പലിൽ കാടോത്തിക്കുന്ന് വിറച്ചു.

കൃഷ്ണൻ നായരുടെ വീടിന്റെ പകുതിയും കൊണ്ട് കുതിച്ച ഉരുൾ ഇരുവഞ്ഞിപ്പുഴയിൽ പതിക്കുന്നതിനുമുമ്പ് കാളവണ്ടിക്കാരൻ കൊറ്റുവിന്റെ നാലു മക്കളുടെയും ജ്വരം പിടിച്ച് മരിക്കാൻ കിടന്ന അപ്പന്റെയും ജീവനെടുത്തു.

കെട്ടുതുറന്നുവിട്ടതുപോലെ ഉരുൾ ചാലിലൂടെ മലവെള്ളം കുത്തിയലച്ചു.

പേടിയോടെ കാത്തിരുന്ന ദിവസം എത്തിയെന്ന് രാമൻ മനസ്സിൽ പറഞ്ഞു.

ഉന്മാദത്തിൽ, ഇരുട്ടിലൂടെ പാഞ്ഞ രാമൻ പ്രിയപ്പെട്ടവരുടെ പേരുകൾ ഉറക്കെ വിളിച്ചു.

നിമിഷങ്ങൾക്കുള്ളിൽ രാമന്റെ കണ്ണിൽ ഉരുളിന്റെ ചാൽ വ്യക്തമായി തെളിഞ്ഞു.

രാമന്റെ ഉള്ളിൽനിന്ന് ഒരു ആർത്തനാദം പുറപ്പെട്ടു.

കാടോത്തിയുടെ വടക്കെ ചരിവ് ഉരുൾ ചാലിനക്കരെ വേറൊരു ലോകം പോലെ നിന്നു.

കത്രീനയുടെ ചെറ്റയും അവറാച്ചന്റെയും ദേവസ്യയുടെയും ചാണ്ടിയുടെയും പറമ്പുകളും രണ്ടു ദിക്കായി നെടുകെ പകുത്ത് കാടോത്തിക്കാവിനു വടക്കുവശത്തുകൂടെ ഒരു മൺപുഴയൊഴുകി.

ഉള്ളു കാഞ്ഞ ചാണ്ടിയും മക്കളും പുലരിവെട്ടത്തിനുവേണ്ടി കാത്തു.

ദേവസ്യയുടെ മലയിൽ ശബ്ദങ്ങൾ അവ്യക്തമായിരുന്നു.

കത്രീനയുടെ വീട് ഉരുളെടുത്തു പോയെന്ന് രാജു ഉറപ്പിച്ചു.

അവറാച്ചന്റെ കൂരയിൽ, പൈലിക്കുഞ്ഞിനെയും തൊമ്മിയെയും മാറിൽ ചേർത്തുപിടിച്ച്, മറിയ ദൈവനാമം ഉരുവിട്ടു.

അമ്മയുടെ നെഞ്ചിൻ കൂട് പൊട്ടിപ്പോകുമെന്ന് പൈലിക്കുഞ്ഞ് ഭയന്നു.

ശോശാമ്മ പിച്ചും പേയുംപോലെ പഴയ കാര്യങ്ങൾ പറഞ്ഞു കൊണ്ടിരുന്നു.

വിളക്ക് കെടാതെ നോക്കുന്നതിനിടയിൽ ഉള്ളിലെ ഭയം പുറത്തു

കാട്ടാതിരിക്കാൻ അവറാച്ചൻ ശ്രദ്ധിച്ചു.

എല്ലാവരും ദൈവത്തെ വിളിച്ച ആ പുലർച്ചയിൽ രാമൻ മാത്രം മനുഷ്യരുടെ പേരുകൾ ഉറക്കെ വിളിച്ചു.

മരിച്ചവരെയും പകുതി മരിച്ചവരെയും തേടി ജീവന്റെ നൂൽപ്പാലത്തിലൂടെ രാമൻ പാഞ്ഞു.

ഉരുൾ ചാലിലേക്കു പതിക്കുന്ന മൺചുമരുകൾക്കരികിൽനിന്ന് സരോജിനിയെ എടുത്തുയർത്തി ഇടം തോളിൽ കൊരുത്തിട്ട്, ഭയന്നു വിറയ്ക്കുന്ന മീനാക്ഷിയെ വലതു കൈയിൽ തൂക്കി ചേർത്തുപിടിച്ച്, ശരീരം മുഴുവൻ ചളിയും ചോരയും ഒലിപ്പിച്ച്, കൃഷ്ണൻ കുട്ടിയുടെ പടിക്കൽ വന്ന് രാമൻ അലറി.

ഇരുട്ടു തപ്പി ഓടിവന്ന വിലാസിനിയുടെ സഹായത്തോടെ സരോജിനിയെയും മീനാക്ഷിയെയും ചാണകം മെഴുകിയ തറയിൽ കിടത്തുന്ന കൃഷ്ണൻകുട്ടിയെ കൂസാതെ രാമൻ പിന്നെയും ഓടി.

മല മണ്ണിന്റെയും മരണത്തിന്റെയും മണമുള്ള കാടോത്തിക്കുന്നിലെ കാറ്റിൽ രാമന്റെ ശബ്ദം ഒഴുകി നടന്നു.

പുലരിവെട്ടം തെളിയാൻ കാത്തുനില്ക്കാതെ, ഭ്രാന്തു പിടിച്ചതു പോലെ രാമൻ ഓടി.

ഉരുളുകൾക്കു മുന്നിൽ വിറങ്ങലിച്ചു നിന്നവർ രാമന്റെ അലർച്ചയിൽ ഉണർന്നു.

ഒരു കൈ അറ്റ് വികൃതമായ കൊറ്റുവിന്റെ മൂത്ത മകൻ കൃഷ്ണന്റെ ശരീരം പകുതി പൂണ്ടചളിയിൽനിന്ന് വലിച്ചെടുക്കുമ്പോൾ ഒരു രാത്രിയും പകലും ശമിക്കാതെ മഴ പെയ്തിട്ടും കാടോത്തി മല തണുത്തിട്ടില്ലെന്ന് രാമന് തോന്നി.

നേരം വെളുത്തപ്പോൾ, തൂമ്പയും വാക്കത്തിയും കുറുവടിയും കോടാലിയുമായി, ചാണ്ടിയും മക്കളും രക്ഷകരായി ഓടി നടന്നു.

കൃഷ്ണൻ നായരുടെ ശരീരം ആരോ എടുത്തെറിഞ്ഞതുപോലെ ഉരുൾ ചാലിനു പുറത്തു നിന്നാണ് കിട്ടിയത്

വിലക്കുകൾ രാമൻ കേട്ടില്ല.

ഏതു നിമിഷവും ഉരുൾ അലച്ചു വരുമെന്നുറപ്പിച്ച് തടയാൻ ചെന്ന ചെല്ലപ്പനെ കാട്ടുപോത്തിന്റെ ശക്തിയോടെ രാമൻ കുടഞ്ഞു തെറിപ്പിച്ചു.

ധൈര്യം സംഭരിച്ച് ഒപ്പമിറങ്ങിയ ചെല്ലപ്പന്റെ ഭയമത്രയും രാമനെക്കുറിച്ചായിരുന്നു.

മണിക്കൂറുകൾകൊണ്ട് മാനം തെളിഞ്ഞു.

മഴച്ചാറ്റൽ നിന്നു.

കാറ്റുകൾ പിൻവാങ്ങി.

ഉരുൾ ചാലിലെ വെള്ളം തെളിഞ്ഞു.

പൂവാറൻതോട് കരകൾ വിട്ട് ഒതുങ്ങി.

കരിമ്പിലെ ജനം മുഴുവൻ ഉരുൾ കാണാനെത്തി.

ചാലിന് പുറത്ത് ഒരു പുൽക്കൊടിപോലും തൊടാതെ, തൂമ്പകൊണ്ട്

കിളച്ചെടുത്തതു പോലെ, മണ്ണും മരവും കരിമ്പാറകളുംകൊണ്ട് താഴ്‌വാരത്തെ കൃഷിയിടങ്ങൾ ഇല്ലാതാക്കി, പുഴയിൽ അലച്ചുവീണ ഉരുളിന്റെ കാഴ്ച കണ്ടവർ മതിവരാതെ നിന്നു. കത്രീനയുടെ വീട് നിന്ന സ്ഥലം തിരിച്ചറിയാൻ പറ്റാത്തതുപോലെ ഉരുളെടുത്ത് പോയിരുന്നു.

മണിക്കൂറുകൾക്കുശേഷം വഞ്ചിക്കാടുകൾക്കിടയിൽനിന്ന് കൊറ്റുവിന്റെ അപ്പൻ കണ്ടന്റെയും രണ്ടാമത്തെ മകൻ കുട്ടന്റെയും മുറിഞ്ഞു വികൃതമായ ശരീരങ്ങൾ കണ്ടെടുത്തു.

ദിവസങ്ങൾക്കുശേഷം ഇളയതുങ്ങൾ രണ്ടിനും വേണ്ടിയുള്ള തിരച്ചിൽ അവസാനിച്ചു.

കൊറ്റുവിന്റെ കാളവണ്ടി കണ്ടപ്പോഴൊക്കെ പൈലിക്കുഞ്ഞ് കൂട്ടുകാരെ ഓർമ്മിച്ചു.

ദുരന്തത്തിന്റെ നാളുകൾ കാടോത്തിയുടെ മനസ്സുകൾ ഒന്നാക്കി.

ഉരുൾ പൊട്ടലിൽ തകർന്ന വീടിന് അമ്പതു വാര മാറി സരോജിനിക്കും മകൾക്കും പുതിയ കൂര പൊങ്ങി.

രാമൻ എല്ലാറ്റിനും മുന്നിൽ നിന്നു.

ചാണ്ടിയും മക്കളും രാമന്റെ പട്ടാളം പോലെ സ്വന്തം കാര്യങ്ങൾ മറന്ന് ഓടി നടന്നു.

കാടോത്തിക്കുന്ന് പതിയെ പതിയെ സാധാരണ ജീവിതത്തിലേക്ക് തിരിച്ചു വന്നു.

കരിമ്പുകാർ രാമനെ അവരുടെ മനസ്സിൽ സ്വീകരിച്ചു.

ജാതിയും മതവും സദാചാരവും പറഞ്ഞ് രാമന്റെ പേരിൽ തർക്കിച്ചവർ എല്ലാ വ്യത്യാസങ്ങളും മറന്ന് രാമന്റെ മഹത്ത്വം വർണ്ണിച്ചു.

അവറാച്ചനും ദേവസ്യയും ഗോപാലനും മാസത്തിൽ ഒരു വട്ടമെങ്കിലും രാമനെ ഊണിനു ക്ഷണിച്ചു.

രാമൻ എല്ലാവരുടെയും ക്ഷണം സ്നേഹത്തോടെ സ്വീകരിച്ചു.

ആരെയും പിണക്കാതെ നിന്നു.

രാമന്റെ പറമ്പിലെ തേൻവരിക്കയും ഞാലിപ്പൂവനും മാങ്ങയും മുരിങ്ങയും എല്ലാവരുടെയും വീടുകളിൽ എത്തി.

വീട്ടിലേക്കു വാങ്ങുന്ന കൂട്ടത്തിൽ സരോജിനിക്കും മകൾക്കും വേണ്ടതു വാങ്ങാൻ രാമൻ ഒരിക്കലും മറന്നില്ല. സരോജിനി വിലക്കിയത് രാമൻ കാര്യമാക്കിയില്ല.

വേലിക്കു പുറത്തു വന്നുനിന്ന് മീനാക്ഷിയെ വിളിച്ച് സാധനങ്ങൾ ഏല്പിക്കും.

സരോജിനിയും മകളും നാടിന്റെ ദുഃഖമായി.

ഒരു വർഷത്തിനുശേഷം തിരുവോണത്തിന്റെ തലേന്ന് കരിമ്പിലെ പാറക്കയത്തിൽ തെളിഞ്ഞ തലയോട്ടിയും അസ്ഥിക്കഷണങ്ങളും കൊറ്റുവിന്റെ ഇളയ മകൻ കുഞ്ഞുണ്ണിയുടേതാണെന്ന് നാട്ടുകാർ വിശ്വസിച്ചു.

അന്നു രാത്രി മുഴുവൻ കരിമ്പുകാർ മരണത്തെക്കുറിച്ചും ജീവിതത്തിലെ നന്മയെക്കുറിച്ചും സംസാരിച്ചു. മരിച്ചവരെ വിട്ട് ജീവിച്ചിരിക്കുന്നവരെക്കുറിച്ച് ചിന്തിക്കാൻ ഗോപാലനെയും ദേവസ്യയെയും രാമൻ ഉപദേശിച്ചു.

രാമന്റെ ദയയിൽ സരോജിനിയുടെ ആഴ്ചകളും മാസങ്ങളും കടന്നുപോയി.

രാമനെ വീട്ടിൽ വിളിച്ച് ഒരു നേരത്തെ ഊണു കൊടുക്കണമെന്ന് സരോജിനി ആഗ്രഹിച്ചു.

ഒരിക്കൽ മീനാക്ഷിയെക്കൊണ്ട് പറയിപ്പിക്കുകയും ചെയ്തു.

“ഒരിക്കൽ വരാം” എന്നായിരുന്നു രാമന്റെ മറുപടി.

രാമനെയും സരോജിനിയെയും ചേർത്ത് കരിമ്പിൽ കഥകൾ ഇറങ്ങി.

രാമനും ചാണ്ടിയും ദേവസ്യയും ഗോപാലനും ഒരുമിച്ചു ചേർന്ന രാത്രിസഭകളിൽ സരോജിനി കഥാപാത്രമായി.

സരോജിനി രാമന്റെ നീറ്റലാണെന്ന് ഒരിക്കൽ ഗോപാലൻ പറഞ്ഞപ്പോൾ രണ്ടുപേരെയും ചേർത്തുവച്ചാലെന്ത് എന്ന് ദേവസ്യ ചോദിച്ചു.

എല്ലാം കേട്ടുകൊണ്ടിരുന്ന രാമൻ ചിന്തയിലാണ്ടു.

ദേവസ്യ കുത്തിക്കുത്തി ചോദിച്ചുകൊണ്ടിരുന്നു.

രാമൻ പലതും കേട്ടതായി ഭാവിച്ചില്ല.

ചിലപ്പോൾ മൂളുകമാത്രം ചെയ്തു.

ദേവസ്യ ഒരു ബീഡി കത്തിക്കാനായി തീപ്പെട്ടിയുരച്ചപ്പോൾ രാമൻ തല വെട്ടിച്ച് ഇരുട്ടിലേക്ക് നോക്കി.

രാമന്റെ കവിളിലൂടെ കണ്ണുനീർ ചാലിട്ടൊഴുകുന്നത് ദേവസ്യ കണ്ടു.

മറ്റൊരു രാമൻ

കൃഷ്ണൻ നായരുടെ മരണശേഷം തൊടിയിലെ കാര്യങ്ങൾ നേരിട്ടുനോക്കി നടത്തിയ ദേവരാജക്കുറുപ്പ് ഒരു റൈറ്റർക്കു വേണ്ടി നടത്തിയ അന്വേഷണം, ഒടുവിൽ, രാമനിൽ എത്തി നിന്നു. കുറുപ്പിന് പിടികൊടുക്കാതെ രാമൻ ഒഴിഞ്ഞുമാറി. ഒരുദിവസം, കവലയിൽ ആളൊഴിഞ്ഞ നേരത്ത് മജീദിന്റെ ചായക്കടയിലെ ബഞ്ചിലിരുന്ന് രാമനും കുറുപ്പും ദീർഘമായി സംസാരിച്ചു. അപൂർവ്വമായി മാത്രമേ കുറുപ്പ് മജീദിന്റെ ചായക്കടയിൽ കയറിയിരുന്നുള്ളൂ. മജീദ് പാളി നോക്കിയപ്പോഴെല്ലാം എന്തോ മറയ്ക്കാനുള്ളതുപോലെ, കുറുപ്പ് സ്വരം താഴ്ത്തി.

രാമന്റെ ചുണ്ടിൽ രണ്ടു വട്ടം ചാർമിനാർ പുകഞ്ഞുകെട്ടു.

രാമൻ ഊതി വിടുന്ന സിഗററ്റിന്റെ പുക കൊച്ചു കുറുപ്പിനെ അസ്വസ്ഥനാക്കുന്നതു പോലെ മജീദിനു തോന്നി.

രാമനോട് സംസാരിക്കുന്നതിനിടയിൽ കുറുപ്പിന്റെ മുഖത്തെ പ്രസാദം മങ്ങുന്നത് മജീദ് ശ്രദ്ധിച്ചു. സ്വരം താഴ്ത്തി സൗമ്യമായാണ് രാമൻ സംസാരിച്ചതെങ്കിലും, കുറുപ്പ് കേൾക്കാൻ ആഗ്രഹിക്കാത്തതാണ് രാമൻ പറഞ്ഞതെന്ന് മജീദ് ഊഹിച്ചു

കുറുപ്പ് നീട്ടിയ ചായയുടെ പൈസ മജീദ് വാങ്ങിയില്ല.

"രാമേട്ടൻ......" എന്ന് പറഞ്ഞ് മുഴുമിക്കാതെ മജീദ് തലവെട്ടിച്ചു.

കൂടെയുള്ളവരുടെ പൈസ താൻ തന്നുകൊള്ളാമെന്ന് പറയാൻ രാമൻ നല്കുന്ന പതിവുസൂചന മജീദ് ശരിയായി പിടിച്ചെടുത്തിരുന്നു.

രാമനും കുറുപ്പന്മാരും തമ്മിൽ കാര്യമായ എന്തോ അഭിപ്രായ വ്യത്യാസമുണ്ടെന്ന് ആളുകൾ കരുതി.

കേട്ടതും തോന്നിയതും ചേർത്ത് മജീദ് പറഞ്ഞതു കഥകളായി.

കാര്യം തിരക്കിയ ചെല്ലപ്പനോട് രാമൻ മനസ്സു തുറന്നു.

"കുറുപ്പിന്റെ കാര്യസ്ഥനാകുന്നതിലും ഭേദം പട്ടിയാകുന്നതാണെ"ന്ന് രാമൻ പറഞ്ഞപ്പോൾ രാമന്റെ ഉള്ളിലെ ശരിക്കുള്ള രാമനെ

ചെല്ലപ്പൻ കണ്ടു.

കേട്ടറിഞ്ഞ കഥകളിൽനിന്ന് കാടോത്തിയുടെ ചരിത്രം രാമനു മുന്നിൽ നിവർന്നു.

തൊണ്ണൂറ്റി ഒമ്പതിലെ മഹാപ്രളയത്തിനു മുൻപുള്ള അരനൂറ്റാണ്ടുകാലം കാടോത്തിക്കുന്ന് അവിടത്തെ മലയരയന്മാർക്കു സ്വന്തമായിരുന്നു.

തെക്കൻ മലകളിലെ കാടുകൾ വെട്ടി വെളുപ്പിച്ച് തേക്കുമരങ്ങൾ നട്ട സായിപ്പിന്റെ ഗുണ്ടകൾ തോക്കു കാട്ടി വിരട്ടിയോടിച്ച കാട്ടിലെ മനുഷ്യർ ചെറുകൂട്ടങ്ങളായി തുലഞ്ഞപ്പോൾ, പത്തോളം മലകൾ കയറി യിറങ്ങി വടക്കോട്ട് വച്ചുപിടിച്ച ഒരുകൂട്ടം പൂവാറൻതോടിന്റെ കരയിൽ പാർപ്പു തുടങ്ങുകയായിരുന്നു. മലയിറങ്ങിവന്ന അവരെ മറ്റുള്ളവർ മലയന്മാർ എന്നു വിളിച്ചു. യജമാനനായ മൂപ്പൻ താഴത്തും തലയിലും വയ്ക്കാതെ കാടുകടത്തി കൊണ്ടുവന്ന ദേവിയെ തമ്പുരാൻ കൊല്ലിക്ക് അഭിമുഖമായി നില്ക്കുന്ന കറുത്ത പാറയിൽ പ്രതിഷ്ഠിച്ചതോടെ കാണായ കാടു മുഴുവൻ സ്വന്തമായെന്ന് അവർ വിശ്വസിച്ചു.

തേക്കും ഈട്ടിയും മഹാഗണിയും പൂമരുതും വന്മരങ്ങളായി മാനം മുട്ടി വളർന്ന കാടോത്തി മലയിൽ കൃഷിയുടെ പേരിലോ നായാട്ടിനു വേണ്ടിയോ പുറത്തുനിന്ന് ഒരാളും കാലു കുത്തിയില്ല. കാടോത്തിക്കാ വിനു ചുറ്റുമുള്ള പൊന്തക്കാടുകളിൽ തേൻകിളിമാടന്മാർ നിർത്താതെ കൂകി. കീലത്തു പാറയ്ക്കു മുകളിലുള്ള പുൽമേടുകളിൽ മാനുകൾ പോലെ ആനക്കൂട്ടങ്ങൾ മേഞ്ഞു.

പച്ച വിരിച്ച മലമടക്കുകൾക്ക് ഇടയിലൂടെ ഒഴുകിവന്ന പൂവാറൻ തോടിലെ തെളിവെള്ളം മൃഗങ്ങളും മനുഷ്യരും കുടിച്ചു.

ദേവി കോപിച്ചപ്പോഴൊക്കെ, കാടോത്തിയുടെ മാനം കറുത്തു.

പ്രളയത്തിൽ ആനയോളം വലുപ്പമുള്ള കറുത്ത പാറക്കല്ലുകൾ ക്കൊപ്പം ആനക്കൂട്ടങ്ങളും ഒലിച്ചു വന്നു. ചോര കിട്ടാതെ ദാഹിച്ച് ദേവി തളർന്ന നേരങ്ങളിൽ, കാടോത്തിക്കാവിനു മുകളിൽ പെയ്യാതെ കെട്ടി നിന്ന മേഘങ്ങൾ ദേവിയുടെ കണ്ണുവെട്ടിച്ച് മല തുരന്നെടുത്തു. ഉരുൾ ചാലുകളിലൂടെ മലകൾ പോലെയുള്ള പാറകളും ഭീമൻ മരങ്ങളും താഴോട്ടൊഴുകി.

ചോര കൊടുത്ത് ദേവിയെ പ്രീണിപ്പിച്ച കാടോത്തിക്കുന്നിലെ മനു ഷ്യർക്കു മുന്നിൽ കാറ്റിന്റെയും മഴയുടെയും ശക്തികൾ സമാധാനിച്ചു. മണ്ണിന്റെ മക്കൾക്കു മുന്നിൽ കാടോത്തിമല വാത്സല്യം ചുരന്നു.

കീലത്തു പാറയുടെ വിടവുകളിലൂടെ ഒലിച്ചിറങ്ങി പൂ പോലെ പതഞ്ഞ വെള്ളത്തിലും മലമ്പാമ്പുകൾ ഇഴഞ്ഞു നടന്ന, കുളയട്ടകൾ പുളച്ച, കാട്ടിലും മലയരയക്കിടാങ്ങൾ പിച്ചവച്ചു.

കാടിന്റെ തമ്പുരാനായ തിരുമുൽപ്പാടിന് അച്ചാരം കൊടുത്ത് വന്മരങ്ങൾ വെട്ടി വെളുപ്പിക്കാൻ മല കയറിവന്നവർ ആനയെ വെടി വയ്ക്കുന്ന തോക്കു കാട്ടി മലയരയന്മാരെ ആട്ടിയോടിച്ചു.

മാങ്ങയും ചക്കയും പേരയ്ക്കയും കാട്ടു കിഴങ്ങുകളും തിന്ന് ജീവിച്ച മലയരയ കുടുംബങ്ങൾ സുരക്ഷിതങ്ങളെന്ന് അവർക്ക് തോന്നിയ പാറമടക്കുകളിലേക്ക് ഒതുങ്ങി. കാടും പടലും വളർന്ന് കാവ് അന്യാധീനപ്പെട്ടു. കുരുതി കിട്ടാതെ ദാഹിച്ചു ഗതികെട്ട ദേവി തമ്പുരാൻ കൊല്ലിയുടെ കയങ്ങളിലും കീലത്തു പാറയിലെ കാറ്റുലച്ച മരങ്ങളിലും കറങ്ങി നടന്നു. മലയരയന്മാരുടെ ചോര പടർന്ന മണ്ണിൽ ചുഴലിയായി കുത്തി, ഒറ്റമരങ്ങൾ പിഴുതു. മഴത്തൂണുകളായി മലകളെ ചുറ്റി.

ആരും കാണാത്ത തക്കം നോക്കി ദേവിക്ക് ബലിച്ചോര കൊടുത്ത ചെറിയ രാമന്റെ അച്ഛൻ കീരനെ, കാവു തീണ്ടിയ കുറ്റത്തിന്, കുറുപ്പുമാരുടെ സിൽബന്തികൾ തല്ലിച്ചതച്ചു. കാടോത്തിക്കാവിനെ മറച്ച വള്ളിപ്പടർപ്പുകൾക്കിടയിൽ ഉഗ്രവിഷമുള്ള സർപ്പങ്ങൾ ഇഴഞ്ഞുനടന്നു. ദേവിയുടെ ശാപം കാടോത്തിയെ ചൂഴ്ന്നു. മലയപ്പെണ്ണുങ്ങളുടെ ഗർഭപാത്രങ്ങൾ അടഞ്ഞത് ദേവിയുടെ കോപം കൊണ്ടാണെന്ന് മുതിർന്ന മലയരയന്മാർ ഉറപ്പിച്ചു. പൈതങ്ങളുടെ കരച്ചിൽ കേൾക്കാൻ ഭാഗ്യമില്ലാതെ കിഴവൻമാരും കിഴവികളും ചത്തൊടുങ്ങി. നൂറോളം പേരുണ്ടായിരുന്ന മലയരയക്കൂട്ടം നാലേ നാലു ചെറുകുടുംബങ്ങളായി ചുരുങ്ങി.

കാടോത്തി മല ഇടയ്ക്കിടെ ഉരുൾപൊട്ടി.

തൊണ്ണൂറ്റി ഒമ്പതിലെ വെള്ളപ്പൊക്കത്തിനുശേഷം, കൃഷിക്ക് മണ്ണു തേടി തെക്കൻ നാടുകളിൽനിന്ന് ആളുകൾ എത്തിത്തുടങ്ങിയപ്പോൾ, ജന്മിമാർ മത്സരിച്ച് ഭൂമി വിറ്റു. തിരുവിതാംകൂറിൽനിന്ന് കുടിയേറിയ നസ്രാണികൾ കരിമ്പിന് പത്തു നാഴിക വടക്കുവരെ എത്തി. കാടോത്തിക്കുന്നും കരിമലയിലെ കറുത്ത മണ്ണും കുടിയേറ്റക്കാരുടെ കണ്ണിൽ പെടാതെ പിന്നെയും വർഷങ്ങൾ കിടന്നു.

കൃഷിക്കുവേണ്ടി കിഴക്കോട്ടു നീങ്ങിയ ചോമന്മാരും കുറുപ്പുമാരുടെ സിൽബന്തികളായ നായൻമാരും മലയരയന്മാരുടെ കാവ് തെളിച്ച് സ്വന്തമാക്കി.

പരിചയമില്ലാത്ത പൂജകളും വഴിപാടുകളും കണ്ട് ദേവി പകച്ചു. കീലത്തു പാറയിലെ മലയരയന്മാർ തടവിലായ നഷ്ടദൈവത്തെ ഭയഭക്തികളോടെ ദൂരെ നിന്നു കണ്ടു.

പറിച്ചെടുത്ത മണ്ണിൽ തിരിച്ചെത്തിയതുപോലെ, കാടോത്തിയുടെ മനസ്സിൽ ലയിച്ച് താൻ ഇല്ലാതാവുന്നത് രാമൻ അനുഭവിച്ചു.

പരിഷ്കാരത്തിന്റെ പകലുകൾക്കൊപ്പം കാടോത്തിയുടെ രാത്രികൾ മാറിയില്ല.

രാത്രിനേരങ്ങളിൽ കീലത്തുപാറയുടെ ഉയരങ്ങളിൽനിന്ന് ചീറി വന്ന കൂറ്റൻ പാറക്കല്ലുകൾ താഴ്വാരത്തെ ചെമ്മൺ പാതയിൽ ഒറ്റയ്ക്ക് സഞ്ചരിക്കുന്നവരുടെ തലയ്ക്ക് മുകളിലൂടെ പൂവാറൻ തോട്ടിലെ കൊല്ലിയിൽ പതിച്ചു.

ആരെടാ ഞാനെടാ

അതൊരു മീനമാസമായിരുന്നു. ഇളംകാറ്റിൽ ചെമ്മൺ പാതയിൽ നിന്ന് പൊടി ഉയർന്നുകൊണ്ടിരുന്നു. വഴിയരികിൽ നിന്ന് ഉന്മാദികളായ നായ്ക്കളുടെ ബഹളങ്ങൾ ഉയർന്നു. പരസ്പരം കൊരുത്ത് രണ്ട് നായ്ക്കൾ പെരുവഴിയിൽ പൊരിവെയിലത്ത് നിന്നു. ചാണ്ടിയുടെ കത്തി ഒരു വട്ടം ഉയർന്നു താണു. ചോരയൊലിപ്പിച്ച് മരണവെപ്രാളത്തോടെ ഓളിയിട്ടു കൊണ്ട്, ആൺ പട്ടി വേച്ചു വേച്ച് ഓടി. കൂടെ പെൺ പട്ടിയും.

വീരകൃത്യം ചെയ്ത തൃപ്തിയോടെ, ചാണ്ടി വഴിയരികിലെ കാട്ടുപച്ചയുടെ ഇലയിൽ കത്തിയിലെ ചോര തുടച്ചു..

ഇതുപോലെ കണ്ണിൽ ചോരയില്ലാത്ത മനുഷ്യരെ കണ്ടിട്ടില്ലെന്ന് കണ്ടുനിന്നവർ അടക്കം പറഞ്ഞു.

കോയയുടെ പെട്ടിക്കടയിൽനിന്ന് ഒരു ബീഡി വാങ്ങി കത്തിച്ച് പുക ഊതിക്കൊണ്ട് ചാണ്ടി ചുറ്റും നോക്കി. അത് ഒരു വെല്ലുവിളിയായിരുന്നു.

“കടുപ്പത്തിൽ ഒരു ചായ അടിക്കട്ടേ, അച്ചായാ?” കടയുടെ പിറക് ഭാഗത്തുകൂടി കാണാത്ത ഭാവത്തിൽ വലിയുന്ന ഗോപാലനെ ശ്രദ്ധിക്കുന്നതിനിടയിൽ മജീദിന്റെ ചോദ്യം ചാണ്ടി കേട്ടില്ല.

ഗോപാലന്റെ പേടി പ്രസിദ്ധമാണ്. കോഴിയെ കൊല്ലുന്ന ചോര കണ്ടാൽ തല കറങ്ങി വീഴുന്ന ഇനം.

ചാണ്ടിയുടെ കൂടെ നടന്നാൽ സഖാക്കളുടെ പിച്ചാത്തിപ്പിടിയിൽ തീരും എന്നാണ് ഗോപാലൻ പറയാറ്.

എന്തിനാണ് വഴക്കും വക്കാണവും, സമാധാനമായി ജീവിച്ചാൽ പോരേ? ചോദിക്കാനുള്ള സ്വാതന്ത്ര്യം ഗോപാലനുണ്ട്.

പത്തുകൊല്ലം മുമ്പ് നാട്ടിൽ വച്ച് അപ്പപ്പത്തൽകൊണ്ട് നാലു പേരെ അടിച്ചുവീഴ്ത്തിയ വീരകഥയായിരിക്കും ചാണ്ടിയുടെ മറുപടി.

അപ്പപ്പത്തലിന് അടികൊണ്ട് മൂന്നുപേരും വീണപ്പോൾ നാലാമത്തവനെ കൈകൊണ്ട് അടിച്ചു.

ചാണ്ടിച്ചന്റെ കായബലത്തിനും ചങ്കൂറ്റത്തിനും തെളിവായി അച്ചായനും മക്കളും ഈ കഥ കൊണ്ടാടി വന്നു.

"വെറുതെ മീശയും വച്ചു നടന്നാൽ ആണാവില്ല" ചാണ്ടിച്ചൻ പറയും..

"ആരാടാ എന്നു ചോദിച്ചാൽ ഞാനാടാ എന്ന് പറയണം."

സ്വഭാവം കൊണ്ട് ആടും അണ്ണാനും ആണെങ്കിലും അങ്ങാടിയിൽ ഇറങ്ങുമ്പോൾ രണ്ടു പേരും ഒരുമിച്ചേ നടക്കൂ.

വാ കഴയ്ക്കാതെ വാചകമടിക്കും എന്നേയുള്ളൂ. ചാണ്ടിച്ചൻ പാവമാണെന്ന് ഗോപാലന് അറിയാം.

വാക്കിനു വിട്ടുകൊടുക്കില്ല.

അടി ഇരന്നു വാങ്ങുന്ന വർത്തമാനമേ അച്ചായൻ പറയൂ എന്നാണ് കവലയിലെ അടക്കം പറച്ചിൽ.

ഷംസുദ്ദീനോട് കയർക്കുമ്പോൾ കവലയിലെ എല്ലാ മാപ്പിളമാരോടുമാണ് ചാണ്ടി പറയുന്ന തെറി മുഴുവൻ. പത്മനാഭനെക്കുറിച്ചു പറഞ്ഞാൽ നാട്ടിലെ ഈഴവരെ മുഴുവൻ പുലഭ്യം കൊണ്ട് അഭിഷേകം ചെയ്യും. പള്ളിക്കാര്യം പറയുമ്പോൾ ഒരൊറ്റ പഴയ കൂറ്റുകാരനെയും വെറുതെ വിടില്ല.

വർഗ്ഗീയ വാദിയെന്ന പേര് ചാണ്ടിച്ചൻ ചോദിച്ചു വാങ്ങിയതാണ് എന്നേ ഗോപാലൻ പറയൂ.

ചെങ്കൊടിക്കാരെ മുഴുവൻ ചോമൻ എന്ന് വിളിക്കുന്നത് എന്തിനാണ് എന്ന് രാമൻ ചോദിച്ചപ്പോൾ ചാണ്ടിക്ക് ഉത്തരംമുട്ടി.

ഗോപാലൻ നിഴലുപോലെ കൂടെ നടക്കുന്നത് ജാതി നോക്കിയിട്ടാണോ എന്നു ചോദിക്കാൻ രാമൻ നാവെടുത്തതാണ്. അതിനു മുൻപേ ചാണ്ടി കീഴടങ്ങി.

പറഞ്ഞിട്ട് എന്തു കാര്യം! കലികയറിയാൽ പിന്നെ ചാണ്ടിക്ക് അതൊന്നും ഓർമ്മ കാണുകയില്ല. ഉള്ളിൽ അടക്കിവച്ചതുമുഴുവൻ തികട്ടി വരും.

നാക്കിന് എല്ലില്ലെന്ന് കരുതി വായിൽ തോന്നിയതെല്ലാം വിളിച്ചു പറയരുതെന്ന് രാമൻ ശകാരിക്കുമ്പോൾ ചാണ്ടി ഒതുങ്ങും.

ചാണ്ടിയുടെ ലക്കും ലഗാനുമില്ലാത്ത വർത്തമാനം കേൾക്കുമ്പോൾ പത്മനാഭനും ഷംസുദ്ദീനും കലികയറും.

അച്ചായന്റെ മുഖത്തുനോക്കി മറുത്ത് എന്തെങ്കിലും പറയാൻ കവലയിൽ മറ്റൊരാൾക്കും ധൈര്യം വന്നില്ല.

ഇരുട്ടിന്റെ മറവിൽ ആളൊഴിഞ്ഞ ആൽത്തറയിലും ഹനീഫയുടെ തട്ടിൻപുറത്തെ യൂണിയൻ ഓഫീസിലും നടന്ന ഗൂഢാലോചനകൾ പുറത്ത് ആരുടെയും ചെവിയിൽ എത്തിയതുമില്ല.

ആറാം ക്ലാസിൽ മൂന്നാം വട്ടവും തോറ്റ് പഠിത്തം നിർത്തിയ കാലം തൊട്ടേ ഷംസുദ്ദീന് നാട്ടിലെ തല്ലുകാരൻ എന്ന പേരുണ്ട്.

പൊക്കം കുറഞ്ഞ് തടിച്ചു കുറുകിയ ലോഡിങ് തൊഴിലാളി. ചാണ്ടിച്ചനെപ്പോലെ ആരുടെയും മെക്കിട്ടുകയറുന്ന സ്വഭാവം അയാൾക്കില്ല.

കവലയിൽ ഓരോവട്ടം തല്ലുണ്ടാക്കുമ്പോഴും അത് യൂണിയനു വേണ്ടി ചെയ്തതാണെന്ന് ഷംസുദ്ദീൻ സ്വയം വിശ്വസിച്ചു. മറ്റുള്ളവരെ അങ്ങനെ വിശ്വസിപ്പിക്കുകയും ചെയ്തു.

വഴക്ക് ഉണ്ടാക്കുമ്പോൾ മാത്രം ഷംസുദ്ദീൻ മറ്റൊരാളായി.

അതു കഴിഞ്ഞാൽ പച്ച വെള്ളം ചവച്ചുകുടിക്കുന്ന വെറും പാവത്താൻ.

ചാണ്ടിയുടെ കൊച്ചുപിച്ചാത്തിക്കു മുന്നിലേക്ക് ഷംസുവിനെ എറിഞ്ഞു കൊടുക്കാൻ പത്മനാഭനും കൂട്ടുകാരും ഒരുക്കമായിരുന്നില്ല. തീരുമാനം എടുത്ത് നടപ്പാക്കുകയാണ് വേണ്ടതെന്ന് പത്മനാഭനും കരുതി. യൂണിയന്റെ തീരുമാനം വരുന്നതിനു മുൻപു തന്നെ ഷംസുദ്ദീൻ നിയന്ത്രണം വിട്ട് പെരുമാറിയതാണ് കുഴപ്പങ്ങളുടെ തുടക്കം.

മുജീബിന്റെ ചായക്കടയിൽ വച്ച് അച്ചായൻ എല്ലില്ലാത്ത നാക്കെടുത്തു വളച്ചു.

പറഞ്ഞത് മാപ്പിളമാരെയാണോ യൂണിയൻകാരെയാണോ എന്ന് മനസ്സിലാക്കാൻ പറ്റാത്ത ഉഗ്രൻ അമിട്ട്.

ഷംസുവിനോടൊപ്പം പൊറോട്ടയും ഇറച്ചിയും കഴിച്ചുകൊണ്ടിരുന്ന ഷാജിക്ക് ഓക്കാനം വന്നു.

ഷംസുവിന്റെ പ്രതികരണം പെട്ടെന്നായിരുന്നു.

ആലോചിക്കാൻ സമയം കിട്ടുന്നതിനു മുൻപ് കാര്യങ്ങൾ പിടിവിട്ടു.

പ്ലേറ്റും ഗ്ലാസും അടക്കം മേശ തറയിലേക്കു മറിഞ്ഞു വീണതും ഇറച്ചിക്കറി ഒലിക്കുന്ന ഷംസുവിന്റെ കൈ ചാണ്ടിച്ചന് നേരെ ഉയർന്നതും ഒരുമിച്ചായിരുന്നു.

“കുത്തി പൊളന്നു കളയും ചീള് ചെറുക്കാ.”

അരയിൽനിന്ന് കൊച്ചു പിച്ചാത്തി ഊരി ചാണ്ടി അലറിയപ്പോൾ ഷംസുദ്ദീൻ മാത്രമല്ല, അങ്ങാടിയിൽകൂടി നിന്നവരെല്ലാം വിരണ്ടു പോയി.

അച്ചായൻ വെറുതെ പറയുന്നതല്ല. കലികയറിയാൽ കണ്ണും മൂക്കുമില്ലാത്ത കാട്ടുപോത്താണ്. കടുംകൈ വല്ലതും ചെയ്തു കളയും. ഗോപാലൻ നടന്നും ഓടിയും വീട്ടുപടിക്കൽ എത്തിയപ്പോൾ ചാണ്ടിയുടെ മക്കൾ വെടിപ്പടക്കത്തിന് തീ കൊടുക്കാനുള്ള ഒരുക്കത്തിലായിരുന്നു.

കാര്യങ്ങളുടെ പിടി വിടുമെന്ന് തോന്നിയ ഗോപാലൻ ജോർജിനെ തിരക്കി. ചാണ്ടിയുടെ നാലു മക്കളിൽ അല്പമെങ്കിലും വിവേകം അയാൾക്കേ ഉള്ളു. കലിതുള്ളിവന്ന സാബുവിനോട് ഗോപാലന് ചെറിയ നീരസവും തോന്നാതിരുന്നില്ല. അപ്പനു ചേർന്ന മക്കൾ തന്നെ. കത്തിയേക്കാൾ മൂർച്ചയാണ് നാവിന്.

“അപ്പൻ കാക്കമാരുടെ തല്ലു കൊണ്ടു ചത്താൽ ഞങ്ങൾ വൃത്തിയായി പള്ളിയിൽ അടക്കും. ഗോപാലൻ ചേട്ടൻ ബുദ്ധിമുട്ടേണ്ട.”

ഗോപാലൻ ഒരക്ഷരം മിണ്ടാതെ തലയും താഴ്ത്തി നടക്കുമ്പോൾ

വെട്ടു കൊണ്ട പന്നിയെപ്പോലെ പിറകിൽ സാബു മുരളുന്നത് കേൾക്കാമായിരുന്നു.

“കണ്ടവന്റെ തല്ലും വാങ്ങി വീട്ടിൽ വരുന്ന ചരിത്രം ഈ കുടുംബത്തിനില്ല. കാണിച്ചു കൊടുത്തേക്കാം.” ഗോപലന് ഉള്ളു കാളി.

കടുവയെ പിടിക്കാൻ കിടുവ തന്നെ. രാമന്റെ വീടിനു നേരെ ഗോപാലൻ വച്ചുപിടിച്ചു.

രാഘവൻ പിള്ളയുടെ പറമ്പിൽ പുല്ലരിയുകയായിരുന്ന അന്നമ്മയെ കൈകൊട്ടി അടുത്തു വിളിച്ച് കാര്യം പറഞ്ഞു. പെട്ടെന്നുതന്നെ എന്തെങ്കിലും ചെയ്യണമെന്ന വ്യഗ്രതയിൽ ഗോപാലൻ വിക്കുന്നുണ്ടായിരുന്നു. അന്നമ്മയുടെ കണ്ണുകൾ കലങ്ങുന്നതും ചുണ്ടുകൾ വിറയ്ക്കുന്നതും ഗോപാലൻ കണ്ടു.

ഓർമ്മകൾ അടക്കാൻ അന്നമ്മ പാടുപെട്ടു. ചാണ്ടിയുടെ കൈപിടിച്ചു കയറിയ അന്നു തുടങ്ങിയ ആധി ഒഴിഞ്ഞത് കെട്ടും കിടക്കയുംകൊണ്ട് നാടുവിട്ടപ്പോഴാണ്. കരിമ്പിൽ കാലുകുത്തിയതിനുശേഷം അന്നമ്മ മനസ്സമാധാനത്തോടെ ഉറങ്ങി.

അതും തീർന്നോ ദൈവമേ!

അന്നമ്മ പ്രാർത്ഥനാ ഭാവത്തിൽ മുകളിലേക്കു നോക്കി.

പടിഞ്ഞാറേ ചക്രവാളത്തിൽ കറുത്ത മേഘങ്ങൾ ഉരുണ്ടു കൂടുന്നത് അന്നമ്മ കണ്ടു.

അന്നമ്മയുടെ സങ്കടം കാണാൻ നില്ക്കാതെ രാമന്റെ വീട് ലാക്കാക്കി ഗോപാലൻ കുതിച്ചു.

വിളിച്ചിട്ട് നില്ക്കാതെയുള്ള ഗോപാലന്റെ നടപ്പുകണ്ട വിലാസിനിയുടെ ഉള്ളു കാളി.

എന്തോ കുഴപ്പമുണ്ടെന്ന് വിലാസിനിയുടെ മനസ്സു പറഞ്ഞു. പിറകേ ചെന്ന് ചോദിക്കാൻ ആഗ്രഹിച്ചുവെങ്കിലും കാലുകൾ നിലത്ത് ഉറച്ചു പോയതായി വിലാസിനിക്ക് തോന്നി.

ജ്യേഷ്ഠൻ കൃഷ്ണൻകുട്ടി വിലാസിനിയെച്ചൊല്ലി ഗോപാലനുമായി വഴക്കിട്ടതിനുശേഷം അടുത്തെങ്ങും ആരുമില്ലെന്ന് ഉറപ്പുള്ളപ്പോൾ മാത്രമേ ഗോപാലനും വിലാസിനിയും സംസാരിക്കാറുള്ളൂ.

രാമകൃഷ്ണനെയും കൂട്ടി മുള്ളുമുരിക്കിന്റെ കമ്പ് ഇറക്കുകയായിരുന്ന രാമന് ഗോപാലന്റെ വരവു കണ്ടപ്പോൾ തന്നെ പന്തികേട് മണത്തു. കേട്ട പാതി കേൾക്കാത്ത പാതി രാമൻ നിലം പിടിച്ചു.

ഷർട്ട് ഇടാൻപോലും നില്ക്കാതെ ഉടുത്ത ലുങ്കിയുമായി രാമൻ ചാണ്ടിച്ചന്റെ വീട്ടിലേക്കു കുതിച്ചു. രാമൻ നായരെ കണ്ടപ്പോഴാണ് അന്നമ്മയുടെ ശ്വാസം നേരെ വീണത്.

അല്പം വൈകിയിരുന്നെങ്കിൽ അനിഷ്ടം നടക്കുമായിരുന്നു എന്ന് അന്നമ്മ ഉറപ്പിച്ചു.

രാമൻ നായരുടെ വാക്കിനു ചാണ്ടിച്ചന് മറുവാക്കില്ലെന്ന് അന്നമ്മയ്ക്ക് അറിയാമായിരുന്നു.

കോടാലിക്ക് ഇട്ട പിടി പത്തൽ പരുവത്തിൽ വെട്ടിമുറിക്കുകയായിരുന്ന സാബുവിന്റെ നേർക്കാണ് രാമൻ ആദ്യം ചെന്നത്.

“കാക്കാമാരെ വല്ലവരെയും കൊന്നേച്ചു വന്നാലും അമ്മച്ചി വിഷമിക്കരുത്, കെട്ടിച്ചു വിടാൻ പെൺകൊച്ചുങ്ങൾ ഒന്നും ഇല്ലല്ലോ.”

സാബുവിന്റെ ഉറക്കെയുള്ള സംസാരം രാമൻ കേട്ടിരുന്നു.

“പൊടിക്ക് അടങ്ങെടാ മക്കളെ.”

“രാമൻ ചേട്ടൻ ഇതിൽ ഇടപെടരുത്” സാബു കൊഞ്ചു പോലെ തെറിച്ചു.

രാമൻ സാബുവിന്റെ കൈയിൽനിന്ന് വാരിപ്പത്തൽ പിടിച്ചു വാങ്ങി പറമ്പിലേക്ക് വലിച്ചെറിഞ്ഞു.

രാമന്റെ കൈത്തണ്ടയ്ക്ക് ഉരുക്കിന്റെ ബലമുണ്ടെന്ന് സാബുവിന് തോന്നി.

സ്വന്തം പേശീ ബലത്തിന്റെ പേരിൽ അഹങ്കരിച്ചിരുന്ന സാബുവിന് താൻ ചെറുതാകുന്നതു പോലെ തോന്നി.

ആളാൻ പോകുന്ന തീ ഒരു വിധം കെടുത്തിയിട്ടേ രാമൻ അടങ്ങിയുള്ളൂ.

രാമൻ പറഞ്ഞതാണ് വാസ്തവമെന്ന് ചാണ്ടിച്ചൻ പറഞ്ഞപ്പോൾ അന്നമ്മ അമ്പരന്നു.

വാസ്തവത്തിൽ ചാണ്ടി ഉദ്ദേശിച്ചത് മറ്റൊന്നായിരുന്നു.

“ഞങ്ങളാരെയും തല്ലാനും കൊല്ലാനുമൊന്നും പോകുന്നില്ല”

ചാണ്ടിക്ക് അതിനൊരു ന്യായമുണ്ടായിരുന്നു.

“മാപ്പിളച്ചെക്കനെ ഞാൻ വിരട്ടി വിട്ടിട്ടുണ്ട്.....

ചെറുക്കന്റെ കൊച്ചു പ്രായമല്ലേ.......

ഇച്ചിരി തിളയ്ക്കട്ടേന്ന് കരുതി.......”

സാബു ചൂളിപ്പോയി.

മുഖത്തെ ചമ്മൽ ആരും കാണാതിരിക്കാൻ സാബു വീടിന് പുറകിലേക്ക് വലിഞ്ഞുകളഞ്ഞു.

വലുത് സംഭവിക്കാൻ ആഴ്ചകളേ കാത്തിരിക്കേണ്ടിവന്നുള്ളൂ. ഒറ്റയ്ക്ക് കിട്ടാൻ തക്കം നോക്കിയിരുന്ന പത്മനാഭന്റെയും ഷാജിയുടെയും ഷംസുദ്ദീന്റെയും ഇരയിൽ സാബു കൊത്തി.

പെരുന്നാളിന്റെ പിറ്റേന്ന് ചാണ്ടിയും ഷംസുദ്ദീനും തമ്മിൽ കശപിശ ഉണ്ടായതിനുശേഷം ഒറ്റയ്ക്ക് റോഡിൽ ഇറങ്ങരുതെന്ന് രാമൻ സാബുവിനെ വിലക്കിയിരുന്നു. രാമന് ചില സൂചനകൾ കിട്ടിയിരുന്നു. ചാണ്ടിയുടെയും മക്കളുടെയും സ്വഭാവം അറിയുന്നതുകൊണ്ട് രാമൻ ഒന്നും തുറന്നു പറഞ്ഞില്ല.

ചാണ്ടിച്ചനും രാമനും തേനെടുക്കാൻ മലകയറിയ തക്കം നോക്കി അന്നമ്മയുടെ കണ്ണുവെട്ടിച്ച് പുറത്തിറങ്ങുമ്പോൾ എന്തെങ്കിലും അപകടത്തിന് സാദ്ധ്യതയുള്ളതായി സാബു കരുതിയിരുന്നില്ല.

മജീദിന്റെ കടയിൽനിന്ന് പൊറോട്ടയും ഇറച്ചിയും കഴിച്ച് കൈ കഴുകി ഉടുത്ത ലുങ്കി പൊക്കി മുഖവും കൈയും തുടച്ച് സാബു പുറത്തിറങ്ങുമ്പോൾ ഷാജി കുറ്റി ബീഡിയും വലിച്ചുകൊണ്ട് മുറ്റത്ത് നില്ക്കുകയായിരുന്നു.

സാബുവിനെ കണ്ട ഷാജി ബീഡിക്കുറ്റി ചുണ്ടിൽനിന്ന് എടുത്ത് ശബ്ദത്തിൽ കാർക്കിച്ച് നീട്ടിത്തുപ്പി.

കെണി മനസ്സിലാകാതെ സാബു കൊത്തി.

"ചില ചോമന്മാർക്ക് ഞങ്ങളെ കണ്ടാൽ മുള്ളു വിഴുങ്ങിയതു പോലെയാ."

സാബുവിന്റെ ശബ്ദം പൊങ്ങി.

"ഏതോ നാട്ടിൽനിന്ന് കുറ്റിയും പറിച്ചു വന്നവനൊന്നും ഇവിടെ പെറ്റു വളർന്ന ഞങ്ങളോടു കളിക്കണ്ട."

ഷാജി സാബുവിനെ ഇളക്കിവിട്ടു.

കടയുടെ വിറകു പുരയ്ക്കു പിറകിൽ മറഞ്ഞിരുന്ന പത്മനാഭൻ എന്തിനും തയ്യാറായി മറവിൽ നിന്ന രാജനും ഷംസുവിനും ആംഗ്യത്തിലൂടെ നിർദ്ദേശം നല്കി. കലുങ്കിനടിയിൽ പതിയിരുന്ന കൂട്ടുകാർക്ക് അവർ കൈയുയർത്തി സൂചന നല്കി.

സ്കെച്ച് ഇത്ര ഭംഗിയാവുമെന്ന് പത്മനാഭൻ കരുതിയില്ല.

കാര്യമറിയാതെ സാബു സ്വന്തം കെണി പിന്നെയും മുറുക്കി.

"കള്ളു കുടിച്ചിട്ടുണ്ടേ വയറ്റിൽ കെടക്കണം. മുട്ടാൻ വന്നാൽ എന്റെ കൈത്തണ്ടയുടെ ബലം നീ അറിയും"

അടിക്കണം എന്ന ഉദ്ദേശ്യത്തോടെയല്ല സാബു കൈ ഓങ്ങിയത്.

എല്ലാം ഞൊടിയിടയിൽ കഴിഞ്ഞു.

തന്റെ വീരസാഹസം കാണാൻ കവലയിൽ ആളുകൾ വട്ടം കൂടുകയാണെന്ന് സങ്കല്പിച്ച സാബുവിന് കാര്യത്തിന്റെ കിടപ്പു മനസ്സിലായത് ഷംസുവിന്റെ കൈയിലെ ചീകി മിനുക്കിയ കമുകിൻ പത്തൽ കണ്ടപ്പോഴാണ്.

അവർ പത്തു പന്ത്രണ്ടു പേരുണ്ടായിരുന്നു. അതും എന്തിനും ഒരുങ്ങിത്തന്നെ.

"എന്നെ തൊട്ടാൽ ഒറ്റ ഒരുത്തനെയും ഇച്ചായൻ ജീവനോടെ വച്ചേക്കില്ല."

നാവുകൊണ്ട് വിരട്ടുകയെന്ന ചാണ്ടിച്ചന്റെ തന്ത്രം ഇക്കുറി മകനെ തുണച്ചില്ല.

പറഞ്ഞു തീരുന്നതിനുമുൻപ് സാബുവിന്റെ കുറിയ ശരീരം ഷംസുവിന്റെ ഉരുക്കു പോലുള്ള കൈകൾക്ക് ഉള്ളിലായിക്കഴിഞ്ഞിരുന്നു.

കാലുകൾ നിലത്ത് ഉറപ്പിക്കാൻ സമ്മതിക്കാതെ ഷംസു സാബുവിനെ ഉയർത്തി.

നേരത്തേ തീരുമാനിച്ചതുപോലെ സാബുവിന്റെ ഇടതു കൈയിൽ ഷാജിയും വലതു കൈയിൽ രണ്ടുപേരും പിടുത്തമിട്ടു.

പത്മനാഭന്റെ എളിയിലെ പിച്ചാത്തി സാബുവിന്റെ വയറ്റിൽ രണ്ടു വട്ടം ആഴ്ന്നിറങ്ങി .

ചോരയിൽ കുളിച്ച് സാബു വഴിയിൽ വീണതോടെ പത്മനാഭനും കൂട്ടരും പിൻവാങ്ങി.

എല്ലാവരും വരത്തന്മാർക്ക് എതിരാണെന്ന തോന്നൽ പകുതിയാക്കി സാബു അബോധത്തിലേക്ക് വഴുതി.

മകൻ കുത്തു കൊണ്ടുവീണ വാർത്തകേട്ട് ചാണ്ടിച്ചൻ അലമുറയിട്ട് ആശുപത്രിയിലേക്ക് ഓടുമെന്ന് കരുതിയ രാമന് തെറ്റി.

കിട്ടിയത് പലിശ ചേർത്ത് അപ്പോൾത്തന്നെ തിരിച്ചു കൊടുത്തിട്ടേ ചാണ്ടി അടങ്ങിയുള്ളൂ.

ഭ്രാന്തു പിടിച്ചവനെപ്പോലെ ചാണ്ടി കവലയിലൂടെ ഓടി നടന്നു. യൂണിയന്റെ ഭാഗത്താണെന്ന് സംശയം തോന്നിയവരെപ്പോലും ഓടിച്ചിട്ടു തല്ലി. തൂമ്പയ്ക്ക് പിടിപ്പിക്കാൻ ചീകി വച്ച കറുത്ത അലക് ഒടിഞ്ഞു കഷണമായിട്ടേ ചാണ്ടിച്ചന്റെ കലി അടങ്ങിയുള്ളൂ.

ഷാജിക്കാണ് ആദ്യം കിട്ടിയത്. ജോർജും ബാബുവും ചേർന്ന് യാഹുവിന്റെ കടയുടെ മുന്നിൽ അയാളെ തടഞ്ഞുവച്ചിരുന്നു. രക്ഷിക്കാൻ ഓടി വന്ന എല്ലാവർക്കും നിരത്തി തല്ലു കിട്ടി.

രക്ഷപ്പെടാൻ യൂണിയൻ ഓഫീസിൽ കയറിയവരെ ചാണ്ടി പിടിച്ചിറക്കി തല്ലി. ഷംസുദ്ദീന്റെ ഇടതു കൈ ഒടിഞ്ഞു. ഷാജിയുടെ കാൽമുട്ടിന്റെ ചിരട്ട തെറിച്ചു.

പിന്നെയും ഏഴെട്ടു പേർ ആശുപത്രിയിൽ ആയി. സംഭവത്തിൽ നേരിട്ട് പങ്കില്ലാത്തവരായിരുന്നു ചാണ്ടിച്ചന്റെ തല്ലുകൊണ്ട മിക്കവരും.

തിരിച്ചടി പ്രതീക്ഷിക്കാതിരുന്ന പത്മനാഭനും കൂട്ടരും മുൻകരുതൽ എടുത്തിരുന്നില്ല. സാക്ഷികളെ പറഞ്ഞു മാറ്റി കേസ് തിരിക്കുന്നതിലായിരുന്നു അവരുടെ ശ്രദ്ധ മുഴുവൻ.

മണിക്കൂറുകൾക്കകം ഭയങ്കരമായ തിരിച്ചടിയുണ്ടാകും എന്ന് രാമന് ഉറപ്പായിരുന്നു.

എതിർ പാളയത്തിൽനിന്ന് ചോർത്തിക്കിട്ടിയ വിവരം ഒരു ഊഹം പോലെയാണ് രാമൻ പറഞ്ഞത്. ചാണ്ടിയെയും മൂന്നു മക്കളെയും മിനിറ്റുകൾക്കകം മുരളിയുടെ ജീപ്പിൽ കടത്തി. ആരും അറിയാതെ അവരെ കരിമല കയറ്റി വിട്ടു. ജീവനിൽ കൊതിയുള്ള ആരും അവിടെ കയറി അതിക്രമം കാണിക്കാൻ ധൈര്യപ്പെടില്ലെന്ന് രാമന് ഉറപ്പായിരുന്നു. എല്ലാവരുടെ കൈയിലും നല്ല നാടൻ തോക്കുണ്ട്. ഒന്നാന്തരം ഇരട്ടക്കുഴൽ. ഇരുന്നൂറു വാര ദൂരത്തുനിന്ന് കാട്ടുപന്നിയെ വീഴ്ത്തുന്ന ഉഗ്രൻ ഇനം.

അച്ചായന്റെ വീരകൃത്യം രാമൻ പറഞ്ഞുകേട്ട സാബുവിന് അഭിമാനം മാത്രമേ തോന്നിയുള്ളൂ.

കപ്പയും മുളകും വെടിയിറച്ചിയും തിന്നുള്ള ചാണ്ടിയുടെയും മക്കളുടെയും ഒളിച്ചു താമസം പത്തു ദിവസം നീണ്ടു. രാമന്റെയും ദേവസിയുടെയും ഗോപാലന്റെയും സ്നേഹത്തോടെയുള്ള നിർബ്ബന്ധത്തിന്

ചാണ്ടി വഴങ്ങുകയായിരുന്നു.

സാബു ആശുപത്രിയിൽനിന്ന് ഇറങ്ങിയ ദിവസം ചാണ്ടിയെയും മക്കളെയും തടയാൻ രാമൻ ശ്രമിച്ചില്ല. അതുകൊണ്ട് കാര്യമില്ലെന്ന് രാമന് തോന്നി. എത്ര ദിവസം എന്നു വച്ചാണ് ഒളിച്ചു താമസിക്കാൻ പറയുക.

ഇതിനിടയിൽ വരത്തന്മാർ പേടിച്ചു നാടുവിട്ടു എന്ന് പറഞ്ഞു പരത്താൻ പത്മനാഭനും കൂട്ടുകാരും ശ്രമിച്ചെങ്കിലും അധികമാരും അത് വിശ്വസിച്ചില്ല. പേടിയുള്ള ഒരാൾ ചെയ്യുന്ന പണിയല്ലല്ലോ ചാണ്ടി ചെയ്തത്. വഴക്കും വക്കാണവും ഒളിച്ചു താമസവും കഴിഞ്ഞ് ചാണ്ടിച്ചൻ കവലയിൽ ഇറങ്ങിയപ്പോഴേക്കും ഭയങ്കരമായ സംഭവങ്ങൾ കാണാനും കേൾക്കാനും ആളുകൾ മനസ്സ് പാകപ്പെടുത്തിക്കഴിഞ്ഞിരുന്നു.

കൂടപ്പിറപ്പിന്റെ ചോര

മുരളിയും ഷാജിയുമായുള്ള രാജുവിന്റെ കൂട്ടുകെട്ടിനെച്ചൊല്ലി ദേവസിയും രാജുവും വഴക്കിട്ടത് ആനിക്ക് താങ്ങാവുന്നതിൽ കൂടുതലായിരുന്നു.

ദൈവത്തിനും പള്ളിക്കും എതിരായ കൂട്ടരോട് ഒരു ബന്ധവും പാടില്ല എന്നായിരുന്നു ദേവസിയുടെ പക്ഷം. ചാണ്ടിയേയും മക്കളേയും കുത്തിയിളക്കി വിടുന്ന ദേവസിയുടെ സ്വഭാവം നല്ലതിനല്ലെന്ന് രാജുവും കരുതി. അത് ആനിയോട് പറയുകയും ചെയ്തു.

ദേവസി പറയുന്നതിൽ കഴമ്പില്ലെന്ന് രാജു കരുതി. മുരളിയും ഷാജിയുമൊക്കെ കമ്യൂണിസ്റ്റുകാരാണെന്ന ഇച്ചായന്റെ അഭിപ്രായം അയാൾക്കൊരു തമാശയായേ തോന്നിയുള്ളു.

കൂട്ടത്തിൽ നില്ക്കുന്നവരെ എരിവുകയറ്റി വിട്ട് കാര്യത്തോടടുക്കുമ്പോൾ വലിഞ്ഞു കളയുന്നതാണ് ഇച്ചായന്റെ സ്വഭാവമെന്ന് രാജു പറഞ്ഞപ്പോൾ ആനിയുടെ മുഖം കറുത്തു. ആനിയുടെ കണ്ണുകളിൽ നോക്കാനാവാതെ രാജു മുഖം വെട്ടിച്ചു.

ആ കണ്ണുകൾ കലങ്ങിയാൽ രാജുവിന്റെ ഉള്ളു വേദനിക്കും. അത് ആനിക്കുമറിയാം. തമ്മിൽ വലിച്ചടുപ്പിക്കുന്ന എന്തോ ഒന്ന് തനിക്കും രാജുവിനും ഇടയിൽ ഉണ്ടെന്ന് ആനിക്കു തോന്നി.

കൈക്കോട്ടു പിടിക്കുന്ന രാജുവിന്റെ കൈകൾ ആനി കൂടെയുള്ളപ്പോൾ ക്ഷീണമറിഞ്ഞില്ല. രാജുവിന്റെ ദാഹം അയാൾ പറയാതെ തന്നെ ആനി അറിഞ്ഞു. ചെറുചൂടുള്ള നേർപ്പിച്ച കഞ്ഞിവെള്ളംകൊണ്ട് ആനി രാജുവിനെ സല്ക്കരിച്ചു.

രണ്ടോ മൂന്നോ ദിവസം, ഏറിയാൽ ഒരാഴ്ച – അത്രയേ രാജുവിനെ പറമ്പിൽ കിട്ടു. അതു കഴിഞ്ഞാൽ രാജു മുങ്ങും. പിന്നെ ദിവസങ്ങളോളം മുരളിയും ഷാജിയുമൊത്തുള്ള കറക്കമാണ്. കീലത്തു പാറയിൽ തേനെടുക്കൻ പോയി, കരിമലയിൽ വീടു മേയാൻ പോയി എന്നൊക്കെ

യാവും മറുപടി.

അനിയൻ കമ്യൂണിസ്റ്റുകാരുടെ കൂടെ ചേർന്ന് അവരുടെ പാർട്ടി വളർത്താൻ നടക്കുകയാണെന്ന് ദേവസി പറഞ്ഞത് ആനി വിശ്വസിച്ചില്ല. ആരും പറയാതെ ആനി മനസ്സിലാക്കിയ രഹസ്യങ്ങളിൽ രാജുവിന്റെ ഉത്തരമുണ്ടായിരുന്നു.

"ചെറുക്കനേ കെട്ടിക്കണ്ടേ" എന്ന ആനിയുടെ ചോദ്യത്തിന്റെ പൊരുൾ ദേവസ്യ മനസ്സിലാക്കിയില്ല.

ഒന്നും രണ്ടും പറഞ്ഞ് ശുണ്ഠി കാണിച്ചതല്ലാതെ മുമ്പൊരിക്കലും രാജുവും ദേവസ്യയും വഴക്കടിച്ചിട്ടില്ല. ആനിയുടെ ദയനീയമായ നോട്ടമോ ഒരു നേർത്ത സ്പർശമോ രാജുവിനെ ശാന്തനാക്കി. ആനി അമ്മയെപ്പോലെ അടുത്ത് വന്നുനിന്നപ്പോഴെല്ലാം ദേവസ്യ അപ്പന്റെ സ്ഥാനത്താണെന്ന് രാജു ഓർത്തു. വലിഞ്ഞു മുറുകിയ ഞരമ്പുകൾ അയഞ്ഞ് കണ്ണുകൾ കലങ്ങി രാജു പിൻവാങ്ങുകയായി.

ഇത്തവണ ഒന്നും ഫലിച്ചില്ല.

രാജു അടങ്ങുമായിരുന്നു. നിയന്ത്രണം വിട്ട ഇച്ചായന്റെ കലിയാണ് എല്ലാം കൈവിട്ടു പോകാൻ കാരണമെന്ന് ആനിക്കു തോന്നി.

രാത്രി ഏഴര കഴിഞ്ഞ നേരത്തുള്ള രാജുവിന്റെ വരവ് കണ്ടപ്പോൾ ത്തന്നെ ആനിക്ക് പന്തികേട് തോന്നിയിരുന്നു. അമ്പതു വാര താഴെനിന്ന് മുരളിയുടെ ടോർച്ചു വെട്ടം രാജുവിന് വഴി കാണിച്ചു.

മനയ്ക്കൽ ആന്റപ്പൻ രാമകൃഷ്ണന് സമ്മാനിച്ച അഞ്ചു കട്ടയുള്ള ടോർച്ചും കൈയിൽ പിടിച്ചായിരുന്നു മുരളിയുടെ രാത്രിസഞ്ചാരങ്ങൾ.

രാജുവിന്റെ വരവും മുരളിയുടെ നീട്ടിയുള്ള ടോർച്ചടിയും കണ്ടപ്പോൾ മുതൽ ഒരു വഴക്കൊഴിവാക്കാൻ എന്ത് ചെയ്യണമെന്നായി ആനിയുടെ ചിന്ത. ഇച്ചായനില്ലാത്ത സമയത്ത് രാജുവിനോട് പറയാനുള്ള നല്ലത് നാലെണ്ണം ആനി മനസ്സിൽ കരുതുകയും ചെയ്തു.

പതിവുപോലെ ഒന്നും രണ്ടും പറഞ്ഞാണ് അന്നും തുടങ്ങിയത്. ഉരുളയ്ക്ക് ഉപ്പേരി പോലെ രാജു തിരിച്ചു കൊടുത്തുകൊണ്ടിരുന്നു.

വർത്തമാനം മതിയാക്കി കുരിശു വരയ്ക്കാം എന്ന് ആനി പറഞ്ഞപ്പോൾ രാജു വിട്ടുകൊടുത്തു. ആനിയുടെയും രാജുവിന്റെയും കണ്ണും കണ്ണും ഇടയുന്നതു കണ്ട ദേവസ്യ കൂടുതൽ മുറുകി.

പെട്ടെന്ന് ദേവസ്യയുടെ ശബ്ദം പൊങ്ങിയപ്പോൾ ആനി നടുങ്ങി.

രാജു പകച്ചു.

അപ്പനെ തല്ലാൻ കൈയോങ്ങിയ ദേവസിയുടെ ചിത്രം ആനി സങ്കല്പിച്ചു. അത് പറയുമ്പോഴല്ലാതെ അമ്മാവിയമ്മ കരഞ്ഞിട്ടില്ലെന്ന് ആനി ഓർത്തു. പിന്നീടൊരിക്കലും ആ അമ്മ മക്കളോട് മനസ്സു തുറന്ന് സംസാരിച്ചില്ല. അമ്മയുടെ അവസാന നാളുകളിൽ ദേവസി അവർക്കും മുഖം കൊടുത്തില്ല. ആനി തനിച്ച് എല്ലാം ചെയ്തു. രാജു എല്ലാ കാര്യത്തിലും കൂടെ നിന്നു.

കലി കയറിയാൽ ദേവസിക്ക് കണ്ണു കാണാതാവുമെന്ന് അമ്മാവിയമ്മ

പറഞ്ഞത് ആ നിമിഷം ആനി ഓർത്തു.

ചാണ്ടിയും ദേവസിയും കുറുപ്പുമാരെ ചെന്നു കണ്ടതും അവരുടെ കള്ളും സൽക്കാരവും സ്വീകരിച്ചതും പത്മനാഭൻ പറഞ്ഞ് രാജു കേട്ടിരുന്നു.

രാഷ്ട്രീയ ഗൂഢാലോചനകൾക്കു കൂട്ടു നിന്നാൽ ചാണ്ടിക്കും മക്കൾക്കുമൊപ്പം ദേവസിയെയും കൈകാര്യം ചെയ്യേണ്ടി വരുമെന്ന് പത്മനാഭൻ പറഞ്ഞത് ആനിയോട് പറയേണ്ടതായിരുന്നുവെന്ന് രാജുവിന് തോന്നി.

പണിയെടുക്കാതെ തിന്നുന്നു, കുടുംബത്തിന് ചീത്തപ്പേരുണ്ടാക്കുന്നു, മലയന്മാരും പുലയന്മാരും ചോമന്മാരുമായി ചേർന്ന് അവരുടെ പാർട്ടി വളർത്താൻ നടക്കുന്നു – രാജുവിന്റെ കുറ്റങ്ങൾ എണ്ണിയെണ്ണി പറഞ്ഞ് ദേവസി വിറച്ചു. കാൽ തട്ടി സ്റ്റൂൾ മറിഞ്ഞു വീണതും ഇരുമ്പു കിണ്ണം തെറിച്ചതും അറിയാത്തതുപോലെ ദേവസി അലറിക്കൊണ്ടിരുന്നു.

പറഞ്ഞു പറഞ്ഞ് ദേവസിയുടെ സ്വരം താണു.

എല്ലാം അടങ്ങിയെന്ന് ആനി സമാധാനിച്ച നിമിഷം രാജുവിന്റെ ശബ്ദം പൊങ്ങി.

“സൂക്ഷിച്ചാൽ ആയുസ്സിനു കൊള്ളാം. പത്മനാഭൻ നോക്കി വച്ചിട്ടുണ്ട്,” രാജു പറഞ്ഞു തീരുന്നതിനുമുമ്പ് ആനിയുടെ കരച്ചിൽ ഉയർന്നു.

അത്രയും വേണ്ടിയിരുന്നില്ല എന്ന ചിന്ത രാജുവിന്റെ മനസ്സിൽ പൂർത്തിയാവുന്നതിനു മുമ്പ് ദേവസിയുടെ കരുത്തിൽ അയാൾ പുറത്തേക്ക് തെറിച്ചു. ഓല കുത്തി മറച്ച വാതിൽ പകുതി പൊളിഞ്ഞ് തൂങ്ങി.

ആനിയുടെ കരച്ചിലിന് കാതു കൊടുക്കാതെ ദേവസിയും രാജുവും മുറ്റത്തെ മണ്ണിൽ ഉരുണ്ടു.

ശബ്ദം നിലച്ച്, കാലുകൾ ഉറച്ച് ആനി മരവിച്ചു.

കൊണ്ടും കൊടുത്തും ബലം പരീക്ഷിച്ച് തളർന്ന് രാജു കുന്നിറങ്ങി ഇരുട്ടിൽ മറയുമ്പോൾ ആനി പകുതിബോധത്തോടെ മുറ്റത്തെ വെറും നിലത്ത് കുത്തിയിരിക്കുകയായിരുന്നു.

വെളുപ്പാൻ കാലത്ത് മലയിറങ്ങി വന്ന് ആനി സങ്കടം പറഞ്ഞപ്പോൾ പടക്കം പൊട്ടുന്നതുപോലെ ചാണ്ടി ചിരിച്ചു.

“എനിക്കിവിടെ നാലെണ്ണമുണ്ട്. തമ്മിൽ തല്ലാത്ത ദിവസമില്ല. ഒന്നിരുട്ടി വെളുത്താൽ എല്ലാം തീരും. രക്തബന്ധമല്ലേ.”

കണ്ണീരിൽ ആനി ചിരിക്കാൻ ശ്രമിച്ചു.

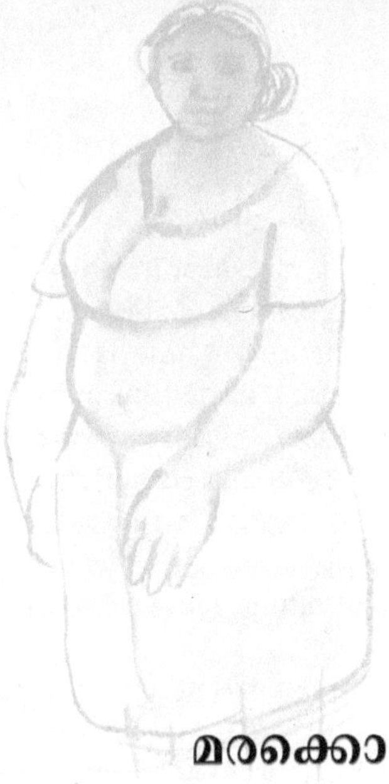

മരക്കൊമ്പിലെ പെൻഡുലം

വയൽച്ചാലിലെ മരപ്പാലം കടന്ന് കാടോത്തിക്കുന്നിനുനേരെ ഗോപാലൻ വച്ചുപിടിച്ചു. വിലാസിനിയുടെ കലങ്ങിയ കണ്ണുകൾ ഗോപാലനെ വേട്ടയാടിക്കൊണ്ടിരുന്നു. വിലാസിനിയെ നഷ്ടപ്പെടുമെന്ന ചിന്ത അയാളെ മറ്റൊരാളാക്കി.

ആർക്കും ഒരു ദോഷവും പറയാനില്ലാത്ത ഗോപാലൻ നാട്ടുകാർക്കു മുന്നിൽ പരിഹാസപാത്രമായത് വിലാസിനിയുമായുള്ള ബന്ധത്തിന്റെ പേരിലായിരുന്നു. കുറച്ചുകാലം രഹസ്യമാക്കി വച്ച അവരുടെ ബന്ധം പിന്നീട് നാടറിഞ്ഞു, അങ്ങാടിപ്പാട്ടായി.

കാലം പോകെ, സ്വന്തം മാനാപമാനങ്ങളെ ഭയക്കാതായ വിലാസിനി ഗോപാലനെക്കുറിച്ചു മാത്രം വേദനിച്ചു.

വിലാസിനിയുടെ ജ്യേഷ്ഠൻ കൃഷ്ണൻകുട്ടി പെങ്ങളുമായുള്ള ബന്ധത്തെച്ചൊല്ലി വഴക്കുണ്ടാക്കിയതിനുശേഷം ഗോപാലന്റെ മനസ്സ് തെളിഞ്ഞില്ല. മാസങ്ങൾക്കുശേഷം, കൈയെത്തി തൊടാൻ പാകത്തിൽ അടുത്തു കണ്ടപ്പോൾ വിലാസിനിയുടെ കണ്ണുകളിൽനിന്ന് ഒഴുകിയ കണ്ണുനീർ ഉള്ളിൽവീണ് പൊള്ളുന്നതു പോലെയാണ് ഗോപാലനു തോന്നിയത്. വിലാസിനിയുടെ മനസ്സുനിറയെ തന്നെക്കുറിച്ചുള്ള ചിന്തകളാണെന്ന അറിവ് ഗോപാലനെ ഒരേ സമയം വേദനിപ്പിക്കുകയും സന്തോഷിപ്പിക്കുകയും ചെയ്തു. താൻ കേട്ട കൊള്ളിവാക്കുകൾ ഗോപാലന്റെ മനസ്സിൽ തികട്ടിക്കൊണ്ടിരുന്നു.

താന്തോന്നിയായ മകനെക്കുറിച്ച് ഗോപാലൻ ചിന്തിക്കാത്തതിൽ അമ്മിണി കുറ്റമൊന്നും കണ്ടില്ല. അതിന്റെ മൂത്ത മകളൊരുത്തി കെട്ടും മുടങ്ങി വീട്ടിൽ നില്ക്കുമ്പോൾ, ഏതോ ഒരുത്തിയെ അന്വേഷിച്ച് ഗോപാലൻ പോയത് അവർക്ക് സഹിക്കാൻ കഴിയുന്നതിൽ കൂടുതലായിരുന്നു. ഇളയതിനും കെട്ടുപ്രായം ആയി വരുന്നു.

ഒന്നിനും ഭർത്താവിനെ കുറ്റപ്പെടുത്താൻ അമ്മിണി തയ്യാറായിരു

ന്നില്ല. തന്റെ ശരീരത്തെക്കുറിച്ച് അവർക്കു നല്ലതുപോലെ അറിയാമായിരുന്നു. ഇരുപത്തിആറ് കൊല്ലം മുൻപ് പെണ്ണുകാണൽ കഴിഞ്ഞ അന്നു മുതൽ ഒരിക്കൽപ്പോലും താൻ ഗോപാലനു ചേർന്ന പെണ്ണാണെന്ന് അമ്മിണിക്ക് തോന്നിയില്ല. ഉണക്കക്കമ്പുപോലെ മെലിഞ്ഞുണങ്ങിയ ഗോപാലന് ഉരലുപോലെ തടിച്ച പെണ്ണ് ചേരില്ലെന്ന് എല്ലാവരും പറഞ്ഞു. ഗോപാലന്റെ അമ്മ ഭാർഗ്ഗവിയമ്മ പോലും അവരുടെ ബന്ധത്തിൽ ആദ്യം താല്പര്യം കാട്ടിയില്ല. ഗോപാലന്റെ വലിയ മനസ്സുകൊണ്ടു മാത്രമാണ് വിവാഹം നടന്നതെന്ന് അമ്മിണി വിശ്വസിച്ചു.

ഓരോ പ്രസവത്തിനുശേഷവും തന്റെ വണ്ണം ഇരട്ടിയാകുന്നത് അമ്മിണി വിഷമത്തോടെ അറിഞ്ഞു.

മൂന്നാമത്തെ പ്രസവം കഴിഞ്ഞപ്പോഴേക്കും അമ്മിണി നാട്ടുകാർക്ക് ഒരു കാഴ്ചവസ്തു ആയിക്കഴിഞ്ഞിരുന്നു. ഗോപാലനാണെങ്കിൽ, ഓരോ വർഷവും ചെറുപ്പമായി വന്നു. ചോരയും നീരുമുള്ള ആണിന് നല്കാൻ തന്റെ പക്കൽ ഒന്നുമില്ലെന്ന് അമ്മിണി വിശ്വസിച്ചു.

ഗോപാലന്റെ മനസ്സുപോലെ അന്നത്തെ ആകാശവും മൂടിക്കെട്ടിയിരുന്നു. വിലാസിനിയെക്കുറിച്ചുള്ള ചിന്തകളിൽ തന്റെ കാലുകൾക്ക് വേഗത കൂടുന്നത് ഗോപാലൻ അറിഞ്ഞില്ല.

മെല്ലെ പൊടിഞ്ഞു തുടങ്ങിയ മഴയ്ക്ക് ശക്തി കൂടിക്കൂടി വന്നു.

പള്ളിയിൽ പോവുകയായിരുന്ന അന്നമ്മയ്ക്ക് മുഖം കൊടുക്കാതെ ഗോപാലൻ നടന്നു.

ലജ്ജയും ദുഃഖവും ചേർന്ന് അയാളെ മറ്റൊരാളാക്കി മാറ്റിയിരുന്നു.

വിലാസിനിയുടെ സ്നേഹത്തിനു മുന്നിൽ മറ്റെല്ലാം നിസ്സാരങ്ങളാണെന്ന് ആ നിമിഷം ഗോപാലനു തോന്നി.

ഒരു വേർപാട് അയാൾക്കു താങ്ങാൻ കഴിയുമായിരുന്നില്ല.

എന്തു വേണമെന്ന് ഒരു രൂപവും കിട്ടാതെ അയാൾ വിഷമിച്ചു.

വിലാസിനിയെ പറഞ്ഞയയ്ക്കുന്നതിനു പിന്നിൽ കൃഷ്ണൻകുട്ടി ആണെന്ന് ഗോപാലന് ഉറപ്പായിരുന്നു. പെങ്ങളോടുള്ള സ്നേഹം കൊണ്ടാണ് ഇതെന്ന് രാമൻ വിശ്വസിച്ചില്ല. തളർവാതം പിടിച്ച് കട്ടിലിൽ നിന്ന് എഴുന്നേല്ക്കാൻ വയ്യാതെ കിടക്കുന്ന അമ്മാവിയമ്മയുടെ മലവും മൂത്രവും എടുപ്പിക്കാനാണ് വിലാസിനിയെ കൊണ്ടു പോകുന്നതെന്ന് ഗോപാലൻ ഉറപ്പിച്ചു.

പറയാൻ ഗോപാലനുമായുള്ള അവിഹിതം എന്ന കാരണവും.

ഉറങ്ങാൻ കഴിയാതെ നീർവീങ്ങിയ മുഖവുമായി നടന്ന ഗോപാലന് കാര്യമായ എന്തോ അസുഖമുണ്ടെന്ന് ദിവസങ്ങൾക്കു മുൻപേ അമ്മിണിക്ക് തോന്നിത്തുടങ്ങിയിരുന്നു.

വിലാസിനിയോടുള്ള വികാരംകൊണ്ട് താൻ ഹൃദയംപൊട്ടി മരിച്ചു പോകുമെന്ന് ഗോപാലൻ ഭയന്നു. പിരിയുന്നതിന് മുൻപ് എന്തോ ചിലതൊക്കെ വിലാസിനിയെ അറിയിക്കാൻ ബാക്കിയുണ്ടെന്ന് ഗോപാലന്റെ മനസ്സ് പറഞ്ഞുകൊണ്ടിരുന്നു. ഒരിക്കലും അതിന് അവസരം കിട്ടാതെ

പോകുമെന്ന് അയാൾ ഭയന്നു.

ഗോപാലൻ ആർക്കു മുന്നിലും ചെറുതാകുന്നതു കാണാൻ വിലാസിനി ആഗ്രഹിച്ചില്ല.

ദൂരെ നിന്നെങ്കിലും ഒന്നു കാണാതെ, പരസ്പരം മിണ്ടാതെയാണെങ്കിലും ഒന്ന് കണ്ണോടു കണ്ണ് നോക്കാതെ, തനിക്ക് ജീവിക്കാൻ കഴിയുമെന്ന് വിലാസിനി കരുതിയിരിക്കുമോ.

തന്റെ സ്നേഹത്തിന്റെ ശരിക്കുള്ള ആഴം വിലാസിനി മനസ്സിലാക്കിയില്ലേ എന്ന് അന്നാദ്യമായി ഗോപാലൻ സംശയിച്ചു.

തമ്പുരാൻ കൊല്ലിക്കു താഴെ വച്ച് ഇടവഴിയിലേക്കു തിരിഞ്ഞതോടെ ഗോപാലന്റെ മനസ്സ് കൂടുതൽ കലങ്ങി.

ഏതു നിമിഷവും ഗോപാലാ എന്ന വിളി അയാൾ പ്രതീക്ഷിച്ചു.

ഇടവഴിയിലോ കയ്യാലകൾക്കപ്പുറത്തോ പൊടുന്നനവെ പ്രത്യക്ഷപ്പെട്ടേക്കാവുന്ന മുഖങ്ങൾ ഓർമ്മിച്ചപ്പോൾ ഒരു കുറ്റവാളിയെപ്പോലെ ഗോപാലൻ ചൂളി.

അവറാച്ചന്റെ പറമ്പിന്റെ അതിരിൽ പടർന്നുനിന്ന നാരകത്തിന്റെ ചുവട്ടിലൂടെ അടികൊണ്ട് നടുവൊടിഞ്ഞ ഒരു മൂർഖൻ ഇഴഞ്ഞു പോകുന്നത് ഗോപാലൻ കണ്ടു. മഴവെള്ളം പുതഞ്ഞ ചെളിയിൽ കണങ്കാൽ വരെ ആഴ്ന്ന് ഗോപാലൻ മുന്നോട്ടു തെറിച്ചു.

കയ്യാലയിൽനിന്ന് ഇളകി വീണ കല്ലിൽ തട്ടി ഇടതുകാലിലെ നഖം തെറിച്ചു പോകുന്നതും കലങ്ങിയ വെള്ളത്തിൽ ചോര പടരുന്നതും ഗോപാലൻ കണ്ടു. അയാൾക്ക് വേദന തോന്നിയില്ല.

കാറ്റിൽ പെട്ട മഴ കീലത്തു പാറയുടെ ചരിവിലൂടെ തുണുകൾ പോലെ സഞ്ചരിച്ചുകൊണ്ടിരുന്നു.

വിലാസിനിയുടെ വീട് ലക്ഷ്യമാക്കി നടക്കുന്നതിനിടയിൽ മുരളിയെയുംകൂട്ടി ഷാജി പിന്തുടരുന്നത് ഗോപാലൻ അറിഞ്ഞില്ല. പടർന്നു നില്ക്കുന്ന ചെമ്പരത്തിച്ചെടികൾ വകഞ്ഞു മാറ്റി വിലാസിനിയുടെ മുറ്റത്തേക്ക് കയറുന്നതിനിടയിൽ വിലാസിനിയുടെ കരച്ചിലും കൃഷ്ണൻകുട്ടിയുടെ കനത്ത കൈകൾ അവൾക്കു മേൽ പതിക്കുന്നതിന്റെ ശബ്ദവും കേട്ട് ഗോപാലൻ പകച്ചു.

ഗോപാലന്റെ കുതിർന്ന ശരീരവും ചെളിയിൽ കുളിച്ച വേഷവും കണ്ട വിലാസിനി വാവിട്ടു നിലവിളിച്ചു. ഒരിക്കലും കാണാൻ ആഗ്രഹിക്കാത്തത് കൺമുന്നിൽ നടക്കാൻ പോവുകയാണെന്ന് വിലാസിനിക്കു തോന്നി.

പള്ളിയിൽനിന്ന് തിരിച്ചുവരുന്ന ചാണ്ടിയെ കവലയിൽ സ്വീകരിക്കാൻ വാരിപ്പത്തലുകൾ ഒരുങ്ങിയിരുന്നു. സാബുവിന്റെ വയറു തുളച്ച നീളൻ പിച്ചാത്തി പത്മനാഭൻ സദാ എളിയിൽ കരുതി. ആൽത്തറയ്ക്ക് പിറകിൽവച്ച് മനസ്സിലെ സ്കെച്ച് കൂട്ടുകാർക്ക് പറഞ്ഞുകൊടുക്കുമ്പോൾ

താൻ ഒരു നേതാവായി മാറിക്കഴിഞ്ഞതുപോലെ അയാൾക്ക് തോന്നി.

ഓപ്പറേഷന്റെ ഒരു ഘട്ടം വിജയമായിരുന്നുവെന്ന് എല്ലാവരും സമ്മതിച്ചു. പാളിപ്പോകാവുന്ന പദ്ധതി കിറുകൃത്യമായി നടപ്പാക്കിയത് പത്മനാഭന്റെ കഴിവാണെന്ന് ഷംസുദ്ദീൻ പറഞ്ഞു. തിരിച്ചടി വരുന്നത് കാണാൻ കഴിയാതിരുന്നത് പരാജയമായെന്ന് തുറന്നു സമ്മതിക്കാൻ പത്മനാഭൻ തയ്യാറായി. സാബു വീണാൽ അച്ചായനും മക്കളും ഒതുങ്ങും എന്ന കണക്കുകൂട്ടലാണ് പിശകിയത്. സാബുവിനെ കുത്തിയപ്പോൾ ചാണ്ടി തിരിച്ചടിക്കുമെന്ന് ഊഹിക്കാൻ കഴിയണമായിരുന്നു.

ചാണ്ടിയുടെ നാലു മക്കളിൽ ഏറ്റവും അപകടകാരി സാബുവാണെന്ന് അവർക്ക് അറിയാമായിരുന്നു. ഒറ്റയ്ക്കു വീഴ്ത്തുകയാണെങ്കിൽ ചാണ്ടിയെ വേണമായിരുന്നു. ഓപ്പറേഷൻ കഴിഞ്ഞ് എല്ലാവരും മാറി നില്ക്കണമായിരുന്നു എന്ന അഭിപ്രായത്തോട് രാജൻ യോജിച്ചില്ല. ഓപ്പറേഷനിൽ യാതൊരു പങ്കും ഇല്ലാതിരുന്നവർക്കും തല്ലു കിട്ടിയ കാര്യം അയാൾ സൂചിപ്പിച്ചു.

പഴുതടച്ചുള്ള ഒരു ഓപ്പറേഷന് ഈ വിലയിരുത്തൽ ധാരാളമായിരുന്നു. ചാണ്ടിയും മക്കളും പള്ളിയിൽനിന്ന് തിരിച്ചുവരുന്നതും കാത്ത് എന്തിനും തയ്യാറായ പത്തു പന്ത്രണ്ടുപേർ നാലു സംഘങ്ങളായി പതിയിരുന്നു. പള്ളിയിൽ പോകുമ്പോൾ ചെയ്യാൻ പാടില്ലാത്തതാണെന്ന് അറിഞ്ഞിട്ടും ചാണ്ടി എളിയിൽ പിച്ചാത്തി കരുതിയിരുന്നു.

ഒരു കൊലപാതകം ഉറപ്പാണെന്ന് മജീദ് കരുതി.

രാജന്റെ സ്കെച്ചിനെക്കുറിച്ച് അവ്യക്തമായ ചെറിയൊരു ധാരണ മജീദിനുണ്ടായിരുന്നു. തിരക്കു കുറഞ്ഞ വൈകുന്നേരങ്ങളിൽ ചായക്കടയിലെ ബെഞ്ചിൽ അടുത്തടുത്തിരുന്നു മുരളിയും ഷംസുദ്ദീനും സ്വരം താഴ്ത്തി സംസാരിക്കുന്നതിൽ ചിലതൊക്കെ മജീദ് പാളി നിന്ന് കേട്ടിരുന്നു. പ്രധാനപ്പെട്ട ഒരു കച്ചവട രഹസ്യം പോലെ അയാൾ അത് മനസ്സിൽ കൊണ്ടു നടന്നു.

ഒന്നിനും തെളിഞ്ഞ രൂപം ഇല്ലാതിരുന്നിട്ടും ചിലതൊക്കെ സംഭവിക്കും എന്ന് കരിമ്പുകാർ കണക്കുകൂട്ടി.

വഴക്കു കാണാൻ ആഗ്രഹിച്ച ചെറുപ്പക്കാർ രണ്ടും മൂന്നും പേരുള്ള ചെറിയ കൂട്ടങ്ങളായി കവലയിൽ അങ്ങുമിങ്ങും പറ്റി നടന്നു.

ഒന്നും സംഭവിച്ചില്ല.

ആരും പ്രതീക്ഷിക്കാത്ത മറ്റൊരു വാർത്തയാണ് കരിമ്പുകാരെ കാത്തിരുന്നത്. രാമൻ നായരുടെ പുളിമരത്തിൽ ഗോപാലൻ തൂങ്ങി നില്ക്കുന്നുവെന്ന വാർത്ത നാടിനെ വിറങ്ങലിപ്പിച്ചു കളഞ്ഞു.

രഹസ്യത്തിന്റെ താക്കോൽ

ദേവസിയുടെ ഭാര്യ ആനിക്ക് മൂന്നാമത്തെ പ്രസവത്തിന് നോവു തുടങ്ങിയ ദിവസം അന്തി ചായുന്ന സമയത്ത് പതിച്ചിയെ വിളിക്കാൻ കുന്നിറങ്ങി വേഗത്തിൽ നടക്കുന്നതിനിടയിൽ വേലിക്കൽ നില്ക്കുന്ന സരോജിനിയെ രാമൻ തൊട്ടടുത്ത് കണ്ടു.

ആനിക്ക് നോവു തുടങ്ങിയെന്നും പതിച്ചിയെ കൂട്ടി വരാമെന്നും കിതപ്പോടെ വിളിച്ചു പറയുമ്പോൾ നടപ്പിന് വേഗത കുറയാതിരിക്കാൻ രാമൻ ശ്രദ്ധിച്ചു.

രാമൻ തിരിച്ചുവരുന്നതുവരെ മൺവിളക്കുകെടുത്താതെ സാരോജിനി ഒറ്റ ഇരുപ്പിരുന്നു. ദൂരെനിന്ന് ചൂട്ടുവെട്ടം കണ്ടപ്പോൾ മുനിഞ്ഞു കത്തുന്ന മണ്ണെണ്ണ വിളക്കുമായി സരോജിനി മുറ്റത്തിറങ്ങി.

പേറ്റിച്ചിയുടെ കൈനീണ്ട തൂവെള്ള ബ്ലൗസും വെള്ളമുണ്ടും ചൂട്ടുവെട്ടത്തിൽ തിളങ്ങുന്നത് കണ്ടപ്പോൾ സരോജിനിയുടെ ഉള്ളിൽനിന്ന് ആശ്വാസത്തിന്റെ നെടുവീർപ്പുയർന്നു. ആടിനെ വളർത്തി ജീവിക്കുന്ന പതിച്ചിയുടെ യഥാർത്ഥ പേര് എല്ലാവരും മറന്നുകഴിഞ്ഞിരുന്നു. ആട്ടുമ്മ എന്ന ഇരട്ടപ്പേരിൽ കരിമ്പിനപ്പുറത്തുള്ളവരും അവരെ അറിഞ്ഞു.

പതിമൂന്നു വർഷങ്ങൾക്കു മുൻപ് ആ കൈകളിലേക്ക് മീനാക്ഷിയെ പെറ്റിട്ട രാത്രി അനുഭവിച്ച വേദനയും വെപ്രാളവും സരോജിനിയുടെ മനസ്സിലൂടെ കടന്നുപോയി.

ഒന്നും പേടിക്കാനില്ലന്ന് സരോജിനിയെ ആശ്വസിപ്പിച്ച് വിളക്കണെച്ചു കിടക്കാൻ ശാസനയും നല്കി രാമൻ തിടുക്കത്തിൽ നടന്നു. പെണ്ണിന്റെ ആധി പെണ്ണിനേ മനസ്സിലാവൂ എന്ന് ആട്ടുമ്മ ഉറക്കെ പറഞ്ഞു.

പേറെടുത്ത് കുളിയും കഴിഞ്ഞ പതിച്ചിയെയും കൂട്ടി രാമൻ മലയിറങ്ങുമ്പോൾ നേരം പാതിരാ കഴിഞ്ഞിരുന്നു.

രാമൻ ഊഹിച്ചതുപോലെ, സരോജിനിയുടെ മൺവിളക്ക് അപ്പോഴും

കത്തിക്കൊണ്ടിരുന്നു. കാര്യങ്ങൾ ചോദിച്ചറിയുമ്പോൾ സരോജിനിയുടെ മുഖത്ത് വാത്സല്യം നിറയുന്നതും ഈറൻ കണ്ണുകൾ തിളങ്ങുന്നതും ചൂട്ടു വെട്ടത്തിൽ രാമൻ കണ്ടു.

പതിച്ചിയെ കൊണ്ടുചെന്നാക്കി തിരിച്ചു വരുന്ന രാമനെക്കുറിച്ചുള്ള ചിന്തയിൽ സരോജിനിക്ക് ഉറങ്ങാൻ കഴിഞ്ഞില്ല.

പുലരാൻ നാഴികകൾ ബാക്കിയുള്ളപ്പോൾ രാമന്റെ ചൂട്ടു വെളിച്ചം സരോജിനിയുടെ വീടിന് മുന്നിൽ കെട്ടു.

സരോജിനിയുടെ ഉമ്മറത്തെ കെടാത്ത മൺവിളക്ക് കണ്ടപ്പോൾ രാമന് അത്ഭുതം അടക്കാൻ കഴിഞ്ഞില്ല.

സരോജിനി ഉറങ്ങാതെ കാത്തിരിക്കുകയായിരുന്നു എന്നറിഞ്ഞപ്പോൾ ശരീരത്തിലൂടെ വൈദ്യുതി പ്രവഹിക്കുന്നതുപോലെ രാമനു തോന്നി.

രാമേട്ടാ എന്ന വിളിയിൽ രാമൻ ഇല്ലാതായി.

സരോജിനിയെ ഉച്ചത്തിൽ ശകാരിക്കണമെന്ന് രാമനു തോന്നി. പറയാൻ വന്ന വാക്കുകൾ തൊണ്ടയിൽ കുരുങ്ങി.

കൈയെത്തി തൊടാവുന്നത്ര അരികത്ത് സരോജിനിയുടെ പെൺ ശരീരം ഒരു തീക്കട്ട പോലെ കത്തുകയാണെന്ന് രാമനു തോന്നി.

രാമന്റെ ചുണ്ടിൽ വാക്കുകൾ പിടഞ്ഞുവീണു.

"എനിക്ക് ഒരു രഹസ്യമുണ്ട്."

എന്തും കേൾക്കാനും ക്ഷമിക്കാനും ആ നിമിഷത്തിൽ സരോജിനി ഒരുക്കമായിരുന്നു.

ഒരിക്കലും വരരുതെന്ന് ആഗ്രഹിച്ച ആ നിമിഷങ്ങളെ നേരിടാൻ കരുതി വച്ചതൊന്നും പോരെന്ന് രാമൻ മനസ്സിലാക്കി.

കനമുള്ള ഒരു നുകം കഴുത്തിൽ അമരുന്നതായും ചേറിൽ കുതിർന്ന മുതുകിൽ കൃഷ്ണൻ നായരുടെ ചാട്ടവാർ ഊക്കോടെ പതിക്കുന്നതായും രാമനു തോന്നി.

സരോജിനിയുടെ കണ്ണീരിൽ രാമന്റെ തീരുമാനങ്ങൾ പിഴച്ചു.

രാമൻ വെറും മനുഷ്യനായി.

രാമനും സരോജിനിയും വിവാഹിതരാവുന്നു എന്ന വാർത്ത ഇടിത്തീ വീണ ഞെട്ടലോടെയാണ് കരിമ്പിലെ നായന്മാരും കുറുപ്പന്മാരും കേട്ടത്.

കുടുംബത്തിൽ പിറന്ന പെണ്ണ് രണ്ടാമതൊരു പുരുഷന്റെ മുന്നിൽ കഴുത്തു നീട്ടില്ലെന്ന് കുറുപ്പുമാർ ആണയിട്ടു.

"കെട്ടിയവൻ ചത്താൽ മറ്റൊരുത്തനെ തേടി പോകുന്നത് ചെറുമി പെണ്ണുങ്ങളുടെ സ്വഭാവമാ"ണെന്ന് പരസ്യമായി പറഞ്ഞ സോമക്കുറുപ്പിനോട് കവലയിൽ വച്ച് ചെല്ലപ്പൻ കോർത്തു.

നേരെ നോക്കാൻ ധൈര്യമില്ലാതെ തല കുമ്പിട്ടു മാറി നടന്ന മലയൻ ചെറിന രാമന്റെ ചെറുക്കൻ നേരെ നിന്ന് വർത്തമാനം പറയുന്നതോർ

ത്തപ്പോൾ കുറുപ്പിന് കലി കയറി.

പത്തുവാര അകലെ മാറി നിന്ന് കാര്യങ്ങൾ ശ്രദ്ധിക്കുന്ന പത്മനാഭനെ കണ്ടപ്പോൾ, വായിൽ വന്നത് പറയാൻ കഴിയാതെ കുറുപ്പ് ചൂളി.

"അതൊക്കെ അമ്പത്തേഴിനു മുൻപ്"

വിടാൻ ഭാവമില്ലാതെ ചെല്ലപ്പൻ ഉറക്കെയുറക്കെ സംസാരിച്ചു കൊണ്ടിരുന്നു.

മുരളിയും പത്മനാഭനും ചേർന്ന് ചെല്ലപ്പനെ തണുപ്പിച്ചു.

"കാലം മാറി കുറുപ്പേ" പത്മനാഭന്റെ താക്കീതു കേട്ട് സോമക്കുറുപ്പിന്റെ ഉള്ളു കാളി. നാടു വിറപ്പിച്ച കുറുപ്പ് സഖാക്കളുടെ മുന്നിൽ നാവിറങ്ങി നില്ക്കുന്നത് നാട്ടുകാർ അത്ഭുതത്തോടെ കണ്ടു.

എതിരാളികൾ ആരും അടുത്തില്ലെന്ന് ഉറപ്പുവരുത്തിയിട്ടേ കുറുപ്പ് വായ തുറന്നുള്ളൂ.

"ചുവന്ന കൊടിയും പിടിച്ചുനടക്കുന്ന ചെറുമക്കളും ചോമന്മാരും ഈ നാട് മുടിക്കും."

ഒന്നരക്കാലിൽ മുടന്തി നടക്കുന്നതിനിടയിൽ ആരോടെന്നില്ലാതെ കുറുപ്പ് പുലമ്പി.

പതിവുപോലെ, അന്നു രാത്രിയും കീലത്തു പാറയിലിരുന്ന് രാമനും ചെല്ലപ്പനും ദീർഘനേരം സംസാരിച്ചു.

മറയില്ലാതെ മനസ്സു തുറക്കാനുള്ള സ്വാതന്ത്ര്യം അവർക്കിടയിൽ വളർന്നിരുന്നു.

കവലയിൽ സംഭവിച്ചതിന്റെ പേരിൽ രാമൻ ചെല്ലപ്പനെ ശകാരിച്ചില്ല.

ചെല്ലപ്പന്റെ മനസ്സിൽ കത്തുന്ന തീ കെടുത്താനും രാമൻ ശ്രമിച്ചില്ല.

"സൂക്ഷിക്കണം" - അതു മാത്രമായിരുന്നു ഉപദേശം.

സരോജിനി ഒരു നെരിപ്പോടുപോലെ രാമന്റെ ജീവിതത്തിൽ നീറി. ഉള്ളു വേവുന്നത് പുറത്താരും അറിയാതിരിക്കാൻ രാമൻ സ്വയം നിയന്ത്രിച്ചു.

സരോജിനി നാടിന്റെ ദുഃഖമായി.

സരോജിനിക്കും മകൾക്കുമുള്ള സാധനങ്ങൾ വാങ്ങി എത്തിച്ചു കൊടുക്കുന്നതിൽ രാമൻ മുടക്കം വരുത്തിയില്ല. തന്നോട് സംസാരിക്കാനും ആ മുറ്റത്തു കയറാനും രാമൻ മടിക്കുന്നത് നാട്ടുകാർ അപവാദം പറയുമെന്ന ഭയം കൊണ്ടാണെന്ന് സരോജിനി കരുതി.

സരോജിനിയുടെ വീടിനു മുന്നിലെ ഇടവഴിയിലൂടെ കടന്നുപോകുമ്പോൾ കാലുകൾ വിറകൊള്ളുന്നതായും ശ്വാസോച്ഛ്വാസം ഉച്ചത്തിലാകുന്നതായും രാമന് തോന്നി. വേലിക്കൽ വന്നു നിന്ന് മീനാക്ഷിയെ ഉറക്കെ വിളിച്ചപ്പോൾ ശബ്ദം രാമന്റെ തൊണ്ടയിൽ കുരുങ്ങി.

തനിക്ക് എന്തൊക്കെയോ സംഭവിക്കുന്നുണ്ടെന്ന് മനസ്സിലാക്കിയ രാമൻ ഒന്നും ആർക്കും മനസ്സിലാകാതിരിക്കാൻ തന്നിലേക്കു തന്നെ

ഒതുങ്ങിക്കൂടി.

ഇരുട്ടിന്റെ മറവിലെ വെടി പറച്ചിലിനിടയിൽ സരോജിനിയെ കെട്ടാൻ രാമനെ ഉപദേശിച്ചുപോന്ന ചാണ്ടിക്കും ദേവസിക്കും കാര്യത്തോടടുത്തപ്പോൾ എന്തു ചെയ്യണമെന്ന് യാതൊരു രൂപവും കിട്ടിയില്ല.

“ഹിന്ദുക്കളുടെ വിശ്വാസമനുസരിച്ച് അവർ കാര്യങ്ങൾ തീരുമാനിക്കട്ടെ” എന്നായിരുന്നു ചാണ്ടിയുടെ പക്ഷം.

എന്തു വേണമെന്ന് രാമൻ നായർ പറഞ്ഞാൽ മതി.

ചാണ്ടിയും നാലു മക്കളും എന്തിനും തയ്യാറായിരുന്നു.

പൂർവ്വാശ്രമത്തിലെ രാമൻ

ഉറക്കം വരാതെ തിരിഞ്ഞും മറിഞ്ഞും കിടന്ന രാത്രിയിൽ ഒരു പുലക്കളിയുടെയും അവളുടെ കൊച്ചു മകന്റെയും കഥ സരോജിനിയോട് വിസ്തരിച്ചു പറയുന്നതായി രാമൻ സങ്കല്പിച്ചു.

തറവാടികളായ ക്രിസ്ത്യൻ കുടുംബത്തിന്റെ മുൻമുറക്കാർ മൂന്നു തലമുറ മുമ്പ് വീട്ടിലെ ചേരിക്ക പണിക്കു വേണ്ടി അഞ്ചു രൂപ കൊടുത്ത് വാങ്ങിയ പുലക്കളിയും അതേ വില കൊടുത്ത ഒരേർ കാളയും ഒരേ കരിക്കാടി കുടിച്ചു.

ഒരേ വയലിൽ പണിതു.

തൊട്ടു തൊട്ടുള്ള രണ്ടു തൊഴുത്തുകളിൽ ഉറങ്ങി.

പത്തേക്കറിന്റെ മൂലയിൽ പനയോലയും പനമ്പും കുത്തിക്കെട്ടി പുലക്കളിക്ക് ചാളയൊരുക്കി.

പോത്തിന്റെ ഊരുള്ള പുലയനൊരുത്തന് കെട്ടിച്ച് കൂടെ നിർത്തി പുലക്കളിക്ക് വയറ്റിലുണ്ടായി.

വൈദ്യരോ വയറ്റാട്ടിയോ ഇല്ലാതെ വയൽ വരമ്പിൽ പെണ്ണു പെറ്റു.

കാലിൽ തെളിഞ്ഞ പുണ്ണുപഴുത്ത്, നീർ വീങ്ങി, ഒടുവിൽ കവിളും കണ്ണും കനത്ത്, വയലിൽ ചത്തുവീണ അപ്പന്റെ മകൻ, അമ്മയുടെ നിഴലായി അതേ മണ്ണിൽ വളർന്നു.

രണ്ടു തലമുറകൾക്കിപ്പുറം, അച്ഛനില്ലാതെ വളർന്ന പുലയന്റെ കൊച്ചുമകൻ യജമാനന്റെ കാരുണ്യംകൊണ്ട് സ്കൂൾ കണ്ടു.

അവസാന ബെഞ്ചിൽ കൂട്ടുകാരുടെ കൈയകലത്തിൽ കുനിഞ്ഞിരുന്ന് പഠിച്ച് ക്ലാസിൽ അവൻ ഒന്നാമനായി.

പഴങ്കഞ്ഞിയും കപ്പയും കഴിച്ച് മുടങ്ങാതെ സ്കൂളിൽ പോയ മകനെ ഓർത്ത് അവന്റെ അമ്മ യജമാനന്റെ ദയാ വായ്പിന് മനസ്സിൽ നന്ദി പറഞ്ഞു.

നാളത്തെ ലോകം പാടത്തു പണിയെടുക്കുന്നവരുടേതാണെന്ന് ചില

മെലിഞ്ഞ മനുഷ്യർ പറഞ്ഞു നടക്കുന്നത് അർത്ഥം മനസ്സിലാകാത്ത പ്രായത്തിൽ അവൻ കേട്ടു.

കൊയ്ത്തു കാലത്ത് കൂട്ടുകുടുംബത്തിലെ വൈകുന്നേരങ്ങൾ ശബ്ദമുഖരിതങ്ങളായി.

കൊയ്തും കറ്റ മെതിച്ചും നെല്ലു കുത്തിയും അവിലിടിച്ചും അരി പൊടിച്ചും മുറ്റമടിച്ചും ക്ഷീണിച്ച അമ്മയെ നോക്കി അവൻ പാഠങ്ങൾ ഉറക്കെ വായിച്ചു.

പുലയച്ചെറുക്കന്റെ സ്ലേറ്റിൽ ഭംഗിയുള്ള അക്ഷരങ്ങൾ കണ്ട് കൂട്ടുകാർ അന്തം വിട്ടു.

ശാസ്ത്രവും ഭൂമിശാസ്ത്രവും അവന്റെ നാവിൽ വിളങ്ങി.

പഠിപ്പിൽ മോശമായ യജമാനന്റെ മക്കൾക്ക് അവൻ കണക്കും ശാസ്ത്രവും പറഞ്ഞു കൊടുത്തു.

ഇടറാത്ത ശബ്ദത്തിൽ അവൻ പാഠഭാഗങ്ങൾ വായിച്ചു.

പണിക്കാർക്ക് ജാതി നോക്കാതെ ഒരുപോലെ കൂലി കൊടുത്ത് അച്ചായൻ ദയാലുവായി.

മണ്ണിൽ ജനിച്ച് മണ്ണിൽ പണിതു വളർന്ന് ദീനം വന്ന് മണ്ണിൽ വീണു മരിച്ച എണ്ണക്കറുപ്പുള്ള അച്ഛന്റെ മകൻ വളർന്നപ്പോൾ അവന് നിലമുഴുന്ന കാളയുടെ ശക്തിയാണെന്ന് കൂട്ടുകാർ പറഞ്ഞു.

കുത്തുവാക്കുകൾ കേട്ടപ്പോൾ അവൻ പ്രതികരിക്കാതെ പല്ലുകടിച്ചു.

ഉത്തരം പറയില്ലെന്ന് ഉറപ്പുള്ള ചോദ്യങ്ങൾ മാത്രം ചോദിച്ച ക്ലാസ് ടീച്ചറുടെ വെളുത്തു കൊഴുത്ത മകനെ കളിക്കളത്തിലെ ചളിയിലിട്ട് ചവിട്ടി അവൻ സ്കൂളിലെ റൗഡിയായി.

പുലയന്റെ മകനെ സ്കൂളിൽ വിട്ടത് തെറ്റായിപ്പോയെന്ന് അച്ചായൻ പരിതപിച്ചു.

തല്ലുകൊണ്ട് കരുവാളിച്ച തുട തടവി ഉറക്കം വരാതെ കിടന്ന രാത്രിയിൽ ആരോടെന്നില്ലാത്ത ദേഷ്യംകൊണ്ട് അവൻ പല്ലു ഞെരിച്ചു.

തലമുറകളുടെ വിയർപ്പിന്റെ കൂലിയായി പുലക്കളിക്കും മകനും അവരുടെ കൂര നിന്ന അഞ്ചു സെന്റ് എഴുതിക്കൊടുത്ത് യജമാനൻ നല്ല ജന്മിയായി.

മെതിക്കളത്തിലും ജാമ്പച്ചുവട്ടിലും വയൽ വരമ്പത്തും വച്ച് കണക്കും ഇംഗ്ലീഷും പറഞ്ഞുകൊടുത്തു പഠിപ്പിച്ച വെളുത്ത പെൺകുട്ടിയെ അവൻ സ്നേഹിച്ചു.

പാമ്പിനെ കൊല്ലുന്ന ചൂരൽ കൊണ്ട് അടിയേറ്റു കീറിയ ദേഹത്ത് അമ്മ കണ്ണീരും മുറിവെണ്ണയും പുരട്ടിയ രാത്രികളിൽ മനസ്സിൽ വളർന്ന പകയും അമർഷവും അവൻ അടക്കിപ്പിടിച്ചു.

ശരീരത്തിലും മനസ്സിലും ഏറ്റ മുറിവുകൾ കരിയുന്നതിനു മുൻപ് പതിനൊന്നാം ക്ലാസ് ജയിച്ച് പുലക്കളിയുടെ മകൻ ചങ്കു വിരിച്ചു.

അമ്മയെ നഷ്ടപ്പെട്ടപ്പോൾ നാടുവിട്ട് ലോകം ചുറ്റി.

മനസ്സിൽ തോന്നിയ പണികൾ ചെയ്ത് ഓരോ അണയും സ്വരുക്കൂട്ടി.

എണ്ണപ്പാടങ്ങൾ തേടി കള്ളവുരു കയറി.

ജോലി ചെയ്തു പണമുണ്ടാക്കി.

പത്തു പന്ത്രണ്ടു വർഷങ്ങൾക്കുശേഷം പിറന്ന മണ്ണിൽ ടാക്സി കാറിൽ വന്നിറങ്ങിയ ധനവാനെ കണ്ട് സ്ഥലത്തെ പ്രധാനികൾ മൂക്കത്ത് വിരൽ വച്ചു.

സ്വർണ്ണച്ചെയിൻ കഴുത്തിലിട്ട്, കൈയിൽ റാഡോ വാച്ചു കെട്ടി, ചാർമിനാർ പുകച്ച്, നാട്ടിലൂടെ നടന്ന അയാൾ പഴയ കണക്കുകൾ വീട്ടുമെന്ന് പലരും ഭയപ്പെട്ടു.

അമ്മയുടെ വിയർപ്പും ചോരയും വീണ ആറേക്കർ മണ്ണിന് അയാൾ വില പറഞ്ഞു.

ഇരുട്ടിന്റെ മറവിൽ വെളുത്ത നസ്രാണികൾ കുശുകുശുത്തു.

ഇടിവെട്ടി മഴപെയ്ത ഒരു രാത്രിയിൽ അടികൊണ്ട് തല പൊട്ടി അയാൾ വഴിയരികിൽ വീണു കിടന്നു.

പിറ്റേന്ന് പിച്ചാത്തി മുനയിൽ ഒരു ജീവൻ കൊരുത്ത് തലമുറകൾക്കുവേണ്ടി അയാൾ പ്രതികാരം ചെയ്തു.

എട്ടു വർഷത്തെ ജയിൽ ജീവിതം കഴിഞ്ഞ് പുറത്തിറങ്ങിയ അയാൾ പിറന്ന മണ്ണിന്റെ പൊക്കിൾക്കൊടി മുറിച്ച് പുതിയ ജീവിതം തേടി യാത്രയായി.

ദൂരെ, അറിയാത്തൊരു നാട്ടിൽ, കണ്ടിട്ടും കേട്ടിട്ടുമില്ലാത്ത നാട്ടുകാർ അയാളെ പിടിച്ചു നായരാക്കി.

മനുഷ്യനെ വെറുത്തവരുടെ ലോകത്തുനിന്ന് ജാതിയെ സ്നേഹിച്ചവരുടെ കപട ലോകത്തിലേക്ക് അയാൾ ഒളിച്ചോടി.

പതിച്ചു കിട്ടിയ പുതിയ മേൽവിലാസത്തിനുള്ളിൽ ആ പഴയ പുലയൻ പുകഞ്ഞു.

....ഇത്രയും വലിയൊരു കഥ ആദ്യാവസാനം കേൾക്കാൻ സരോജിനിക്ക് ശക്തിയുണ്ടാവുമോ?

രാമന്റെ ആശങ്കകൾ വലുതായി.

ചളി മണക്കുന്ന ശരീരം

രാമൻ ഒരു അഗ്നിപർവ്വതം പോലെ തിളച്ച് കാടോത്തിക്കുന്നിലെ ഇടവഴികളിലും കീലത്തു മലയിലെ മരങ്ങൾക്കിടയിലും കറങ്ങി നടന്നു. ഉള്ളിലെ നീറ്റൽ രാമന്റെ കാലുകൾക്ക് വേഗത കുറച്ചു. കൈയുടെ ചടുലത നഷ്ടപ്പെടുത്തി. ഒരുകാലത്ത് ചാണ്ടിയും അവറാച്ചനും ദേവസിയും ഗോപാലനും, തരം ഒത്തുകിട്ടുമ്പോൾ സരോജിനിയും, കാതു കൂർപ്പിച്ചു കേട്ടിരുന്ന രാമന്റെ ശബ്ദത്തിൽ വെള്ളി വീണു. വാക്കുകൾ പിഴച്ചു.

അരയിൽ ഒരു കുടുക്കയും കെട്ടിവച്ച് കൈയിൽ ഒരു വെട്ടുകത്തിയുമായി രാമൻ കൂടെക്കൂടെ മലകയറി. ചിലപ്പോൾ ദിവസങ്ങൾക്കു ശേഷം മാത്രം തിരിച്ചു വന്നു. രാമന്റെ പറമ്പിലെ ചക്കയും മാങ്ങയും ഞാലിപ്പൂവനും മുരിങ്ങയും വേലിച്ചീരയും എത്താതായതോടെ അയൽ വീടുകളിൽ രാമൻ എന്ന കഥാപാത്രം ചെറുതായി. രാമനെ അന്വേഷിച്ച് വീട്ടിൽ വന്ന പലരും നിരാശരായി മടങ്ങി.

വേനലുകളും വർഷങ്ങളും കടന്ന് ദേവസിയുടെ കുരുമുളകും കാപ്പിയും വളർന്നു. അവറാച്ചന്റെ പറമ്പിലെ കൂറ്റൻ ആഞ്ഞിലികൾ അറുത്ത ഉരുപ്പടികളായി കുന്നിറങ്ങി. ചാണ്ടിയും മക്കളും കവലയിൽ പലവട്ടം തല്ലുണ്ടാക്കി. തങ്കമാളുവിന്റെയും ചെറുതിന്റെയും കല്യാണി യുടെയും കഥകളിൽ മലയൻ രാമനും ഗോപാലനും ജീവിച്ചു. കരിമ്പിലെ ഇടവകപ്പള്ളി പുതുക്കി പണിതു.

കുറുപ്പുമാരുടെ കൈയിൽനിന്ന് കാടോത്തി മല വീതം വച്ചു വാങ്ങാൻ തെക്കുനിന്ന് ആളുകൾ എത്തി.

ദൂരനാടുകളിൽനിന്ന് എത്തിയ കനാൽ പണിക്കാരുടെ വിയർപ്പിൽ കരിമ്പിന്റെ മുഖച്ഛായ മാറി.

മജീദിന്റെ ചായക്കടയിലും കോയയുടെ കുമിട്ടിക്കടയിലും കണ്ട പരിചയമില്ലാത്ത മുഖങ്ങൾ ദേവസിക്കും അവറാച്ചനും ചാണ്ടിക്കും

കഥാപാത്രങ്ങളായി. കനാൽ പണി തീർന്നിട്ടും കൂലി വേലയുമായി അവരിൽ പലരും കരിമ്പിൽ തങ്ങി.

ബസ് പോകുന്ന താർ പാതയെ കുറുകെ മുറിച്ച് വയൽ പ്രദേശങ്ങൾ തേടി കനാൽ നീണ്ടു.

കനാൽ പണി തീർന്നതോടെ വറുതിയുടെ നാളുകൾ മടങ്ങിയെത്തി. ചേട്ടന്മാരുടെ പറമ്പുകളിലേക്ക് പണിക്കാർ തിരിച്ചു വന്നു. പണിതീർന്ന കനാൽ വരമ്പുകൾ ലോറി പോകുന്ന റോഡുകളായി. പൂവാറൻ തോടിലെ വെള്ളം കനാലിനടിയിലെ പുതിയ കലുങ്കിലൂടെ പടിഞ്ഞാറോട്ട് കഴുകി.

വേനലിൽ, വറ്റിവരണ്ട വയൽ ശേഖരങ്ങൾക്കു നടുവിൽ ഭീമാകാരങ്ങളായി ഉയർന്നു നിന്ന കനാൽ വരമ്പുകൾക്കിടയിൽ ഒരാൾ പൊക്കത്തിൽ വെള്ളമൊഴുകി. നെൽച്ചെടികൾ വികസനത്തിന്റെ ജലം കുടിച്ച് തെഴുത്തു.

നൂൽബന്ധമില്ലാത്ത കുട്ടികൾ മുതൽ കൗമാരക്കാർ വരെ കനാൽ വെള്ളത്തിൽ തുടിച്ചു കുളിച്ചു. വരമ്പിലെ കലുങ്കുകൾക്കു മുകളിൽനിന്ന് ആറുകോൽ ആഴത്തിലേക്ക് കുട്ടികൾ കരണം മറിഞ്ഞു.

കനാലിറമ്പിലെ പരന്ന അലക്കു കല്ലുകളിൽ മുഷിഞ്ഞ തുണികൾ പതപ്പിച്ചലക്കിയ സ്ത്രീകൾ മുതിർന്ന പുരുഷന്മാർ അടുത്തില്ലെന്ന് ഉറപ്പുള്ള സമയങ്ങളിൽ തിടുക്കത്തിൽ കുളിച്ചു തുവർത്തി. നനഞ്ഞ ഉടുവസ്ത്രങ്ങൾ പിഴിഞ്ഞുടുത്തു. കാഴ്ചയിൽ പ്രായം തോന്നിക്കാത്ത ചെറുക്കന്മാർ കൊച്ചു കുട്ടികളാണെന്ന നാട്യത്തിൽ അരികത്തു വന്ന് കളിച്ചത് പെണ്ണുങ്ങൾ കണ്ടില്ലെന്ന് നടിച്ചു. നോട്ടങ്ങൾ പിഴച്ചവർക്കു നേരെ മാത്രം പെണ്ണുങ്ങൾ ചീറി. മാന്യന്മാരായ പുരുഷന്മാർ കുളിക്കുന്ന പെണ്ണുങ്ങൾക്ക് മുഖം കൊടുക്കാതെ സംസാരിച്ചു. വൈകുന്നേരങ്ങളിൽ കലുങ്കുകൾ ചെറുപ്പക്കാരുടെ സംഗമകേന്ദ്രങ്ങളായി. കനാലിറമ്പിൽ വളർന്ന പൊന്തക്കാടുകൾക്കുള്ളിൽ വാറ്റുചാരായം നിറച്ച കന്നാസുകൾ സ്ഥാനം പിടിച്ചു.

വൈകിയ രാത്രികളിൽ മാത്രം രാമൻ വീടു പറ്റി. ഉറങ്ങാനുള്ള കീറപ്പായ വീടിന്റെ കോലായിൽ എപ്പോഴും ചുരുട്ടി വച്ചിരുന്നു. വീടിന്റെ മുറികൾ പലതും രാമൻ മറന്നു. ലോകം ഉറങ്ങിയ രാത്രികളിൽ, കണ്ണിൽ കുത്തുന്ന ഇരുട്ടിൽ, കീലത്തുമലയുടെ ഉയരങ്ങളിൽ രാമൻ ഒറ്റയ്ക്കിരുന്നു. കീലത്തു പാറയുടെ ഇല്ലിക്കൂട്ടങ്ങളിൽ ചൂളമടിച്ച കാറ്റുകൾ രാത്രി നേരങ്ങളിൽ രാമനെ ആശ്വസിപ്പിച്ചു.

തികട്ടി വന്ന ഓർമ്മകളിൽനിന്ന് രക്ഷപ്പെടാൻ കഴിയാതെ രാമൻ പൊള്ളി. പാറയുടെ മുകളിൽനിന്ന് കണ്ണെത്താത്ത കൊക്കയിലേക്ക് നോക്കി നിന്നപ്പോൾ മണ്ണിൽ പുതഞ്ഞുപോയ പൂർവ്വികരുടെ നിലവിളികൾ കാതുകളിൽ അലയ്ക്കുന്നതായി രാമനു തോന്നി.

വെയിലിൽ കരിഞ്ഞ് ചളിയിൽ കുതിർന്ന് അപ്പനപ്പൂപ്പന്മാർ പാടിപ്പഴകിയ പാട്ടുകൾ രാമന്റെ സിരകളിലൂടെ ഒഴുകി.

ചരിത്രത്തിലേക്ക് എഴുന്നേല്ക്കുന്നവർ

ഒരു കുഴയ്ക്കുന്ന ചോദ്യത്തിന് ഉത്തരം തേടിയാണ് പത്മനാഭൻ അവറാച്ചന്റെ വീട്ടിലെത്തിയത്. കുരിശുവര കഴിഞ്ഞ് പൈലിക്കുഞ്ഞിനും ബെന്നിക്കും ചോറു കൊടുത്തുറക്കി, മണ്ണെണ്ണ വിളക്കിന്റെ വെളിച്ചത്തിൽ ബൈബിൾ വാക്യങ്ങൾ ഉരുവിട്ടുകൊണ്ടിരുന്ന മറിയ പത്മനാഭന്റെ ശബ്ദം തിരിച്ചറിഞ്ഞു.

വെറുതെ കയറിയതാണെന്ന് പത്മനാഭൻ പറഞ്ഞത് മറിയ വിശ്വസിച്ചില്ല.

കട്ടൻ തിളപ്പിക്കാൻ മറിയയോടു പറഞ്ഞ്, ഒരു തോർത്തും തോളിലിട്ട് അവറാച്ചൻ പുറത്തിറങ്ങി. അമ്പതു വാര മാറി നിന്ന് അവർ സ്വരം താഴ്ത്തി സംസാരിച്ചത് മറിയ കേട്ടില്ല..

സമയം കടന്നുപോയി. കട്ടൻ കാപ്പി തണുത്തു. അവറാച്ചന്റെ ചുണ്ടിൽ ബീഡി പുകഞ്ഞ് കെട്ടുകൊണ്ടിരുന്നു.

പിറ്റേന്ന് രാത്രി രാമനുമൊന്നിച്ചാണ് പത്മനാഭൻ എത്തിയത്. അകത്തു കയറി ശോശാമ്മയുടെ കൈ പിടിച്ച് ഉപചാരം പറഞ്ഞ് രാമൻ പുറത്തിറങ്ങി. പത്മനാഭൻ പുറത്തു തന്നെ നിന്നു.

രഹസ്യമറിയാൻ ചെവി വട്ടം പിടിച്ച മറിയയ്ക്ക് ഒന്നും കേൾക്കാനായില്ല.

“ആണുങ്ങൾക്ക് പലതും പറയാൻ കാണും. നീ മണപ്പിച്ച് ചെല്ലുന്നത് എന്തിനാണെടീ”, മറിയയുടെ മനസ്സു വായിച്ച് ശോശാമ്മ പറഞ്ഞു.

സംശയങ്ങളിൽനിന്ന് സംശയങ്ങളെ തൊട്ട് പത്മനാഭനും രാമനും അവറാച്ചനും കുശുകുശുത്തു.

കീലത്തു പാറയ്ക്ക് വടക്കുള്ള മൺപാതയിലൂടെ രാത്രി നേരത്ത് ഒറ്റയ്ക്ക് നടക്കുന്നത് കാടോത്തിക്കാർക്കും കരിമലയിലെ നസ്രാണികൾക്കും പേടിസ്വപ്നമായിക്കഴിഞ്ഞിരുന്നു

കരിമലയിൽ പണി കഴിഞ്ഞിറങ്ങിയ പെണ്ണുങ്ങൾ കീലത്തുപാറ

കലികൊള്ളുന്നതിനുമുമ്പ് കരിമ്പിലെത്താൻ തിടുക്കപ്പെട്ട് നടന്നു.

സന്ധ്യാനേരങ്ങളിലെ ഉച്ചത്തിലുള്ള ബൈബിൾ വായനയ്ക്കിടയിൽ കരിമലയിലെ നസ്രാണിപ്പെണ്ണുങ്ങൾ ദുഷ്ടശക്തികളെക്കുറിച്ച് ചിന്തിക്കാൻ തുടങ്ങി.

കാതുകളിൽനിന്ന് കാതുകൾ മറിഞ്ഞ് കഥകൾ പൊലിച്ചു.

കരിമലയിൽ നിന്നിറക്കിയ വാറ്റുമായി മടങ്ങിയ സോമനാഥക്കുറുപ്പിന്റെ ജീപ്പ് കൊല്ലിയിലേക്ക് മറിഞ്ഞു. കാറ്റിൽ ചില ശബ്ദങ്ങൾ പാഞ്ഞുപോകുന്നത് കുറുപ്പിന്റെ കാര്യസ്ഥൻ കേട്ടു. കാറ്റിന്റെ ചൂളമടിക്കൊപ്പം പാഞ്ഞടുത്ത് കൊല്ലിയിൽ വീണില്ലാതാവുന്ന മുറിഞ്ഞ വാക്കുകൾ പിന്നെയും പലരും കേട്ടു.

ആകാശം മുട്ടിയ കീലത്തു പാറയുടെ വശങ്ങളിൽ എഴുന്നു നിന്ന കൂറ്റൻ പാറക്കല്ലുകൾ മങ്ങിയ നിലാവെളിച്ചത്തിൽ കൈയും കാലുമുള്ള വികൃതരൂപങ്ങളായി തോന്നിച്ചു. കാടോത്തി മലയിലെയും കരിമലയിലെയും നസ്രാണികൾ രാത്രിക്കാഴ്ചകൾ കണ്ട് ചങ്കിടിച്ചു.

ഒറ്റയ്ക്കു നടന്ന നസ്രാണികൾക്കും നായന്മാർക്കുംനേരേ കീലത്തു മലയുടെ ഉയരങ്ങളിൽനിന്ന് പാറക്കല്ലുകൾ പാഞ്ഞു വന്ന് മൺപാതയ്ക്കു മുകളിലൂടെ പറന്ന് കൊല്ലിയിൽ പതിച്ചു.

പൂവാറൻതോടിന്റെ കാതടപ്പിക്കുന്ന ശബ്ദവും കാടോത്തിയുടെ ഉയരങ്ങളിൽനിന്ന് തുറിച്ചു നോക്കുന്ന കീലത്തു പാറയുടെ മുനമ്പും മുടിപ്പിന്നുപോലെയുള്ള വളവും ഓടക്കാടുകൾ നിറഞ്ഞ കൊല്ലിയും പൂതലിച്ചു നിന്ന കിഴവൻ മരങ്ങളും പേടി കൊണ്ട കഥകൾക്ക് നിറം പകർന്നു.

തിരിച്ചും മറിച്ചും ചിന്തിച്ചിട്ടും ചില കണ്ണികൾ ചേരാതെ കിടക്കുന്നതായി പത്മനാഭന് തോന്നി.

കാടോത്തിയുടെ പഴംപുരാണങ്ങളിലെ ഉത്തരം കിട്ടാത്ത കഥകൾ പോലെ ഇതും പത്മനാഭന് കല്ലു കടിച്ചു.

കാര്യങ്ങൾ തുറന്നു പറയുമ്പോഴും എവിടെയോ പത്മനാഭൻ പിടിതരാതെ വഴുതുന്നതായി അവറാച്ചന് തോന്നി.

കാടോത്തിയുടെ ആകാശത്ത് തൂവെള്ള മേഘക്കീറുകൾ ചിതറിക്കിടന്ന ഒരു നിലാവുള്ള രാത്രിയിൽ കാടോത്തി മലയിൽ അലഞ്ഞു നടന്ന രോഷം പത്മനാഭൻ മുഖാമുഖം കണ്ടു. രാമന്റെ മൗനത്തിനു മീതെ പത്മനാഭന്റെ സ്വരം ഉയർന്നു. കൗമാരം വിടാത്ത രണ്ടു കണ്ണുകൾ അഭയം നഷ്ടപ്പെട്ട കാടോത്തിയിലെ ആത്മാവുകൾക്കു വേണ്ടി കയർത്തു. പിഴച്ചു പെറ്റവന്റെ മൗനം കാടോത്തിയുടെ താഴ്‌വാരങ്ങളെ പുച്ഛത്തോടെ നോക്കി.

"ഇതിലും നല്ല പ്രതികാരം ഞാൻ കരുതി വച്ചിട്ടുണ്ട്."

കുടിയേറ്റ നസ്രാണികൾ തല്ലിക്കൊന്ന് മണ്ണാക്കിയ മലയരയന്റെ കൗമാരം വിടാത്ത മകൻ തഴമ്പുവീണ രണ്ടു കൈകളിൽ കൊരുത്ത് കരിമ്പിന്റെ ചരിത്രത്തിലേക്ക് എഴുന്നേറ്റു.

കാടോത്തി മലയിലെ മരങ്ങൾക്കിടയിൽ ചുഴലിയായി കറങ്ങി നടന്ന മലയരയന്മാരുടെ ആത്മാക്കൾ കരിമ്പിലെ മനുഷ്യർക്കിടയിലൂടെ സഞ്ചരിക്കാൻ തുടങ്ങി.

മണ്ണിലെ ശബ്ദങ്ങൾ

ആരാന്റെ മണ്ണിൽ പൊന്നു വിളയിച്ച തലമുറകളുടെ ശക്തിയോടെ രാമൻ സ്വന്തം മണ്ണിലേക്കു തിരിഞ്ഞു. മണ്ണിൽ ഒളിച്ചു.

ഓണമെന്നോ സംക്രാന്തിയെന്നോ വ്യത്യാസമില്ലാതെ അതികാലത്ത് രാമൻ പണിക്കിറങ്ങി.

അവസാന ശ്വാസംവരെ പിടിച്ചുനില്ക്കണമെന്ന് രാമൻ ആഗ്രഹിച്ചു. ഒരു പിടിവള്ളിക്കു വേണ്ടി ഭൂതകാലത്തിൽ തെരഞ്ഞു. എല്ലാം വിധിയാണെന്ന ചിന്ത തന്നെ സഹായിക്കുന്നില്ലെന്ന് രാമന് മനസ്സിലായി.

നാട്ടുകാർക്കു നല്കിയ ഒരായിരം ഉപദേശങ്ങൾ ഓർത്തപ്പോൾ രാമന് ഓക്കാനം തോന്നി. അടങ്ങാത്ത പക തീർക്കുന്ന ശക്തിയോടെ രാമൻ മണ്ണിൽ കിളച്ചു. രാമന്റെ ജോലി കണ്ട് തങ്കമാളുവിനും ചെറുതിനും പലപ്പോഴും പേടി തോന്നി.

രാഘവൻപിള്ളയുടെ അതിരിനോട് ചേർന്ന് വടുകപ്പുളി നാരകത്തിന്റെ മുള്ളുകൾക്കിടയിലൂടെ പടർന്ന് ഇത്തിൾക്കണ്ണി കയറി നിന്ന പൂതലിച്ചു തുടങ്ങിയ മാവ് രാമൻ ഒറ്റയ്ക്ക് വെട്ടിവീഴ്ത്തി. എടുത്തു ചുഴറ്റിയതുപോലെ വായുവിൽ വട്ടം കറങ്ങിയ മരം രാമനെ അടിച്ചു തെറിപ്പിക്കുന്നതുകണ്ട് നിലവിളിച്ചുകൊണ്ട് ഓടി വന്ന തങ്കമാളുവും ചെറുതും കണ്ടത് ദേഹത്തു പുരണ്ട മണ്ണ് തോർത്തുമുണ്ടു കൊണ്ട് തട്ടിക്കളയുന്ന രാമനെയാണ്.

ചിരിക്കാൻ ഭാവിച്ച രാമന്റെ ശരീരം വിറയ്ക്കുന്നുണ്ടായിരുന്നു.

തങ്കമാളു പകർന്നുകൊടുത്ത നേർപ്പിച്ച കഞ്ഞി വെള്ളം കുടിച്ച് പറങ്കിമാവിന്റെ തണലിൽ ഇരുന്നപ്പോൾ രാമന്റെ വിറയൽ മാറി. ജോർജിന്റെ സ്നേഹത്തോടെയുള്ള വിലക്ക് രാമൻ ചെവിക്കൊണ്ടില്ല. ചെറുത് കോട്ടിക്കൊടുത്ത പ്ലാവിലയിൽ ചൂടുകഞ്ഞിയും കോരിക്കുടിച്ച് ഒന്നും സംഭവിക്കാത്തതുപോലെ രാമൻ വീണ്ടും പണിക്കിറങ്ങി.

മുഴുത്ത കരിങ്കല്ലുകൾ കമ്പിപ്പാരകൊണ്ട് കുത്തിയിളക്കുമ്പോൾ രാമന്റെ പേശികൾ വിറച്ചു.

മുഖത്തെ ഞരമ്പുകൾ വലിഞ്ഞു മുറുകി.

ആവശ്യത്തിലധികം ബലം പ്രയോഗിച്ച് ശരീരത്തിന്റെ ആവതു കളയരുതെന്ന് ജോർജ് പറഞ്ഞത് രാമൻ കേട്ടതായി ഭാവിച്ചില്ല.

വേലിക്കൽ നിന്നനില്പിൽ കഥ മുഴുവൻ പറഞ്ഞ് സരോജിനിയെയും മീനാക്ഷിയെയും കേൾപ്പിച്ചിട്ടാണ് അന്നു വൈകിട്ട് തങ്കമാളു വീട്ടിൽ പോയത്. ഒന്നും പറ്റിയില്ലല്ലോ എന്ന് സമാധാനിച്ച മീനാക്ഷിക്ക് സരോജിനിയുടെ കരച്ചിൽ വിചിത്രമായി തോന്നി. മീനാക്ഷി സമാധാനിപ്പിക്കും തോറും സരോജിനി കൂടുതൽ കൂടുതൽ കലങ്ങി. എന്തു ചെയ്യണം എന്നറിയാതെ മീനാക്ഷി കുഴങ്ങി. കരച്ചിൽ ഉച്ചത്തിലായപ്പോൾ ശബ്ദം അടക്കാൻ കഴിയാതെ സരോജിനി തോർത്തുകൊണ്ട് സ്വയം വായ പൊത്തി.

രാജുവും മുരളിയും ചെല്ലപ്പനും രാമനെ അന്വേഷിച്ച് കൂടെക്കൂടെ പറമ്പിൽ വന്നു. പറമ്പിൽ കല്ലടുപ്പു കൂട്ടി രാമൻ അവർക്ക് കപ്പയും കാച്ചിലും ചേമ്പും ചെറുകിഴങ്ങും വേകിച്ചു.

ഉപ്പും എണ്ണയും കൂടി സ്വയം ഉണ്ടാക്കിയാൽ രാമേട്ടന്റെ സാമ്രാജ്യം സ്വയംപര്യാപ്തമായി എന്ന് ചെല്ലപ്പൻ പറഞ്ഞപ്പോൾ മുരളിയും രാജുവും നിർത്താതെ ചിരിച്ചു.

ദേവസിയെ പേടിച്ച് ഞായറാഴ്ചകളിൽ മാത്രമായിരുന്നു രാജുവിന്റെ സന്ദർശനം. വേലയിലും കൂലിയിലും താല്പര്യമില്ലാതിരുന്ന മുരളിയും ചെല്ലപ്പനും രാമനോട് ഒട്ടി നടന്നു.

കാടോത്തിയിൽനിന്ന് കനാലിലേക്കുള്ള ഇടവഴി തെളിഞ്ഞതിനു ശേഷം കൊറ്റുവിന്റെ കാളവണ്ടി കൂടെക്കൂടെ വന്നുപോയി. ചേനയും ചേമ്പും കാച്ചിലും കപ്പയും വാഴയും തലച്ചുമടായി മലയിറങ്ങി. മഴവെള്ളം കുത്തിയൊലിച്ച് കുഴി വീണ ചെമ്മൺ പാതയിലൂടെ കൊറ്റുവിന്റെ വെള്ളക്കാളകൾ വലിക്കുന്ന വണ്ടി ഞരങ്ങി നീങ്ങി. അവറാച്ചന്റെയും രാമന്റെയും വീട്ടുമുറ്റത്തുവരെ കാളവണ്ടിയെത്തി.

രാമൻ തന്റെ ആറേക്കറിൽ എന്തെങ്കിലും അത്ഭുതം കാട്ടുമെന്ന് ഒരാളും കരുതിയില്ല.

അവറാച്ചന്റെ ഏഴേക്കർ പറമ്പിൽ പത്തും ഇരുപതുംപേർ പണിക്കിറങ്ങിയപ്പോൾ രാമൻ അത്യാവശ്യമുള്ളപ്പോൾ മാത്രം, അതും ഒന്നോ രണ്ടോ പേരെ വിളിച്ചു. പത്തുപേരുടെ പണി ഒറ്റയ്ക്കു ചെയ്തു. അന്തി ചായുന്ന നേരങ്ങളിൽ പൂവാറൻ തോട്ടിൽ മുങ്ങി നിവരുമ്പോൾ തട്ടിയും പോറിയും മുറിഞ്ഞ ശരീരത്തിലെ നീറ്റൽ രാമന്റെ മനസ്സിൽ ആനന്ദത്തിന്റെ ലഹരി നിറച്ചു. ഒരു കൊല്ലംകൊണ്ട് രാമന്റെ ആറേക്കർ തെളിഞ്ഞു. നീണ്ട ഹോസിൽ വെള്ളം നിറച്ച് അളവു പിടിച്ച് രാമൻ തന്റെ ആറേക്കർ മണ്ണ് തട്ടു തിരിച്ചു. പാരകൊണ്ട് ഇളക്കി നീക്കിയ കല്ലുകൾ നീണ്ട കയ്യാലകളായി. കീലത്തു പാറയുടെ മുകളിൽ നിന്നു നോക്കിയപ്പോൾ പറമ്പിലെ കയ്യാലകൾ ഞരമ്പുകൾ പോലെ തോന്നിച്ചു.

രാമന്റെ കൃഷി ഒന്നു വേറെയാണെന്ന് പണിക്കാരി പെണ്ണുങ്ങൾ പറഞ്ഞു നടന്നു. ഓരോ തരി പച്ചപ്പും രാമൻ ലാളിക്കുന്നതുപോലെ തോന്നി. പറമ്പിൽ അങ്ങിങ്ങായി വളർന്നുനിന്ന കണ്ണൻ ചേമ്പിന്റെ പൊടിപ്പുകൾ രാമൻ വാനമെടുത്ത് നട്ടപ്പോൾ ആദ്യം അവറാച്ചൻ കളിയാക്കി. ആര്യൻ ചേമ്പിനേക്കാൾ നല്ലത് കണ്ണൻ ചേമ്പാണെന്ന് രാമൻ പറഞ്ഞത് അവറാച്ചനും ഒടുവിൽ സമ്മതിക്കേണ്ടിവന്നു.

ചേനയും മലയാര്യൻ ചേമ്പും രാമന്റെ പറമ്പിൽ കൊഴുത്തു വളർന്നു. തെങ്ങിന്റെയും വാഴയുടെയും ഇടയിൽ രാമൻ കാച്ചിൽ പടർത്തി. രാമന്റെ വിയർപ്പിൽ കുതിർന്ന മണ്ണിൽ ചെറുകിഴങ്ങും മധുരക്കിഴങ്ങും പടർന്നു.

തോടിന്റെ ചെറിയ കൈവഴി കെട്ടിത്തിരിച്ച് രാമൻ വിളകൾ നനച്ചു. കാലം തെറ്റിച്ചു നട്ട് ആവശ്യമുള്ള സമയത്ത് വിളവെടുത്ത് അവറാച്ചനെയും ചാണ്ടിയെയും അത്ഭുതപ്പെടുത്തി.

ഇതിനിടയിൽ ഇഞ്ചിയും മഞ്ഞളും കച്ചോലവും പണമായി.

പണിക്കാരുടെ എണ്ണം കൂടി. നോക്കിനില്ക്കെ തെങ്ങിൻ തൈകൾ വളർന്നു. ഇടവിളകൾ പറ്റാതായി.

കപ്പയ്ക്കും ചേനയ്ക്കും കാച്ചിലിനുംവേണ്ടി ഒഴിച്ചിട്ട രണ്ടേക്കർ ഒഴികെ മുഴുവൻ സ്ഥലവും പച്ചപുതച്ചു.

രാമന് കൃഷി അറിയില്ലെന്ന് ഒരിക്കൽ പറഞ്ഞത് വർഷങ്ങൾക്കു ശേഷം അവറാച്ചൻ തിരുത്തിപ്പറഞ്ഞു.

പണിയിടത്തിൽ പതിവായി വന്ന മീനാക്ഷിയെ ശരീരം അനക്കാനും വെയിലത്ത് ഇറങ്ങാനും സമ്മതിക്കാതെ രാമൻ വിലക്കിയിരുന്നു. പറമ്പിൽ വരരുതെന്ന അമ്മയുടെ വിലക്കുപോലെ അതും അവൾ അനുസരിച്ചില്ല.

ബുദ്ധിമുട്ടുന്നത് രാമൻ കാണാതിരിക്കാൻ മീനാക്ഷി പ്രത്യേകം ശ്രദ്ധിച്ചു. അമ്മ നല്കാത്ത കരുതലും സ്നേഹവും ലാളനയും രാമനിൽ നിന്ന് അവൾക്കു കിട്ടി.

പറമ്പിൽ കൂടെക്കൂടെ പോകുന്നതിനും പണിക്കാരുമായി ചങ്ങാത്തം കൂടുന്നതിനും ആദ്യമൊക്കെ മീനാക്ഷിയെ ശകാരിച്ച സരോജിനി പിന്നീട് വഴങ്ങി. അച്ഛനില്ലാതെ വളർന്ന കുട്ടിയുടെ പ്രസാദം കെടുത്താൻ സരോജിനി ആഗ്രഹിച്ചില്ല.

സരോജിനിയുടെ രണ്ടര ഏക്കർ തെങ്ങും പറമ്പിൽ നിറയെ സരോജിനിയേക്കാൾ പ്രായമുള്ള തെങ്ങുകൾ തലയുയർത്തി നിന്നു. ആഴ്ചയിൽ ഒന്നോ രണ്ടോ ദിവസങ്ങളിൽ രാമൻ സരോജിനിയുടെ വീട്ടിൽ എത്തി. മീനാക്ഷി നിർബ്ബന്ധിച്ചപ്പോൾ മാത്രം ആഹാരം കഴിച്ചു. തേങ്ങ വെട്ടേണ്ട സമയങ്ങളിൽ സരോജിനിയോട് പറയാതെ തന്നെ മുരളിയെ രാമൻ പറഞ്ഞുവിട്ടു. ഒന്നു തൊടാൻപോലും സരോജിനിയെ സമ്മതിക്കാതെ മുരളി തന്നെ നാളികേരം മുഴുവൻ പെറുക്കി ചായ്പിൽ കൂട്ടിയിട്ടു. വീട്ടിൽ ചോർച്ച വീണു തുടങ്ങിയപ്പോൾ മിടഞ്ഞ ഓലക്കെട്ടുകളുമായി ജോർജും ജെസിയും കല്യാണിയും എത്തി. രാമന്റെ പറമ്പിലെ

കവുങ്ങുകൾ മുറിച്ച് ആപ്പു വച്ചു കീറി പുതലിച്ച പട്ടികകൾ മാറ്റി. ഓല ഇറക്കി മേഞ്ഞു. ഒന്നും സരോജിനിയുടെ തീരുമാനം ആയിരുന്നില്ല. രാമൻ ഒന്നും സരോജിനിയോട് ചോദിച്ചില്ല. ചോദിച്ചപ്പോൾ മറുപടിയും കിട്ടിയില്ല. രാമൻ എല്ലാം അറിഞ്ഞു ചെയ്തു.

സ്വന്തം കൈകൊണ്ട് സാധനങ്ങൾ വാങ്ങി വീട്ടിൽ എത്തിക്കുന്ന പതിവ് രാമൻ നിർത്തി. ചിലപ്പോൾ മുരളിയും ചിലപ്പോൾ ദേവസിയുടെ അനുജൻ രാജുവും സരോജിനിക്ക് വീട്ടുസാധനങ്ങൾ എത്തിച്ചു.

രാമൻ അവരോട് പലചരക്കു വാങ്ങിയ കണക്കു ചോദിക്കുകയോ ബാക്കി കാശ് തിരികെ വാങ്ങുകയോ ചെയ്തില്ല. രാമന്റെ നോട്ടത്തിലോ ആംഗ്യത്തിലോ ഇടപാടുകൾ ഒതുങ്ങി.

മലയൻ ചെല്ലപ്പന്റെ കൈയിൽനിന്ന് ഒരു കുടുക്ക തേൻ വാങ്ങിയ മീനാക്ഷിയെ സരോജിനി വഴക്കു പറഞ്ഞു. സരോജിനിയുടെ മനസ്സു വായിച്ച് ഉറക്കെ ചിരിച്ച മീനാക്ഷിയുടെ മാറിടം കുലുങ്ങി. മകളുടെ വളർച്ച കണ്ട സരോജിനിയുടെ മനസ്സിൽ ഒരു കൊള്ളിയാൻ പാഞ്ഞുപോയി.

മാസങ്ങൾക്കുശേഷം അവറാച്ചനോടൊപ്പം വീട്ടിൽ വന്ന രാമൻ മുഖം തരാത്തത് മറിയയെ ചിന്തിപ്പിച്ചു. അവസരമുണ്ടാക്കി സംസാരിച്ചപ്പോൾ രാമൻ കണ്ണുവെട്ടിച്ച് തന്റെ മാറിലേക്കു നോക്കുന്നതുപോലെ മറിയയ്ക്കു തോന്നി. ഈ നായർക്ക് ഇത് എന്തു പറ്റി എന്ന് മനസ്സിൽ പറഞ്ഞ മറിയ ഒന്നും മനസ്സിലാവാത്തതുപോലെ സാധാരണ മട്ടിൽ പെരുമാറി.

ചകിരി വരിഞ്ഞ മരക്കട്ടിലിൽ ശോശാമ്മയുടെ അരികിൽ ചേർന്നിരുന്ന് രാമൻ ഏറെനേരം സംസാരിച്ചു.

രാമന്റെ ഇടതു കൈക്കുള്ളിൽ വലതുകരം അമർന്നപ്പോൾ ശരീരം കുത്തിപ്പിളർക്കുന്ന വേദന ശോശാമ്മ മറന്നു. രാമന്റെ സാന്ത്വനിപ്പിക്കുന്ന വാക്കുകൾ ആ വീടിനെ ഒരു ദേവാലയം ആക്കിയതുപോലെ അവറാച്ചനു തോന്നി. കുളിപ്പുരയ്ക്കരികിലെ ചൊട്ട കുത്തിത്തുടങ്ങിയ തെങ്ങിന്റെ ചുവട്ടിലേക്ക് മാറി നിന്ന് അവറാച്ചൻ കണ്ണു തുടയ്ക്കുന്നതും ആ വിരിഞ്ഞ നെഞ്ച് കുലുങ്ങുന്നതും മറിയ കണ്ടു.

മരണം അടുത്തെത്തിയ നാളുകളിൽ രാമൻ ശോശാമ്മയുടെ അരികത്തു തന്നെ കഴിച്ചുകൂട്ടി. പച്ച മരുന്നുകൾ തേടിപ്പിടിച്ച് ഇടിച്ചു കൂട്ടുന്നതിലും കഷായം തയ്യാറാക്കുന്നതിലും വൈദ്യരേക്കാൾ മിടുക്ക് രാമനുണ്ടെന്ന് അവറാച്ചൻ പറഞ്ഞു.

രാമനെയും മീനാക്ഷിയെയും ദൈവം പറഞ്ഞുവിട്ടതാണെന്ന് മറിയയ്ക്കു തോന്നി. ശോശാമ്മയുടെ കൈ പിടിച്ച് അല്പനേരം അരികത്തിരുന്ന് ഒന്ന് പൊട്ടിക്കരയണമെന്ന് ആഗ്രഹിച്ചിട്ട് അതിനുപോലും മറിയയ്ക്ക് സമയം കിട്ടിയിരുന്നില്ല. കൊയ്ത്തും മെതിയും നടക്കുന്ന കാലമാണ്. പാടത്തു നിറയെ പണിക്കാരുണ്ട്. ഒരേക്കർ സ്ഥലത്ത് കൂർക്കലും അത്ര തന്നെ സ്ഥലത്ത് ഇഞ്ചിയും വിളഞ്ഞു നില്ക്കുന്നു. എല്ലാവർക്കും കഞ്ഞിയും പുഴുക്കും ഉണ്ടാക്കണം. എല്ലാ കാര്യത്തിനും

മറിയ തന്നെ വേണം. പൈലി മുതിർന്നതുകൊണ്ട് ആരും ശ്രദ്ധിച്ചി ല്ലെങ്കിലും സ്വന്തം കാര്യം നോക്കി നടന്നുകൊള്ളും.

പൈലിയുടെ ഇളയത് ബെന്നിക്കാണെങ്കിൽ എന്തിനും അമ്മ തന്നെ വേണം. പറഞ്ഞകാര്യം അപ്പോൾ നടന്നില്ലെങ്കിൽ ചെറുക്കന് ഭ്രാന്തിളകും. അപ്പന്റെ അതേ ദേഷ്യമാണ് മകന് കിട്ടിയതെന്ന് മറിയയ്ക്ക് പലപ്പോഴും തോന്നിയിട്ടുണ്ട്.

രാമന്റെയും മീനാക്ഷിയുടെയും സഹായം ഉള്ളതുകൊണ്ടാണ് നേരെ ശ്വാസം കഴിക്കുന്നതെന്ന് മറിയ അമ്മിണിയോടു പറഞ്ഞു. സഹായിക്കാൻ കഴിയാത്തതിലുള്ള സങ്കടം അമ്മിണി മറച്ചു വച്ചില്ല.

മല പോലുള്ള ശരീരവും വലിച്ചു നടന്ന് വീട്ടിലെ പണികൾ ഒരു വിധം തീർക്കാൻ അമ്മിണി പെടുന്ന പാട് മറിയയ്ക്ക് അറിയാമായിരുന്നു. ഒരുദിവസമെങ്കിൽ ഒരുദിവസം പണിക്കാരെ തിരിച്ചയച്ചയയ്ക്കുന്ന കാര്യം ചിന്തിക്കാൻ പോലും അവറാച്ചന് കഴിയുമായിരുന്നില്ല.

മറ്റെവിടെയെങ്കിലും പണിക്കു കയറിപ്പോയാൽ അവരെ ഒരുമിച്ചു കൂട്ടി തിരിച്ചു കൊണ്ടുവരാനുള്ള പ്രയാസം അവറാച്ചൻ പലവട്ടം അനുഭവിച്ചതാണ്.

ഒരു ഞായറാഴ്ച അന്തി ചായുന്ന നേരത്തായിരുന്നു ശോശാമ്മ യുടെ മരണം. "മേരിക്കുട്ടീ നിന്റെ ബുദ്ധി ശരിയായല്ലോടീ" എന്ന് ശോശാ മ്മ പറയുന്നത് മറിയ സ്പഷ്ടമായി കേട്ടു. കാര്യങ്ങൾ മനസ്സിലാക്കിയ മറിയയ്ക്ക് കണ്ണീരടക്കാൻ കഴിഞ്ഞില്ല.

പെട്ടിയിൽനിന്ന് പ്രാർത്ഥനാ പുസ്തകം എടുത്തുതുറന്ന മറിയ വായിക്കാൻ കഴിയാതെ പുസ്തകം പൈലിയെ ഏല്പിച്ചു. പൈലിയുടെ വിറയാർന്ന ശബ്ദം ഉയർന്നു.

"ഞങ്ങളുടെ കർത്താവായ യേശു മിശിഹാ! നിന്റെ പരിശുദ്ധ ന്മാരുടെ കൂട്ടവുമായി നിന്റെ രാജത്വത്തോടെ നീ എഴുന്നള്ളുമ്പോൾ ഞങ്ങളെ ഓർക്കേണമേ! ....

നിന്റെ ദാസിയുടെ ആത്മാവ് അതിന്റെ രക്ഷയ്ക്കായി നോക്കിപ്പാർ ത്തിരിക്കുന്ന സ്ഥലത്ത് നിന്റെ കരുണയാൽ അതിനെ കൈക്കൊ ള്ളേണമേ.........."

മരണസമയത്തെ പ്രാർത്ഥന അതിനു മുൻപ് പൈലി കേട്ടിരുന്നില്ല.

പുസ്തകത്തിൽ നോക്കി നിന്നതുകൊണ്ട് ശോശാമ്മയുടെ നെഞ്ച് അവസാനമായി ഉയർന്നു താഴുന്നതും കണ്ണുകൾ പിറകോട്ടു മറിയുന്നതും കാണാതെ പൈലി ഉറക്കെ വായിച്ചുകൊണ്ടിരുന്നു.

"നിന്റെ ദാസിയുടെ ജീവിത നാളുകൾ അവസാനിക്കാറാവുകയും ആത്മാവും ശരീരവും തമ്മിൽ വേർപെടുന്ന സമയം അടുക്കുകയും ചെയ്തിരിക്കുന്നു........

ഇവളുടെ പാപങ്ങളും അക്രമങ്ങളും നിമിത്തം ഇവളുടെ നേരെ നിന്ന് നിന്റെ ദൃഷ്ടിയെ മാറ്റിക്കളയരുതേ........"

പൈലിയുടെ പ്രാർത്ഥന ഘുർഘുരച്ചിലിൽ അലിഞ്ഞ് ഇല്ലാതായി.

ആണൊരുത്തൻ തുണ

കൃഷ്ണൻ നായരോടൊപ്പമുള്ള പന്ത്രണ്ട് വർഷങ്ങൾ നീണ്ട ജീവിതത്തിലെ സംഭവങ്ങൾ മനസ്സിന്റെ പിൻഭിത്തിയിൽ തെളിഞ്ഞപ്പോൾ മീനാക്ഷിയെക്കുറിച്ചോർത്ത് സരോജിനിക്ക് പേടി തോന്നി.

മലയൻ ചെറിയ രാമനെയും അയാളുടെ കെട്ടിയവളെയും മക്കളെയും കാണുമ്പോൾ മാറി നടക്കാത്തതിന് അമ്മാവന്റെ ശകാരം കേട്ടു വളർന്ന കുട്ടിക്കാലം സരോജിനിയുടെ മനസ്സിൽ തെളിഞ്ഞു.

തിരണ്ടു കല്യാണം കഴിഞ്ഞ പെൺകുട്ടികൾക്ക് തീണ്ടലിന്റെയും തൊടീലിന്റെയും നിയമങ്ങൾ പറഞ്ഞു കൊടുക്കാൻ പാകത്തിൽ താൻ വളർന്നത് എപ്പോഴാണെന്ന് ഓർത്തെടുക്കാൻ സരോജിനി ശ്രമിച്ചു.

കള്ളും കക്ഷത്തിലെ വിയർപ്പും നാറിയ രാത്രികളുടെ ചിന്ത സരോജിനിയുടെ മനസ്സിലേക്ക് ഇരച്ചുകയറി.

മീനാക്ഷിക്ക് അടുത്ത മീനത്തിൽ പതിനെട്ടു തികയുമെന്ന് ഓർത്തപ്പോൾ സരോജിനി നടുങ്ങി.

കൃഷ്ണൻ നായർ കൈപിടിച്ചു കൊണ്ടുവന്നപ്പോൾ തനിക്ക് പതിനേഴു വയസ്സായിരുന്നു. തന്റെ സ്ഥാനത്ത് മീനാക്ഷിയെ സങ്കല്പിക്കാൻ കഴിയാതെ സരോജിനി വിഷമിച്ചു.

കഴിഞ്ഞുപോയ ആറു വർഷങ്ങൾ സരോജിനിയുടെ മനസ്സിൽ നഷ്ടങ്ങളായി വിങ്ങി. രാമനോട് വലിയ തെറ്റു ചെയ്തുവെന്ന ചിന്തയിൽ സരോജിനി ഉരുകി. എല്ലാം പറയാൻ ആഗ്രഹിച്ച സരോജിനിക്ക് രാമൻ അതിന് അവസരം നല്കിയില്ല. കണ്ണുകൾ നിറയുകയോ വാക്കുകൾ ഇടറുകയോ ചെയ്തപ്പോഴെല്ലാം രാമൻ സരോജിനിയെ വിലക്കി. രാമന്റെ രഹസ്യം അവർക്കിടയിൽ അമർന്നു കടന്നു. കൂടുതൽ പറയാൻ രാമനോ ചോദിക്കാൻ സരോജിനിയോ തുനിഞ്ഞില്ല. ഇരുവരുടെയും സ്നേഹത്തിനുനടുവിൽ മീനാക്ഷിക്ക് അവളുടെ പ്രായത്തിനു ചേരാത്ത കുട്ടിത്തം

കൈവന്നു.

എന്നും അതികാലത്ത് ഉണർന്ന സരോജിനി വീട് ഒരമ്പലം പോലെ വൃത്തിയാക്കി വച്ചു. ഒരു ഗ്ലാസോ പാത്രമോ സ്ഥാനം തെറ്റി ഇരുന്നില്ല. മറന്നു കഴിഞ്ഞ പഴയ ശീലങ്ങളിലേക്ക് സരോജിനി തിരിച്ചു വന്നു. മുഖത്തെ ദുഃഖത്തിന്റെ ഛവി മാഞ്ഞു. കവിളുകൾ തുടുത്തു. എന്നും അതികാലത്ത് കുളിച്ച് വൃത്തിയുള്ള വസ്ത്രങ്ങൾ ധരിച്ചു. മുടി ഭംഗിയായി കോതിവച്ചു. രാമന്റെ വേഷത്തിലും നടപ്പിലും പ്രത്യേകം ശ്രദ്ധ വച്ചു.

സരോജിനിയുടെ മനസ്സു പോലെ പറമ്പിലെ കാടുകളും തെളിഞ്ഞു. വിളകൾ തിടം വച്ചു. രാമന്റെ ആറേക്കർ പറമ്പിനും ജീവൻ വച്ചു. പണിയിടത്തിൽ സരോജിനിയെ ആദ്യമായി കണ്ടപ്പോൾ, അച്ചിക്ക് അയിത്തം മാറിയതറിഞ്ഞ് പണിക്കാർ അത്ഭുതപ്പെട്ടു.

രാമന്റെ മാറ്റങ്ങൾ ചെറുതും തങ്കമാളുവും ശ്രദ്ധിച്ചു.

ജോർജിന് എല്ലാം വിചിത്രമായിത്തോന്നി.

രാമന്റെ കലങ്ങിയ കണ്ണുകൾ തെളിഞ്ഞു.

മുഖത്ത് പ്രസാദം വന്നു. ശരീരം പുഷ്ടി വച്ചു. ശബ്ദത്തിലെ സുഖം തിരിച്ചു വന്നു. രസിപ്പിക്കുന്ന വർത്തമാനങ്ങൾകൊണ്ട് രാമൻ പഴയ രാമനായി.

മകളോടുള്ള വാത്സല്യവും സരോജിനിയോടുള്ള സ്നേഹവും രാമന്റെ മുഖത്തുനിന്ന് വായിച്ചെടുത്ത തങ്കമാളുവും ചെറുതും തൃപ്തികരമായ ഒരു കഥ മെനയാൻ കഴിയാതെ കുഴങ്ങി. രാമൻ പിടി തരാതെ വഴുതുകയാണെന്ന് തോന്നിയെങ്കിലും ചെറുത് വിടാൻ ഭാവിച്ചില്ല. കുത്തിക്കുത്തിയുള്ള ചോദ്യങ്ങൾക്ക് ഒടുവിൽ മുനയൊടിഞ്ഞു.

കരിമ്പിലെ വൈകുന്നേര സഭകളിൽ രാമൻ വീണ്ടും പതിവുകാര നായി. ചൂടുപിടിച്ച രാഷ്ട്രീയ ചർച്ചകൾ രാമന്റെ തീർപ്പോടെ അവസാനിച്ചു. ഇന്നല്ലെങ്കിൽ നാളെ രാമൻ ചുവന്ന കൊടി പിടിക്കുമെന്ന് പത്മനാഭനും ചെല്ലപ്പനും വിശ്വസിച്ചു. ഏറെ പറഞ്ഞ രാമൻ ഇടയ്ക്കിടെ അർത്ഥം വച്ചതുപോലെ മിണ്ടാതിരുന്നു. പലപ്പോഴും മറുപടികൾ ചിരിയിലൊ തുക്കി.

രാമന്റെ കൂട്ടുകെട്ടുകൾ നല്ലതല്ലെന്ന് ചാണ്ടി മുഖത്തു നോക്കി പറഞ്ഞു. ചോമന്മാരും കാക്കാമാരുമായുള്ള ചങ്ങാത്തം നായരെ കുഴപ്പത്തിൽ ചാടിക്കുമെന്ന് ദേവസിക്കും തോന്നി. രാമൻ ആർക്കും പിടി കൊടുത്തില്ല.

അറ്റുപോയ വേര്

കാര്യങ്ങൾ രാമന്റെ പിടിവിട്ടു പോയ ദിവസം വൈകുന്നേരം ആ വീട്ടിൽ അടുപ്പു പുകഞ്ഞില്ല. സന്ധ്യക്ക് വിളക്ക് കത്തിയില്ല. രാമൻ വരാന്തയിലെ വെറും നിലത്ത് ഉറക്കം വരാതെ കിടന്നു. നാഴികകൾ കടന്നുപോകുന്നതിന് രാമന് കണക്കുണ്ടായിരുന്നു. പാതിരാ കഴിഞ്ഞപ്പോൾ മീനാക്ഷി കരഞ്ഞു തളർന്നുറങ്ങി. ഉറക്കത്തിനും ഉണർവ്വിനും ഇടയിലുള്ള വിചിത്രമായ ഒരവസ്ഥയിലൂടെ സരോജിനിയുടെ മനസ്സ് വട്ടം കറങ്ങിക്കൊണ്ടിരുന്നു.

തളർന്നു പോകരുതെന്ന് സ്വയം ശകാരിച്ചുകൊണ്ട് രാമൻ കൂരിരുട്ടിൽ എഴുന്നേറ്റിരുന്നു. മുറ്റത്തെ ചെമ്പക മരത്തിന്റെ ചില്ലകൾക്ക് ഇടയിലൂടെ മിന്നാമിനുങ്ങുകൾ പാറി നടക്കുന്നത് രാമൻ കണ്ടു. ചുണ്ടിൽ ഒരു ബീഡി പുകച്ച് ഇരുട്ടിലേക്ക് നോക്കി രാമൻ ഇരുന്നു.

നിലാവുദിച്ചപ്പോൾ ചീവീടുകളുടെ കലമ്പൽ നിലച്ചു. മീനാക്ഷിയുടെ നേർത്ത തേങ്ങൽ അടുത്തു വരുന്നത് രാമൻ കേട്ടു. മീനാക്ഷിയുടെ നനുത്ത വിരലുകൾ തൊട്ടപ്പോൾ രാമന്റെ ഉള്ളിൽനിന്ന് വിറയാർന്ന ഒരു ഗദ്ഗദം പുറത്തുവന്നു. ഇരുട്ടിൽ രാമന്റെ ശരീരത്തോട് പറ്റി മീനാക്ഷി തറയിൽ ഇരുന്നു. മീനാക്ഷിയുടെ മുടിയിഴകളിൽ വിരലോടിച്ചപ്പോൾ രാമൻ ഇടയ്ക്കിടെ തേങ്ങി. ചൂടുള്ള കണ്ണുനീർ കവിളിലൂടെ ഒലിച്ചിറങ്ങുന്നതിന്റെ പൊള്ളൽ രാമന് അനുഭവപ്പെട്ടു.

മീനാക്ഷി രാമന്റെ തോളിൽ മുഖമമർത്തി. എല്ലാം തണുപ്പിക്കാൻ തന്റെ വാക്കുകൾക്ക് കഴിയുമെന്ന് ഒരു നിമിഷം രാമൻ ചിന്തിച്ചു. നാവു മരവിച്ചതുപോലെ രാമൻ നടുങ്ങി.

മീനാക്ഷി പാതിയുറക്കത്തിൽ നെഞ്ചിലേക്ക് ചായുന്നത് രാമൻ അറിഞ്ഞു. വിരൽ നുണയുന്ന കുഞ്ഞിനെപ്പോലെ മീനാക്ഷി രാമന്റെ മടിയിൽ ചുരുണ്ടു.

ഒരു താരാട്ടിനുവേണ്ടി രാമൻ മനസ്സിൽ പരതി.

ദുഃഖത്തിന്റെ കടലുകൾക്ക് അക്കരെ ആനന്ദത്തിന്റെ കര തെളിയുന്നത് രാമൻ അറിഞ്ഞു.

നാഴികകൾ കടന്നു പോയത് അവർ അറിഞ്ഞില്ല.

മീനാക്ഷി ഉറക്കത്തിൽ ഇടയ്ക്കിടെ തേങ്ങിക്കൊണ്ടിരുന്നു.

മുറിക്കുള്ളിൽ പാത്രങ്ങൾ തട്ടിമറിയുന്ന ശബ്ദം കേട്ടാണ് മീനാക്ഷി ഉണർന്നത്. അരയിൽനിന്ന് തീപ്പെട്ടിയെടുത്ത് ഉരച്ച് തിരിഞ്ഞു നോക്കുന്നതിനു മുൻപ് കുരണ്ടിപ്പലക കൊണ്ട് തലയ്ക്ക് അടിയേറ്റ് രാമൻ മറിഞ്ഞു വീണു.

മീനാക്ഷി ഉച്ചത്തിൽ നിലവിളിച്ചു.

എന്താണ് സംഭവിച്ചതെന്ന് മനസ്സിലാക്കാൻ രാമന് ഏതാനും നിമിഷങ്ങൾ വേണ്ടിവന്നു. അരക്കിട്ട് വട്ടം പിടിക്കുന്ന മീനാക്ഷിയെ സരോജിനി കുടഞ്ഞു തെറിപ്പിക്കുന്നത് അരണ്ട നിലാവെളിച്ചത്തിൽ രാമൻ കണ്ടു.

"ഈ അമ്മയ്ക്ക് ഭ്രാന്തു പിടിച്ചോ?"

കുനിഞ്ഞുനിന്ന് തലങ്ങും വിലങ്ങും അടിക്കുന്ന സരോജിനിയെ നോക്കി മീനാക്ഷി അലറി.

രാമന്റെ ബലിഷ്ഠമായ കൈകൾക്കുള്ളിൽ സരോജിനി ഒതുങ്ങി. രാമൻ സരോജിനിയെ സ്നേഹത്തോടെ ചേർത്തു പിടിച്ചു.

വിളക്കുമായി വന്ന മീനാക്ഷി തൊണ്ട പൊട്ടി നിലവിളിച്ചു.

തല പിളർന്നതുപോലെ രാമന്റെ നെറ്റിത്തടത്തിൽ നിന്ന് ചോര ചീറ്റി. സാരമില്ലെന്ന് സമാധാനിപ്പിക്കാൻ രാമൻ ശ്രമിച്ചിട്ടും മീനാക്ഷിക്ക് ശരീരത്തിന്റെ വിറയൽ നിയന്ത്രിക്കാനായില്ല. രാമൻ തോളത്തു നിന്ന് എടുത്ത് നീട്ടിയ നീളൻ തോർത്ത് മീനാക്ഷി മുറിവിൽ വരിഞ്ഞു കെട്ടി.

കിണറ്റിൽ നിന്ന് തിടുക്കത്തിൽ വെള്ളം കോരിയൊഴിച്ച് രാമൻ തല തണുപ്പിക്കുമ്പോൾ മീനാക്ഷി എന്തു ചെയ്യണമെന്നറിയാതെ പറ്റി നിന്നു. സരോജിനി മിണ്ടാട്ടമില്ലാതെ തിണ്ണയിൽ ഇരുന്നു. മീനാക്ഷിയുടെ കൈപിടിച്ച് വീടിന്റെ തിണ്ണയിൽ അമർന്ന രാമൻ സ്നേഹത്തോടെ സരോജിനിയുടെ മൂർദ്ധാവിൽ തൊട്ടു.

വിളക്കിന്റെ വെളിച്ചത്തിൽ രാമന്റെ മുഖത്തേക്ക് ഒരു നിമിഷം നോക്കിയിരുന്ന സരോജിനി പെട്ടെന്ന് ബോധമുദിച്ചതുപോലെ എഴുന്നേറ്റു. നിലവിളിച്ചുകൊണ്ട് ഇരുട്ടിലേക്ക് ഇറങ്ങിയോടി. രാമനും മീനാക്ഷിയും പിറകേയും.

പിറ്റേന്ന് പുലർച്ചെ മീനാക്ഷിയുടെ കണ്ണീരിൽ സരോജിനിയുടെ മനസ്സ് തണുത്തു. അമ്മയ്ക്ക് ഇഷ്ടമില്ലാത്ത ഒന്നും ചെയ്യില്ലെന്ന് മീനാക്ഷി രാത്രി മുഴുവൻ വിങ്ങിപ്പൊട്ടിക്കൊണ്ടിരുന്നു. സരോജിനി ഉറക്കെ കരഞ്ഞില്ല. കട്ടിലിൽ മരിച്ചതു പോലെ കിടന്നു.

ഇടയ്ക്കിടെ ആ നെഞ്ചിൻ കൂട് ഗദ്ഗദത്തിൽ ഉയർന്നു താണു.

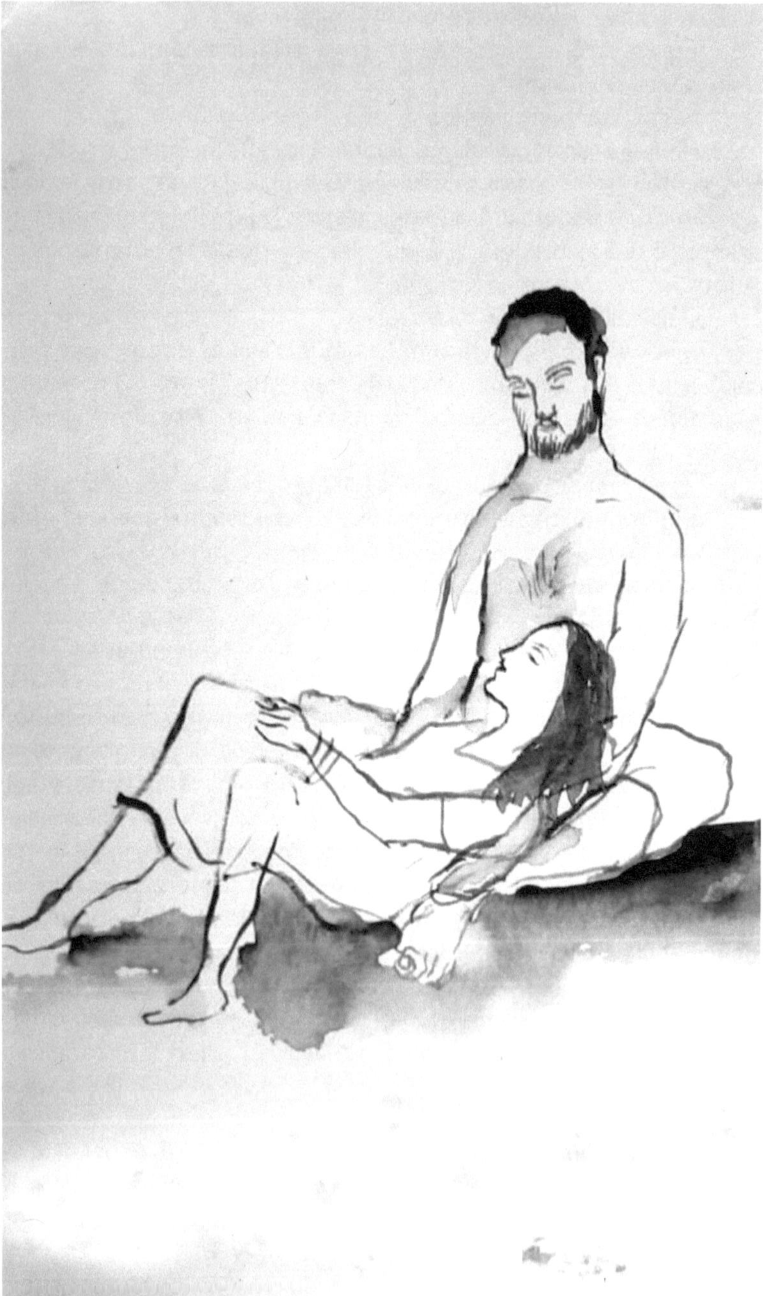

കട്ടിലിനരികിൽ തറയിൽ ഇരിക്കുന്ന മീനാക്ഷിയോട് സരോജിനി ഒരു വാക്കു പോലും ഉരിയാടിയില്ല.

ബീഡി പുകച്ചുകൊണ്ട് കോലായിൽ ഇരുന്ന രാമന്റെ മനസ്സും നീറുകയായിരുന്നു. സരോജിനിയുടെയും മീനാക്ഷിയുടെയും തേങ്ങൽ ഒരിക്കലും അവസാനിക്കില്ലെന്ന് രാമൻ ഭയന്നു. ഒരൊറ്റ രാത്രികൊണ്ട് മീനാക്ഷി വളർന്നിരിക്കുന്നു. അവളുടെ സ്നേഹത്തിന്റെ തീ സരോജിനിയുടെ ഉള്ളിൽ വീണ്ടും കത്താൻ തുടങ്ങിയിരിക്കുന്നു.

ഒറ്റയ്ക്കൊരു തീരുമാനമെടുക്കാൻ അവൾക്ക് കഴിയില്ലെന്ന് രാമന് തീർച്ചയായിരുന്നു. സ്നേഹത്തിന്റെ രണ്ടു കടലുകൾക്കു നടുവിൽ ചുഴിയിൽ അകപ്പെട്ടതുപോലെ രാമനു തോന്നി. ഒരൊറ്റ ദിവസം കൊണ്ടാണ് എല്ലാം മാറി മറിഞ്ഞത്. സരോജിനിയുടെ ഭാവം കണ്ട രാമൻ എല്ലാം നഷ്ടപ്പെട്ടുവെന്ന് മനസ്സിൽ ഉറപ്പിപ്പിച്ചിരുന്നു.

സ്നേഹിച്ചയാളെ ഒരു രാത്രി ഇരുണ്ടു വെളുക്കുമ്പോൾ അതേ മനസ്സുകൊണ്ട് വെറുക്കാൻ കഴിയുന്നത് എങ്ങനെയെന്ന് രാമൻ ചിന്തിച്ചു. എല്ലാറ്റിനും ഉത്തരം രാമന്റെ മനസ്സിൽ ഉണ്ടായിരുന്നു. ആ ഉത്തരത്തിലേക്ക് എത്തുന്ന നിമിഷത്തെ രാമൻ ഭയപ്പെട്ടു.

ഓരോ നിമിഷവും രാമന്റെ ചിന്തകൾ മാറി മറിഞ്ഞു.

ശരിയെന്നു കരുതിയത് തൊട്ടടുത്ത നിമിഷം തെറ്റെന്നു തോന്നി. ഓരോ നിമിഷവും മനസ്സ് പുതിയ ന്യായങ്ങൾ അന്വേഷിച്ചു. ഒരു ചിന്തയും രാമന് സ്ഥിരമായി തോന്നിയില്ല. എത്ര ആലോചിച്ചിട്ടും മീനാക്ഷിയെ കുറ്റപ്പെടുത്താൻ രാമന് കഴിഞ്ഞില്ല. സരോജിനി ഇല്ലാതാവുകയാണ്. അത് മാത്രമായിരുന്നു രാമന്റെ ദുഃഖം.

ലാളനയും സ്നേഹവും തന്നു വളർത്തിയ അമ്മയോട് മീനാക്ഷി കയർത്തു സംസാരിക്കുമെന്ന് രാമൻ കരുതിയിരുന്നില്ല. മീനാക്ഷി അത് ആഗ്രഹിച്ചതുമില്ല.

സരോജിനിയെ കാര്യങ്ങൾ പറഞ്ഞു മനസ്സിലാക്കാൻ കഴിയുമെന്ന പ്രതീക്ഷ ആദ്യം തന്നെ രാമനു നഷ്ടപ്പെട്ടു.

ഭ്രാന്തിന്റെ വക്കിൽ നില്ക്കുന്ന ഒരാളോട് സാവകാശം സംസാരിക്കുന്നതെങ്ങനെ! സരോജിനിയുടെ ഉള്ളിൽ പുകയുന്ന കനൽ രാമൻ കാണുന്നുണ്ടായിരുന്നു.

ചെല്ലപ്പന് എല്ലാ സ്വാതന്ത്ര്യവും നല്കിയത് താൻ തന്നെയാണ്. അത് തെറ്റായിപ്പോയെന്ന് വിശ്വസിക്കാൾ ഇപ്പോഴും രാമനു കഴിഞ്ഞില്ല. ചെല്ലപ്പനെക്കുറിച്ച് ചിന്തിച്ചപ്പോഴൊക്കെ രാമൻ അയാളിൽ തന്നെത്തന്നെ കണ്ടു. ചോര തിളച്ച പ്രായത്തിൽ താൻ ചെയ്തതാണ് ഇപ്പോൾ അയാൾ ചെയ്യുന്നത്. പത്മനാഭന്റെയും സഖാക്കളുടെയും കൂടെ ചങ്കുവിരിച്ച് നടക്കുന്ന ചെല്ലപ്പനെ കണ്ടപ്പോൾ രാമന് അഭിമാനമേ തോന്നിയുള്ളൂ.

ഒരു കൈകൊണ്ട് ചെല്ലപ്പനെയും മറ്റേ കൈകൊണ്ട് മീനാക്ഷിയെയും ചേർത്തു പിടിക്കാൻ രാമൻ ആഗ്രഹിച്ചു.

രാമന്റെയും സരോജിനിയുടെയും ഉള്ളിൽ കിടന്നു പൊള്ളുന്ന ആ

രഹസ്യം എല്ലാം നശിപ്പിക്കാൻ വീണ്ടും എത്തിയതുപോലെ രാമനു തോന്നി. വർഷങ്ങൾക്കു മുൻപു കേട്ട ആട്ടും പുലഭ്യവും മനസ്സിന്റെ ഭിത്തിയിൽ വന്നലയ്ക്കുന്നത് രാമൻ അറിഞ്ഞു. അന്ന് മുതുകത്തു വീണ ചാട്ടവാറിന്റെ പാടുകൾ വ്രണമായി പൊട്ടുന്നതു പോലെ രാമന്റ ശരീരം കോച്ചി. പൂതലിച്ച തറവാടിന്റെ വാതിലും പാതി തുരുമ്പിച്ച സ്കൂളിന്റെ ഗേറ്റും തനിക്കു പിന്നിൽ അടയുന്ന ശബ്ദം വർഷങ്ങൾക്കു പിറകിൽനിന്ന് രാമൻ കേട്ടു. മനസ്സിൽ ഒരു ചുവന്ന കൊടി പറക്കുന്നതായും തൊട്ടടുത്ത നിമിഷത്തിൽ ആരോവന്ന് അത് പിടിച്ചു പറിക്കുന്നതായും രാമനു തോന്നി. കാക്കിയിട്ട ആരോ മുള്ളുവച്ച ബൂട്ടുകൊണ്ട് ചവിട്ടിയതുപോലെ രാമന്റെ ശരീരം വിറച്ചു. രക്തം കലർന്ന കഫം കുരലിൽ കെട്ടി നില്ക്കുന്നതു പോലെ രാമൻ തൊണ്ട തടവി.

മീനാക്ഷിയുടെ കണ്ണീർ തുടച്ച് സമാധാനിപ്പിക്കാർ രാമന്റെ ഉള്ളു തുടിച്ചു. തൊട്ടടുത്ത നിമിഷത്തിൽ സരോജിനിയുടെ തേങ്ങൽ ഒരു കൊടുങ്കാറ്റുപോലെ രാമനെ ഉലച്ചു. സരോജിനിയുടെ എല്ലാ ദുഃഖങ്ങളും വലിച്ചെടുത്ത് സ്വയം പൊട്ടിത്തെറിക്കാൻ രാമന്റെ മനസ്സു വിങ്ങി.

കാലം തെറ്റിയതുപോലെ മഴ വരുന്നത് രാമൻ അറിഞ്ഞു. മലവാരത്തുകൂടി ഒരു കാറ്റ് ഇരമ്പി പാഞ്ഞുപോയി. രാമന്റെ തലയ്ക്കുള്ളിൽ സൂചി കുത്തിയതുപോലെ വേദനിച്ചു. നെറ്റിയിൽ കിനിയുന്ന ചോരയുടെ മണം രാമന്റെ മൂക്കിൽ അടിച്ചു.

ഒരു കറുത്ത മേഘം കാടോത്തിമലയെ മൂടി.

മഴ തകർത്തു പെയ്യാൻ തുടങ്ങി.

പ്രളയത്തിന്റെ നാളുകൾ

കാടോത്തി മലയിൽ രണ്ടു രാത്രിയും രണ്ടു പകലും മഴ പെയ്തു. പ്രളയത്തിന്റെ ഇരമ്പൽ കാതുകളിൽ അലച്ച രാത്രികളിൽ മറിയ ഉല്പത്തി പുസ്തകം വായിച്ചുകൊണ്ടിരുന്നു......

— നോഹയുടെ ആയുസ്സിന്റെ അറുനൂറാം സംവത്സരത്തിൽ രണ്ടാം മാസം പതിനേഴാം തീയതി, അന്നുതന്നെ ആഴിയുടെ ഉറവുകളെല്ലാം പിളർന്നു.

ആകാശത്തിന്റെ കിളിവാതിലുകളും തുറന്നു.

നാല്പതു രാവും നില്പതു പകലും ഭൂമിയിൽ മഴ പെയ്തു.....

— മലമടക്കുകളിൽനിന്ന് ഇരമ്പി വരുന്ന കൊടുങ്കാറ്റുകൾ അടച്ചിട്ട വാതിലിൽ അലച്ചു. പൈലിയുടെ കാലിന്റെ പെരുവിരലിൽനിന്ന് ശിരസ്സു വരെ ഭയം ഇരച്ചു കയറി.

തമ്പുരാൻ കൊല്ലിയിലെ കയത്തിൽ മനുഷ്യന്റെ ശവം തിന്ന് വരാലുകൾ പുളയ്ക്കുന്നത് പൈലി മനസ്സിൽ കണ്ടു.

ബെന്നിക്ക് മുന്നിൽ മുതിർന്ന ചേട്ടനായി പെരുമാറി ഇരുത്തം വന്ന പൈലി ഏറെ നാളുകൾക്കുശേഷം അന്നൊരു ദിവസം അമ്മയുടെ ദേഹത്തോട് ഒട്ടിയിരുന്നു.

ഒന്നും അറിയാതെ ബെന്നി സുഖമായി പുതച്ചുറങ്ങി.

മറിയ നിർത്താതെ വായിച്ചുകൊണ്ടിരുന്നു.

കല്ലുവാരി എറിയുന്നതുപോലെ മേല്ക്കൂരയിലെ ഷീറ്റിൽ വീണ മഴത്തുള്ളികളുടെ ശബ്ദത്തിൽ മറിയയുടെ വാക്കുകൾ ഇടയ്ക്കിടെ മുറിഞ്ഞു...!

"ഭൂമിയിൽ നാല്പതു ദിവസം ജലപ്രളയം ഉണ്ടായി. വെള്ളം വർദ്ധിച്ചു പെട്ടകം പൊങ്ങി, നിലത്തു നിന്ന് ഉയർന്നു. വെള്ളം പൊങ്ങി ഭൂമിയിൽ ഏറ്റവും പെരുകി. പെട്ടകം വെള്ളത്തിൽ ഒഴുകിത്തുടങ്ങി.

വെള്ളം ഭൂമിയിൽ അത്യധികം പൊങ്ങി. ആകാശത്തിനു കീഴിലുള്ള ഉയർന്ന പർവ്വതങ്ങളെല്ലാം മൂടിപ്പോയി...."

പെട്ടെന്ന് ഇടിവെട്ടി. എന്തോ കത്തിക്കരിഞ്ഞു മണക്കുന്നതു പോലെ മറിയയ്ക്കു തോന്നി. പുറത്തിറങ്ങി നോക്കാൻ മറിയ ധൈര്യപ്പെട്ടില്ല. മറിയ പൈലിയെ മാറിൽ ചേർത്തമർത്തി നിറുകയിൽ തലോടി. ബെന്നി സുഖമായി ഉറങ്ങുന്നതു കണ്ട മറിയ ദൈവത്തിനു നന്ദി പറഞ്ഞു.

അവറാച്ചൻ കൂസലില്ലാത്തതുപോലെ പടിയിൽ തല ഉയർത്തിവച്ച് കട്ടിലിൽ ചാഞ്ഞുകിടന്നു.

മറിയ വേദപുസ്തകം അടച്ചുവച്ച് അവറാച്ചനും പൈലിക്കും ചോറുവിളമ്പി. ഇരുവരും വയറുനിറച്ച് ഉറക്കത്തിലേക്ക് വഴുതി.

മഴ നിർത്താതെ പെയ്തു.

മണ്ണെണ്ണ വിളക്കിന്റെ അരണ്ട വെളിച്ചത്തിൽ മറിയ അപ്പോഴും പ്രാർത്ഥനകൾ ഉരുവിട്ടുകൊണ്ടിരുന്നു.

ശോശാമ്മ മരിച്ചവരുടെ ഇടയിൽനിന്ന് എഴുന്നേറ്റു വന്ന് തൊണ്ണൂറ്റി ഒമ്പതിലെ വെള്ളപ്പൊക്കത്തിന്റെ കഥകൾ പറയുന്നതുപോലെ മറിയയ്ക്കു തോന്നി.

പിറ്റേന്ന് വെളുപ്പിന് മഴ അടങ്ങി.

വിറങ്ങലിച്ചു കിടന്ന കാടോത്തിക്കുന്നിലൂടെ നഷ്ടങ്ങൾ എണ്ണി കർഷകർ കറങ്ങിനടന്നു. ഏതുനിമിഷവും ആകാശം കറുത്തു കയറു മെന്നും മഴ കോരിച്ചൊരിയുമെന്നും ദേവസി ഭയന്നു. കാറ്റെടുത്തു മറിച്ച വീടിന്റെ ചായ്പ് നേരെയാക്കാൻ നില്ക്കാതെ ദേവസി പറമ്പിലേക്കിറ ങ്ങി. മാന്തിയെടുത്തതുപോലെ മലവെള്ളം കുത്തിയെടുത്ത ഇഞ്ചിക്കെ ണ്ടങ്ങൾക്കരികിൽനിന്ന് ആനി ചങ്കുപൊട്ടി നിലവിളിച്ചു. എല്ലാം നഷ്ട പ്പെട്ടതുപോലെയാണ് രാജുവിന് തോന്നിയത്. ദേവസിയേക്കാൾ രാജു വിന്റെയും ആനിയുടെയും വിയർപ്പായിരുന്നു ആ വർഷത്തെ ഇഞ്ചികൃഷി.

കുലച്ചു തുടങ്ങിയ കണ്ണൻ വാഴകൾ അങ്ങിങ്ങായി ഓരോന്നു മാത്രം കാറ്റത്ത് ഒടിയാതെ നിന്നു. ദുരന്തത്തിന്റെ വാർത്തകൾ അതിവേഗം കാതിൽനിന്ന് കാതിലേക്ക് പരന്നുകൊണ്ടിരുന്നു. കൃഷ്ണൻകുട്ടിയുടെ ആല കാറ്റത്തു വീണു. ബ്ലോക്കിൽ നിന്നു വാങ്ങിയ സിന്ധിപ്പശുവും പാൽ കുടിക്കുന്ന കുട്ടിയും നൂറുവാര മാറി ചളിക്കുഴിയിൽ ചത്തു കിടന്നു.

നാലുവർഷം പ്രായമെത്തിയ അവറാച്ചന്റെ റബ്ബർത്തൈകൾ പകുതിയോളം കാറ്റത്തൊടിഞ്ഞു.

രാമന്റെ വീടിന്റെ അടുക്കള വശത്ത് ആണിയടിച്ചുറപ്പിച്ച പിച്ചള ഷീറ്റ് ചവിട്ടി ചളുക്കിയതുപോലെ ഇളകി മാറിക്കിടന്നു.

കരിങ്കല്ലുകൊണ്ട് പടുത്ത ആന്റപ്പന്റെ വീടിന്റെ ചുവർ നെടുകെ വിണ്ടു പോയത് ഇരുട്ടിന്റെ മറവിൽ ആരോ തോട്ട വച്ചിട്ടാണെന്ന രഹസ്യം

ജോർജ് ജെസിയോടു പറഞ്ഞു.

നോഹയുടെ പ്രളയകാലംപോലെ പേമാരി പെയ്തിട്ടും കൊടുങ്കാറ്റടിച്ചിട്ടും കരിമ്പിൽ ഒരു മനുഷ്യ ജീവൻപോലും പൊലിയാത്തത് തന്റെ പ്രാർത്ഥനയുടെ ശക്തി കൊണ്ടാണെന്ന് മറിയ വിശ്വസിച്ചു.

അതോടെ ഒന്നും അവസാനിച്ചില്ല. കാടോത്തിയുടെ മലവാരങ്ങൾക്കു മുകളിൽ കറുത്ത മേഘങ്ങൾ തിളച്ചുകൊണ്ടിരുന്നു. ഒളിച്ചു നടന്ന കാറ്റ് പെട്ടെന്ന് ചൂളമടിച്ചു. ഒളിയിടങ്ങളിൽനിന്ന് ചാടി വീഴുന്നതുപോലെ പെട്ടെന്ന് ആക്രമിച്ച് മറഞ്ഞു.

മരിച്ചവരുടെ ആത്മാക്കൾ പ്രതികാരത്തിനുവേണ്ടി അലയുകയാണെന്ന് അമ്മിണി പറഞ്ഞപ്പോൾ ഭാർഗ്ഗവിയമ്മ ഞെട്ടലോടെ അടിവയർ തടവി. മണ്ണിന്റെ ഗർഭത്തിൽനിന്ന് ഒരു മുഴക്കം പൊങ്ങുന്നതായും അത് ഒരു കുഞ്ഞിന്റെ നിലവിളിയായി മാറുന്നതായും അവർക്കു തോന്നി.

ഭാർഗ്ഗവിയമ്മ ഭാഗവതത്തിലെ വരികൾ ഉരുവിട്ടുകൊണ്ട് പുതപ്പിനുള്ളിൽ ചുരുണ്ടു.

എല്ലാം വളരെ പെട്ടെന്നായിരുന്നു. പുത്തൻ കൂറെന്നോ പഴയ കൂറെന്നോ ഹിന്ദുവെന്നോ ക്രിസ്ത്യാനിയെന്നോ നോക്കാതെ കാടോത്തിക്കുന്നുകാർ കരിമ്പിലെ പള്ളിയിൽ ഒത്തുകൂടി. അരിയും തേങ്ങയും ശേഖരിച്ച് എല്ലാവർക്കുംവേണ്ടി കഞ്ഞി വച്ചു. കൂട്ട പ്രാർത്ഥനയുടെ നേരങ്ങളിൽ കൃഷ്ണൻ കുട്ടി ഭാര്യയെയും മക്കളെയും കൂട്ടി പള്ളി വരാന്തയിൽ ഒതുങ്ങിനിന്നു.

രാമനെയും സരോജിനിയെയും മീനാക്ഷിയെയും നഗരത്തിലെ ആശുപത്രിയിൽ കൊണ്ടുചെന്നാക്കിയ മുരളി കാടോത്തിക്കുന്നിന്റെ പ്രളയഭൂമിയെ മറന്ന് അവർക്ക് കാവലിരുന്നു. മുരളിയെ കാര്യങ്ങൾ ഏല്പിച്ചത് ചെല്ലപ്പനാണെന്നും മനഃപൂർവ്വം ആശുപത്രിയിൽ വരാത്തതാണെന്നും മീനാക്ഷി വിശ്വസിച്ചു.

പിറ്റേന്ന് മഴ പറന്നു. കരിമ്പിനു മേൽ വട്ടമിട്ടു പറന്ന മരണത്തിന്റെ ദൂതൻ പ്രാർത്ഥനയുടെ ശക്തിയിൽ തോറ്റു മടങ്ങിയതാണെന്ന് പള്ളിയിൽ അച്ചൻ പ്രസംഗിച്ചു.

കാടോത്തിക്കുന്ന് സാധാരണ ജീവിതത്തിലേക്ക് തിരിച്ചുവന്നു.

രാമന്റെയും സരോജിനിയുടെയും മനസ്സുകളിൽ കാർമേഘങ്ങൾ വന്നും പോയുമിരുന്നു. മനസ്സ് പിടിവിട്ടു പോകുമെന്ന ഭയത്തിൽ സരോജിനി വെന്തു.

രാമന്റെ ചിന്തകൾ കാടുകയറി.

മീനാക്ഷി ആരോടും മിണ്ടാതെ ഒറ്റയ്ക്കിരുന്നു. രാമനും സരോജിനിയും കാണുന്നില്ലെന്ന് ഉറപ്പുള്ളപ്പോൾ മാത്രം മീനാക്ഷി കരഞ്ഞു. ആരും കാണാതിരിക്കാൻ പെട്ടെന്ന് കണ്ണുതുടച്ചു.

നാളുകൾ പോകെ മീനാക്ഷിയുടെ മുഖത്തെ പ്രസാദം അകന്നു. ശരീരം നിറംകെട്ടു ക്ഷീണിച്ചു. കണ്ണുകൾ കുഴിയിലേക്ക് ഒതുങ്ങി. കോതാതെ ചുരുട്ടിക്കെട്ടിയ തലമുടിയിൽനിന്ന് കുറ്റിമുടികൾ കാറ്റത്തു പാറി.

ഒന്നുപദേശിക്കാനോ ശകാരിക്കാനോ മനസ്സിനു ശക്തിയില്ലാതെ സരോജിനി അടങ്ങി.

ആ മൗനം ചിലപ്പോൾ ദിവസങ്ങളോളം നീണ്ടു.

സരോജിനിയുടെ മനസ്സു വായിക്കാൻ മീനാക്ഷി ശ്രമിച്ചില്ല.

എല്ലാം അറിയുന്ന രാമൻ ചോദിക്കാൻ ചോദ്യങ്ങളില്ലാതെ മൗനിയായി. ഇടിത്തീ പോലുള്ള ഒരു വാർത്തയ്ക്കുവേണ്ടി രാമൻ പേടിയോടെ കാത്തിരുന്നു.

ചൂട്ടുവെട്ടങ്ങൾ

വരട്ട് ചൊറിക്ക് കഷായത്തിന് വൈദ്യരെ കാണാൻ അമ്മിണിക്ക് കൂട്ടു പോയ മീനാക്ഷി തിരിച്ച് കരിമ്പിൽ ഇറങ്ങുമ്പോൾ പത്മനാഭനും കൂട്ടുകാരും എല്ലാം ഒരുക്കി വച്ചിരുന്നു. ഭാർഗ്ഗവിയമ്മയുടെ മരണ വിവരം മീനാക്ഷി അറിഞ്ഞിരുന്നില്ല. മരണം അറിയിക്കാൻ രാമൻ നാട്ടിലേക്കു വണ്ടി കയറിയത് പത്മനാഭനും ചെല്ലപ്പനും വീണു കിട്ടിയ അവസരമായി.

ഭാർഗ്ഗവിയമ്മയുടെ മരണ വിവരം മീനാക്ഷിയുടെ കാതിൽ എത്തിയാൽ സ്കെച്ച് പാളുമെന്ന് അറിയാവുന്ന പത്മനാഭനും കൂട്ടുകാരും എല്ലാം കൃത്യമായി ആസൂത്രണം ചെയ്തു.

വലിയ പദ്ധതികൾ പെട്ടെന്ന് കേൾക്കുമ്പോൾ മീനാക്ഷിക്ക് പിടിച്ച് നില്ക്കാൻ കഴിയില്ലെന്ന് പത്മനാഭൻ കണക്കുകൂട്ടി.

സ്വന്തം സഖാവിന്റെ പ്രണയം സാക്ഷാൽക്കരിക്കാൻ നിയമം അനുവദിക്കുന്ന എന്തു മാർഗ്ഗം സ്വീകരിച്ചാലും തെറ്റല്ലെന്ന് പത്മനാഭൻ വിശ്വസിച്ചു. കല്യാണം കഴിഞ്ഞ് കാണുമ്പോൾ അമ്മയുടെ വിഷമം മാറുമെന്ന് പത്മനാഭൻ പറഞ്ഞിട്ടും ആദ്യം മീനാക്ഷി വഴങ്ങിയില്ല. രാമേട്ടന് എല്ലാം അറിയാമെന്ന് ചെല്ലപ്പൻ പറഞ്ഞപ്പോൾ മീനാക്ഷി കമിഴ്ന്നു വീണു.

രജിസ്റ്റർ കഴിഞ്ഞ് കരിമ്പിൽ ജീപ്പിറങ്ങി മേടപ്പാറ വഴി കീലത്തുപാറ കയറിയ മീനാക്ഷി കാടോത്തിക്കുന്നിലെ വിവരങ്ങൾ അറിഞ്ഞില്ല.

പാതിരാത്രി കഴിഞ്ഞ നേരത്ത് കരിമ്പിൽ ലോറിയിൽ വന്നിറങ്ങിയപ്പോൾ രാമന് പ്രിയപ്പെട്ടതെല്ലാം നഷ്ടപ്പെട്ടിരുന്നു.

സമനില തെറ്റിയ സരോജിനി കത്തിച്ച ചൂട്ടുമായി ആരെയോ അന്വേഷിച്ച് ഇടവഴികളിലൂടെ നടന്നു. അടുത്തു വന്നവരെ 'ശൂ ശൂ' എന്ന് ആട്ടി. ചിലപ്പോൾ മാറി നില്ക്കാൻ ഉച്ചത്തിൽ വിളിച്ചു പറഞ്ഞു. നടക്കുന്ന വഴിയിലെല്ലാം അവ്യക്തമായി പുലമ്പിക്കൊണ്ടിരുന്നു.

ചോദിച്ചവരോട് "എന്റെ നായരെ കണ്ടോ?" എന്ന് തിരിച്ചു ചോദിച്ചു.

ഭാർഗ്ഗവിയമ്മയുടെ മരണവാർത്ത നാട്ടുകാർ മുഴുവൻ പറഞ്ഞിട്ടും സരോജിനി കേട്ടില്ല.

രാമൻ വന്നാൽ സരോജിനി അടങ്ങുമെന്ന നാട്ടുകാരുടെ പ്രതീക്ഷ വെറുതെയായി. ഒന്നും ചെയ്യാനാവാതെ രാമൻ തളർന്നു. രാമനെ ദൂരെ നിന്ന് കണ്ടപ്പോൾ സരോജിനി 'ശൂ ശൂ' എന്ന് ആട്ടി.

സരോജിനീ എന്ന് ഉറക്കെ വിളിക്കാൻ ശ്രമിച്ച രാമന്റെ തൊണ്ടയിൽ ശബ്ദങ്ങൾ കുടുങ്ങി. സരോജിനിയുടെ കൈയിൽ തൊട്ടപ്പോൾ പൊള്ളിയതുപോലെ രാമൻ പിറകോട്ടാഞ്ഞു. രാമനെ അകറ്റാൻ സരോജിനി വെപ്രാളപ്പെട്ട് ചൂട്ടു വീശി. രാമന്റെ ഷർട്ട് അടി മുതൽ കത്തി. കത്തുന്ന ഷർട്ട് ദേവസി ബലമായി കീറിയെറിഞ്ഞില്ലെങ്കിൽ രാമൻ കത്തിക്കാൻ സ്വയം നിന്നുകൊടുക്കുമായിരുന്നുവെന്ന് ചാണ്ടിക്കു തോന്നി.

കൃഷ്ണൻകുട്ടിയുടെ വീട്ടുപടിക്കലുള്ള നാരകത്തിന്റെ ചുവട്ടിൽ ശരീരം തളർന്ന് രാമൻ ഇരുന്നു. ചാണ്ടിയുടെ കൈപിടിച്ച് എഴുന്നേറ്റപ്പോൾ നടക്കാൻ കഴിയാതെ രാമന്റെ കാലുകൾ വിറച്ചു. വാക്കുകൾ മുറിഞ്ഞു. ചുണ്ടുകൾ കോച്ചി വലിച്ചു. ചാണ്ടി രാമനെ കൈപിടിച്ച് കൃഷ്ണൻകുട്ടിയുടെ തിണ്ണനിൽ ഇരുത്തി.

സരോജിനി തന്റെ നായരെ അന്വേഷിച്ച് ഇടവഴിയിലൂടെ തലങ്ങും വിലങ്ങും നടന്നു. ഭാർഗ്ഗവിയമ്മയുടെ ശവം കാണാൻവന്ന നാട്ടുകാർ അടക്കിയ സ്വരത്തിൽ സരോജിനിയുടെ കഥ തന്നെ തിരിച്ചും മറിച്ചും പറഞ്ഞു.

അടക്കം പറച്ചിലുകളിൽ സരോജിനി ഭ്രാന്തിസരോജിനിയായി. തീണ്ടലും തൊടീലുമുള്ള തറവാട്ടിൽ പിറന്ന സ്ത്രീക്ക് മകൾ മലയനോടൊപ്പം ഓടിപ്പോയാൽ സഹിക്കാൻ കഴിയുമോ എന്ന തങ്കമാളു ചോദിച്ചപ്പോൾ ചെറുത് ചൊരുക്കോടെ തിരിച്ചടിച്ചു. കൃഷ്ണൻ നായർ മരിച്ചപ്പോൾ സരോജിനി പുതിയ നായർക്കു പായ വിരിച്ചത് തെറ്റായെന്ന് ചെറുത് അന്നു മുതൽ പറഞ്ഞു പോന്നു.

ചെറുതിന്റെ മനസ്സിൽ കഥകൾ തികട്ടിക്കൊണ്ടിരുന്നു.

വെടിയൊച്ചകൾ മുഴങ്ങിയ ഒരു പഴയ ക്രിസ്തുമസ് രാത്രിയുടെ കഥ ആരോടെങ്കിലും ഒരു വട്ടം കൂടി പറയണമെന്ന് ചെറുതിന് തോന്നി.

സരോജിനിയെ എന്തുചെയ്യണമെന്ന് ആർക്കും ഒരു രൂപവും ഉണ്ടായിരുന്നില്ല. ഭാർഗ്ഗവിയമ്മയുടെ മരണവീട്ടിൽ സരോജിനിയും അവളുടെ നായരും ചൂടുള്ള കഥാപാത്രങ്ങളായി.

ഭ്രാന്തിയെ പിടിച്ചു ചങ്ങലയ്ക്കിടണമെന്ന് പെണ്ണുങ്ങൾ അടക്കം പറയുന്നത് പകുതി കേട്ട ചാണ്ടിയുടെ നിയന്ത്രണം വിട്ടു. കൈയും കെട്ടി വെറുതെയിരിക്കാൻ തയ്യാറല്ലെന്ന് പറഞ്ഞപ്പോൾ ചാണ്ടിയുടെ ശബ്ദം പൊങ്ങി.

അച്ചായന്റെ ഉള്ളിലിരിപ്പു മനസ്സിലാവാതെ സാബു കൈ തിരുമ്മി. കാര്യങ്ങൾ ഇങ്ങനെ കലങ്ങി നില്ക്കുമ്പോൾ കീലത്തു പാറ കയറി ചെല്ലപ്പനോട് നേർക്കുന്നത് ബുദ്ധിമോശമാണെന്ന് ദേവസി പറഞ്ഞു.

ചാണ്ടി അടങ്ങിയില്ല.

അവറാച്ചന്റെ വിലക്ക് ചാണ്ടി ഗൗനിച്ചില്ല. ജോർജ് ചൂട്ടു തെളിച്ചു. അവറാച്ചനും ദേവസിയും നിസ്സഹായരായി.

സാബു കൈയിൽ കരുതിയ കുറുവടി കുത്തിപ്പിടിക്കാനല്ലെന്ന് അവറാച്ചൻ ഉറപ്പിച്ചു. അന്നാമ്മ നിലവിട്ട് ഉറക്കെ നിലവിളിച്ചു. ചാണ്ടിയും മക്കളും ചേർന്ന് ആപത്തു വല്ലതും വരുത്തി വയ്ക്കുമെന്ന് പെണ്ണുങ്ങൾ അടക്കം പറഞ്ഞു.

ചാണ്ടി നടപ്പു തുടങ്ങിയപ്പോൾ സംഘം വലുതായി.

ദേവസിയും കൃഷ്ണൻകുട്ടിയും ആദ്യം ഇറങ്ങി.

മരണം കാണാൻ വന്ന ആണുങ്ങൾ മുഴുവൻ ഒപ്പം കൂടി.

കൂടുതൽ ചൂട്ടു വിളക്കുകൾ തെളിഞ്ഞു. ആദ്യം മടിച്ചുനിന്ന അവറാച്ചനും സംഘം വലുതായപ്പോൾ മാറിനില്ക്കാനായില്ല. കീലത്തു പാറയിലെ ഇരുട്ടിനെ ഭേദിച്ചുകൊണ്ട് കത്തിച്ച ചൂട്ടുമായി സംഘം നീങ്ങി. പൂവാറൻതോട് കടന്ന് കീലത്തുപാറയിലേക്ക് നടക്കുമ്പോൾ ചാണ്ടി എളിയിലെ പിച്ചാത്തി തപ്പി നോക്കുന്നത് സാബു കണ്ടു.

ചെല്ലപ്പന്റെ വീട് ലക്ഷ്യമാക്കി മറ്റൊരു സംഘം നീങ്ങുന്നത് അവർ അറിഞ്ഞില്ല. എന്തു ചെയ്യണമെന്നറിയാതെ ഒരു നിമിഷം പകച്ചുപോയ ഷാജിയും മുരളിയും പെട്ടെന്നുതന്നെ തമ്മിൽ ആലോചിച്ച് തീരുമാനമെടുത്തിരുന്നു. പത്മനാഭനെ വിവരമറിയിച്ച് തിരിച്ചു വരുമ്പോഴേക്കും കാര്യങ്ങൾ പിടിവിട്ടു പോകുമെന്ന് ഷാജി പറഞ്ഞപ്പോൾ മുരളിയും യോജിച്ചു. കീലത്തു പാറയിലേക്കുള്ള ഇരുൾ വീണ ചവിട്ടുവഴികൾ മുരളിയുടെ മനസ്സിൽ തെളിഞ്ഞു.

മുരളിയുടെ തലയിൽ ഉദിച്ച ബുദ്ധി അപകടമാകുമോ എന്ന സംശയം ഷാജി മനസ്സിൽ അടക്കി. കൂടുതൽ ആലോചനകൾക്ക് കാത്തു നില്ക്കാതെ മുരളി ഇരുട്ടിലൂടെ കുതിച്ചു.

ഇരുട്ടിന്റെ മറവിൽ കാടു ചവിട്ടി മലകയറുമ്പോൾ മുരളിക്കും ഷാജിക്കും കൃത്യമായ കണക്കുകൂട്ടൽ ഉണ്ടായിരുന്നു. പൊലീസിന്റെ കണ്ണിൽപെടാതെ രാമകൃഷ്ണൻ സൂക്ഷിച്ച ഇരട്ടക്കുഴൽ തോക്കുമായി മുന്നിൽ കുതിക്കുന്ന മുരളിക്കു പിറകിൽ ഷാജി അനുസരണയുള്ള കുട്ടിയായി.

ഒപ്പമെത്താൻ ഷാജി പാടുപെട്ടു.

കുറുപ്പുമാരുടെ മതിൽ ചാടി റബ്ബർ തോട്ടത്തിലൂടെ ഓടിയ മുരളി ഷാജി ഒപ്പമെത്താൻ വേണ്ടി ഇടയ്ക്കിടെ നിന്നു. പൂവാറൻതോട് മുറിച്ച് കടന്ന് ആന്റപ്പന്റെ പറമ്പിന്റെ മതിലിൽ വലിഞ്ഞു കയറുന്നതിനിടയിൽ പൊന്തക്കാട്ടിലേക്കു വഴുതിയ ഷാജിയെ മുരളി കൈ പിടിച്ചു വലിച്ചു കയറ്റി.

മുരളിയുടെ നിഴൽ പറ്റി ആന്റപ്പന്റെ തെങ്ങിൻ തോട്ടത്തിലൂടെ കുതിക്കുമ്പോൾ ഷാജിയുടെ ശരീരം കിലു കിലാ വിറച്ചു.

നിങ്ങൾക്ക് അറിയാത്തത് പലതുമുണ്ടെന്ന് മുരളി കൂട്ടുകാരനെ

ശകാരിച്ചു.

മുരളിയെ ദൈവത്തെപ്പോലെ വിശ്വസിക്കുകയല്ലാതെ ഷാജിക്ക് വേറെ വഴിയുണ്ടായിരുന്നില്ല.

ചെല്ലപ്പന്റെ മുറ്റത്ത് കാൽ കുത്തിയപ്പോൾ ഷാജി വെയിലത്തു കിടന്ന പട്ടിയെപ്പോലെ കിതയ്ക്കുന്നുണ്ടായിരുന്നു.

കല്ലും മുള്ളുംകൊണ്ട് പോറി ചോരയൊലിക്കുന്ന കാൽ നീട്ടി വച്ച് ഷാജി തിണ്ണയിൽ അമർന്നിരുന്നു.

മല കയറിയെത്തിയ ചാണ്ടിയെയും കൂട്ടുകാരെയും വരവേറ്റ ചെല്ലപ്പന്റെ ചുണ്ടിൽ ഒരു സിഗററ്റ് പുകയുന്നുണ്ടായിരുന്നു.

ഉന്നം പിടിച്ച തോക്കുമായി പത്തു വാര അകലെ മാറി മുരളി നിന്നു.

ചെല്ലപ്പന്റെ അരികുപറ്റി നിന്ന ഷാജി ഒരൊറ്റ അക്ഷരം മിണ്ടിയില്ല.

എല്ലാ കണക്കുകൂട്ടലും തെറ്റിയ നിരാശയിൽ സാബു ചെവിയിൽ വിരലിട്ടു കശക്കി.

ചാണ്ടി വെട്ടാൻവരുന്ന പോത്താണെന്ന് കരുതിയ ദേവസിക്കു തെറ്റി.

അച്ചായന്റെ നയം കണ്ട് സാബുവും അമ്പരന്നു.

ചാണ്ടിയുടെ നയം മുരളിയുടെ തോക്കിൻ മുനയിലാണെന്ന് അവറാച്ചൻ മനസ്സിൽ പറഞ്ഞു.

ചെല്ലപ്പനെ വിളിച്ചു മുറ്റത്തിറക്കി മുരളിയും കൂട്ടുകാരും കുശുകുശുക്കുന്നത് മീനാക്ഷി കാര്യമാക്കിയിരുന്നില്ല. മീനാക്ഷിക്ക് പിടികൊടുക്കാത്തതുപോലെ ചെല്ലപ്പനും ഒതുക്കത്തിൽ പെരുമാറി.

വെടി മുഴങ്ങുന്നതുപോലെയുള്ള ചാണ്ടിയുടെ ശബ്ദത്തിൽ മീനാക്ഷി കാര്യങ്ങൾ വ്യക്തമായി കേട്ടു.

ആ നിമിഷം മരിച്ചുപോയിരുന്നുവെങ്കിൽ എന്ന് മീനാക്ഷി ആഗ്രഹിച്ചു.

സരോജിനി അപ്പോഴും കാടോത്തിക്കുന്നിലെ ഇടവഴികളിലൂടെ ചൂട്ടും കത്തിച്ച് നടക്കുന്നുണ്ടായിരുന്നു.

കഥകൾക്ക് പിടിതരാതെ

മീനാക്ഷിയുടെ കെട്ടുതാലിക്ക് മണിക്കൂറുകളുടെ ആയുസ്സേ ഉണ്ടായിരുന്നുള്ളൂ. ചെല്ലപ്പൻ മീനാക്ഷിയെ തടഞ്ഞില്ല.

എല്ലാം കലങ്ങിത്തെളിയുന്നതുവരെ കാത്തിരിക്കാൻ ചെല്ലപ്പൻ തയ്യാറായിരുന്നു. ചെല്ലപ്പന്റെ പെരുമാറ്റം മീനാക്ഷിക്ക് ആദ്യം ആശ്വാസമായി തോന്നിയെങ്കിലും പിന്നീട് ആലോചിച്ചപ്പോൾ അതവളെ അത്ഭുതപ്പെടുത്തി.

ഒരുനിമിഷം, ചെല്ലപ്പൻ കാണിച്ച സ്നേഹം വെറും നാട്യമായിരുന്നോ എന്ന് മീനാക്ഷി സംശയിച്ചു. കാടു കയറി ചിന്തിച്ചതിന് തൊട്ടടുത്ത നിമിഷത്തിൽ സ്വയം മനസ്സിനെ ശാസിക്കുകയും ചെയ്തു

എല്ലാ തീരുമാനങ്ങളും പിഴച്ചുപോയ ആ ദിവസത്തെ മീനാക്ഷി മനസ്സിൽ പഴിച്ചു. ഒന്നും സംഭവിക്കാത്തതുപോലെ പെരുമാറാൻ രാമൻ മീനാക്ഷിയെ ഉപദേശിച്ചു. കരഞ്ഞ് മാപ്പു പറയാൻ ശ്രമിച്ച മീനാക്ഷിയെ രാമൻ തടഞ്ഞു. സരോജിനിയുടെ അവസ്ഥയ്ക്കു കാരണം മീനാക്ഷിയല്ലെന്ന് വിശ്വസിപ്പിക്കാൻ രാമൻ പാടുപെട്ടു. തൊട്ടടുത്ത നിമിഷത്തിൽ, സ്വയം നിയന്ത്രിക്കാൻ കഴിയാതെ രാമൻ ഇടറി. ശ്വാസം തൊണ്ടയിൽ ഉടക്കിയതുപോലെ നെഞ്ച് കുലുങ്ങി വിറച്ചു. സ്വയം നിയന്ത്രിക്കാനുള്ള ശ്രമത്തിൽ രാമന്റെ കവിളുകൾ കോടി. രാമൻ തന്റെ മുന്നിൽ വീണു മരിക്കാൻ പോവുകയാണോ എന്ന് മീനാക്ഷി ഭയന്നു. സ്വയം നിയന്ത്രിക്കാൻ കഴിയാതെ മീനാക്ഷി വിഷമിച്ചു.

അരക്കെട്ടുവരെ നീളുന്ന സമൃദ്ധമായ തലമുടി ഇടതൂർന്ന കാടാണെന്ന് സരോജിനിക്കു തോന്നി. അതിൽ സർപ്പങ്ങൾ ഇഴഞ്ഞു നടക്കുന്നതായി അവൾ സങ്കല്പിച്ചു. തലയിൽനിന്ന് ഈരുകൾ പറിച്ചെടുക്കുമ്പോൾ, വലിച്ചിട്ടും വലിച്ചിട്ടും തീരാതെ രോമകൂപങ്ങൾക്കുള്ളിൽ അവ പുളയ്ക്കുന്നതുപോലെ സരോജിനിക്കു തോന്നി. അവൾ പിന്നീടൊരിക്കലും രാമനെയോ മീനാക്ഷിയെയോ തിരിച്ചറിഞ്ഞില്ല.

ആരോ സമയം നോക്കി വിളിച്ചുണർത്തിയതുപോലെ എന്നും പുലർച്ചെ സരോജിനി ഉണർന്നു. വീടു മുഴുവൻ അടിച്ചു തളിച്ച് ചാണകം തളിച്ചു. മുഷിഞ്ഞതും മുഷിയാത്തതുമായ തുണികൾ മുഴുവൻ അടിച്ചു കഴുകി മുറ്റത്തെ അയലിൽ വിരിച്ചിട്ടു. വൃത്തിയായ വീടും മുറ്റവും വീണ്ടും അടിച്ചുതുടച്ച് ചാണകം തളിച്ചു. ഉണങ്ങിയ വസ്ത്രങ്ങൾ വീണ്ടും അടിച്ചു കഴുകി അതേ അയലിൽ വിരിച്ചിട്ടു. തുണി പതച്ചു കുത്തുന്നതിനിടയിൽ ചിലപ്പോൾ സ്വയം മറന്നു. ചിലപ്പോൾ മണിക്കൂറുകളോളം ഒരേ തുണിതന്നെ അലക്കി. ചിലപ്പോൾ ശ്വാസം കിട്ടാത്തതുപോലെ കിതച്ചു.

മഞ്ഞും മഴയും വെയിലും വകവയ്ക്കാതെ സരോജിനി അലക്കും അടിച്ചു തളിയും തുടർന്നു. വേലിക്കൽ വന്നുനിന്നവരെ മുഖത്തു നോക്കാതെ ശൂ.... ശൂ..... എന്ന് ആട്ടി. അടുത്തുവന്ന മീനാക്ഷിയെ പരിചയമില്ലാത്തതുപോലെ നോക്കി. സഹായിക്കാൻ ശ്രമിച്ച രാമനെ സരോജിനി ആട്ടി. മീനാക്ഷിയുടെയും രാമന്റെയും വാക്കുകൾ സരോജിനിയുടെ മനസ്സിലേക്ക് ഇറങ്ങിയില്ല.

"എന്റെ നായരെ കണ്ടോ?" എന്ന സരോജിനിയുടെ ചോദ്യം കേട്ടപ്പോൾ നിയന്ത്രണം വിട്ട മീനാക്ഷി അടുക്കളയിലേക്ക് ഓടി. രാമന്റെ ഉരുക്കുപോലുള്ള കൈയിൽ അമർന്നില്ലെങ്കിൽ താൻ സ്വയം കുത്തിചത്തു കളയുമായിരുന്നുവെന്ന് ഓർത്തപ്പോൾ മിനാക്ഷി തളർന്നു. തൊട്ടടുത്ത നിമിഷത്തിൽ സമനില വീണ്ടെടുത്ത് സാധാരണ മട്ടിൽ പെരുമാറാൻ ശ്രമിച്ചപ്പോൾ മീനാക്ഷിയുടെ മുഖം രക്തം വാർന്നു പോയതുപോലെ വിളറി.

ശ്വാസം നിലച്ച് ശിലപോലെ കുത്തു പടിയിൽ രാമൻ ഇരുന്നു. രാമനെ കാണാൻ വന്ന ചാണ്ടി ആശ്വസിപ്പിക്കാൻ വാക്കുകൾ കിട്ടാതെ തിരിച്ചു പോയി.

മീനാക്ഷിയുടെയും രാമന്റെയും കണ്ണു തെറ്റിയ ഒരു രാത്രിയിൽ സരോജിനി ചൂട്ടും കത്തിച്ച് പുറത്തിറങ്ങി. സ്വന്തം നായരെ അന്വേഷിച്ച് ഇടവഴിയിലുടെ നടന്നു. കനാൽ റോഡ് കയറി കരിമ്പിലേക്ക് നടന്ന സരോജിനിയെ പത്മനാഭനും കൂട്ടുകാരും കലുങ്കിന് സമീപം തടഞ്ഞുവച്ചു. കനാൽ റോഡിലെ ചൂട്ടുവെട്ടം നോക്കി കുതിക്കുന്ന രാമന്റെ ഒപ്പമെത്താൻ ഓടിയ മീനാക്ഷി ഇരുട്ടിൽ കല്ലിൽ ചവിട്ടി വീണ് കൈ മുറിഞ്ഞു. വഴങ്ങാൻ കൂട്ടാക്കാതിരുന്ന സരോജിനിയെ തിരിച്ചു കൊണ്ടുപോകാൻ രാമന് ബലം പ്രയോഗിക്കേണ്ടി വന്നു. ചൂട്ടിൽനിന്ന് തീപ്പൊരി തെറിച്ച് രാമന്റെ ഷർട്ടിന്റെ കൈ കത്തി. സുഖമില്ലാത്തവരെ വീട്ടിൽ പൂട്ടിയിടണമെന്ന് ഷാജി പറഞ്ഞപ്പോൾ ആരും മറുത്ത് ഒന്നും പറഞ്ഞില്ല.

മൂന്നാഴ്ച ഉണ്ടും ഉറങ്ങിയും താമസിച്ച് സരോജിനിയെ ചികിത്സിച്ച വൈദ്യൻ പഠിച്ച പണി പതിനെട്ടും പ്രയോഗിച്ചു. വിധി പ്രകാരം കുളിയും ചികിത്സയും നടത്തി. പതിനാറു കൂട്ടം പച്ചമരുന്നുകൾകൊണ്ട് തളംവച്ചു.

സരോജിനിയുടെ സ്ഥിതിയിൽ എന്തെങ്കിലും മാറ്റമുള്ളതായി രാമനു തോന്നിയില്ല. സരോജിനിയെ സുബോധത്തിലേക്ക് തിരിച്ചു കൊണ്ടു വരാൻ കഴിയുമെന്ന രാമന്റെ പ്രതീക്ഷ ദിവസം കഴിയുന്തോറും മങ്ങിക്കൊണ്ടിരുന്നു. ഒടുവിൽ, പഥ്യവും ചികിത്സാ വിധിയും കുറിച്ചു കൊടുത്ത് കിഴിയും വാങ്ങി വൈദ്യൻ മടങ്ങി. എല്ലാം ദൈവത്തിന്റെ കൈയിലാണെന്ന് വൈദ്യൻ പറഞ്ഞപ്പോൾ രാമന് ഓക്കാനം വന്നു.

സരോജിനിയെ നോക്കി മീനാക്ഷി വീട്ടിൽ ഒതുങ്ങിക്കൂടി.

ഉറക്കം വരാതെ വിഷമിച്ച രാത്രികളിൽ സരോജിനിയുടെ കാലിൽ തല ചേർത്ത് കിടന്ന് മീനാക്ഷി കരഞ്ഞു. പകൽ സമയത്ത് സ്വയം നിയന്ത്രിച്ച മീനാക്ഷി ആരും കാണുന്നില്ലെന്ന് ഉറപ്പുള്ളപ്പോൾ മാത്രം കരഞ്ഞു. അതും ശബ്ദമുണ്ടാക്കാതെ.

രാത്രിയും പകലുമില്ലാതെ സരോജിനി ഒരേ തുണി തന്നെ നനച്ചു വിരിച്ചു. മുറികൾ അടിച്ചു കഴുകി ചാണകം തളിച്ചു. സ്കൂളിൽ പോകുന്ന കുട്ടികൾ വേലിക്കൽനിന്ന് സരോജിനിയെ നോക്കി കുശുകുശുത്തു. ചിലർ ഭ്രാന്തിയെന്ന് വിളിച്ചിട്ട് പൊന്തക്കാടുകൾക്ക് പിറകിൽ ഒളിച്ചിരുന്നു.

സരോജിനിയെ നോക്കി കല്ലെടുത്തെറിഞ്ഞ് ഇടവഴിയിലൂടെ ഓടി ക്കളഞ്ഞ കൃഷ്ണൻകുട്ടിയുടെ ഇളയ മകൻ കുഞ്ഞനെ മീനാക്ഷി നോക്കി വച്ചു. പരാതി പറഞ്ഞ മീനാക്ഷിയോട് ചെറുക്കനെ പിടിച്ച് നല്ല കിഴുക്ക് കൊടുക്കാനായിരുന്നു കൃഷ്ണൻകുട്ടിയുടെ മറുപടി.

ആരോടും പങ്കുവയ്ക്കാൻ പറ്റാത്ത ചിന്തകൾ രാമനെ വീർപ്പുമുട്ടിച്ചു കൊണ്ടിരുന്നു. ചലിക്കുന്ന പ്രതിമ പോലെ രാമൻ നടന്നു. രാത്രികളിൽ ഉറങ്ങാതെ കിടന്നു.

രാമന്റെ തകർച്ച മീനാക്ഷിയെ വേദനിപ്പിച്ചതിലേറെ അത്ഭുതപ്പെടുത്തി.

വാക്കുകൾക്കിടയിലെ സമയവും മനസ്സുകൾക്കിടയിലെ അകലവും ഓരോ ദിവസവും കൂടി വന്നു. എന്തു വന്നാലും കുലുങ്ങാത്ത രാമൻ ഇതും ധൈര്യത്തോടെ നേരിടുമെന്ന് മീനാക്ഷി പ്രതീക്ഷിച്ചതു വെറുതെയായി.

രാമന്റെ ആറേക്കർ പറമ്പ് ഒരിക്കൽക്കൂടി കാടുകയറി. പാവലും പടവലവും പട്ടു പോയി. ഊന്നു കൊടുക്കാതെ നേന്ത്രൻ വാഴകൾ ഒടിഞ്ഞു. പഴുത്തുനിന്ന പൂവൻ കുലകൾ കിളിയും അണ്ണാനും തിന്നു. പറമ്പിനുള്ളിലെ ചവിട്ടു വഴികൾ പുല്ലു കയറി മൂടി. വിളഞ്ഞ് തണ്ട് പട്ടു പോയ ഇഞ്ചിയും മഞ്ഞളും പറിക്കാതെ കിടന്ന് വീണ്ടും മുളച്ചു. ചേമ്പും നന കിഴങ്ങും പന്നികുത്തി. സ്ഥലത്തിന്റെ അതിരറിയാത്ത ചില മത്തൻ ചെടികൾ മാത്രം വേലി കടന്ന് അവറാച്ചന്റെ പറമ്പിലേക്ക് വളർന്നു.

മീനാക്ഷി എല്ലാം ശ്രദ്ധിക്കുന്നുണ്ടായിരുന്നു. രാമന് കാര്യങ്ങളിൽ ശ്രദ്ധയില്ലാതായെന്ന് വിശ്വസിക്കാൻ മീനാക്ഷിക്ക് കഴിഞ്ഞില്ല. ദിവസവും സമയവും കൃത്യമായി ഓർത്തു വച്ച് വീട്ടിലേക്ക് ആവശ്യമുള്ള അരിയും സാധനങ്ങളും കഷായത്തിനും തളം വയ്ക്കാനുമുള്ള മരുന്നുകളും ദേഹത്തും തലയിലും പുരട്ടാനുള്ള എണ്ണയും രാമൻ എത്തിച്ചു

കൊണ്ടിരുന്നു. രാമനെ ആശ്വസിപ്പിക്കാൻ ആഗ്രഹിച്ച മീനാക്ഷി ഓരോ വട്ടവും വാക്കുകൾ കിട്ടാതെ വിഷമിച്ചു.

ഭ്രാന്തി സരോജിനിയുടെ കഥ പണിയിടങ്ങൾ തോറും പറഞ്ഞു നടക്കുമ്പോൾ അതിനു മുൻപു പറഞ്ഞ കഥകൾ ഒന്നുമല്ലെന്ന് ചെറുത് സംശയിച്ചു.

കൊച്ചമ്മമാരോട് പറയുമ്പോൾ, കൈയിൽ നിന്നു കൂടി ചേർത്ത്, ചെറുത് കഥ പൊലിപ്പിക്കുന്നുണ്ടെന്ന് തങ്കമാളുവിനു തോന്നി.

ഓരോ തവണ പറഞ്ഞപ്പോഴും ചെറുത് രാമന്റെയും സരോജിനിയുടെയും കഥയിൽ എന്തെങ്കിലുമൊന്ന് പുതിയതായി കൊണ്ടുവന്നു.

കേട്ടവർ കേട്ടവർ ചെറുതിന്റെ കഥകൾ വീണ്ടും വീണ്ടും കേട്ടു.

ഓരോ പറച്ചിലിലും കഥ പുതിയതായി.

രാമൻ ചങ്ങനാശ്ശേരിയിലെ ജന്മിതറവാട്ടിൽ ജനിച്ചതാണെന്ന് ഒരു കഥ.

വൈദ്യം പഠിച്ചതാണെന്ന് മറ്റൊരു കഥ.

രാമന്റെ ആദ്യ ഭാര്യ മരിച്ചു പോയതാണെന്ന് മൂന്നാമതൊരു കഥ.

കല്യാണത്തിനു മുൻപ് രാമനും സരോജിനിയും തമ്മിൽ കാണാറുണ്ടായിരുന്നുവെന്ന് ഒരു കഥ.

കൃഷ്ണൻനായർ ജീവിച്ചിരുന്നപ്പോൾതന്നെ രാമന് സരോജിനിയുടെ മേൽ ഒരു കണ്ണുണ്ടായിരുന്നുവെന്ന് മറ്റൊരു കഥ.

കൃഷ്ണൻനായർ മരിച്ചപ്പോൾ സരോജിനി സന്തോഷിച്ചുവെന്ന കഥ തങ്കമാളുവിനു പിടിച്ചില്ല.

അവറാച്ചനെയും കല്യാണിയെയും ചേർത്ത് പറഞ്ഞുണ്ടാക്കിയതുപോലെ ഇതും ഏഷണിയാണെന്ന് തങ്കമാളു തുറന്നടിച്ചു.

എല്ലാം മറിയക്കൊച്ചമ്മ കണ്ടിട്ടുണ്ടെന്ന് ചെറുതും ആണയിട്ടു.

രാമന്റെയും സരോജിനിയുടെയും ശരിക്കുള്ള ജീവിതം എപ്പോഴും ചെറുതിന്റെ കഥകളിൽനിന്ന് വഴുതിപ്പോയി.

രാമനെക്കുറിച്ച് പറയുമ്പോൾ മാത്രം, ചെറുതിന്റെ കഥകൾ ഇടയ്ക്കിടെ മുറിഞ്ഞു. കഥകൾക്കു പിടിതരാതെ രാമന്റെ ജീവിതം മറഞ്ഞിരിക്കുകയാണെന്ന് ചെറുതിന് തോന്നി.

സരോജിനിക്ക് സംഭവിച്ചത് ദൈവകോപമാണെന്ന് ചെറുത് വിശ്വസിച്ചു.

എന്നെങ്കിലും ഒരിക്കൽ രഹസ്യങ്ങളുടെ കെട്ടു പൊട്ടുമെന്ന ചെറുതിന്റെ പ്രതീക്ഷ നീണ്ടുപോയി.

മണ്ണിൽ പുരണ്ട രക്തം

സരോജിനിയെ ഭ്രാന്താശുപത്രിയിൽ കൊണ്ടുപോകുന്ന ദിവസം കരിമ്പിലെ പ്രധാന വർത്തമാനം അതായിരുന്നു. കെട്ടിയവൻ ചത്തതിനു ശേഷം മറ്റൊരാണിനു മുന്നിൽ കഴുത്തുനീട്ടിക്കൊടുത്ത ആദ്യത്തെ നായർ പെണ്ണാണ് സരോജിനിയെന്ന് ചെറുത് പണിയിടങ്ങൾതോറും പറഞ്ഞു നടന്നു.

സരോജിനി ഭ്രാന്തിയായപ്പോൾ ആ കഥ വീണ്ടും വലുതായി.

സരോജിനിയെ ഭ്രാന്താശുപത്രിയിൽ കൊണ്ടുപോകുന്ന വിവരം പുറത്തായപ്പോൾ കഥ പുതിയ കാതുകളിലും എത്തി.

സരോജിനിയെ കൊണ്ടുപോകുന്നതു കാണാൻ കരിമ്പ് സ്കൂളിലെ കുട്ടികൾ കനാൽ റോഡിന്റെ മുക്കിലുള്ള മരച്ചുവട്ടിൽ കൂടി.

മുരളിയുടെ ജീപ്പ് കനാൽ റോഡിലൂടെ കിഴക്കോട്ട് നീങ്ങിയപ്പോൾ ഭ്രാന്തിയെ കൊണ്ടുവരാനുള്ള പോക്കാണെന്ന് കുട്ടികൾ തമ്മിൽ പറഞ്ഞു.

ആ കാഴ്ച കാണാൻ മജീദിന്റെ ചായക്കടയ്ക്കുമുന്നിലും കോയയുടെ കുമിട്ടിയിലും ചെറുപ്പക്കാർ വട്ടംകൂടി. സോമക്കുറുപ്പിന്റെ അച്ഛന്റെ പെങ്ങളെ ഭ്രാന്ത് മൂത്ത് മുറിയിൽ പൂട്ടിയിട്ട കഥ നാട്ടുകാർ കേട്ടിരുന്നു. എന്നാൽ, ഒരാളെ ഭ്രാന്തന്മാരുടെ ആശുപത്രിയിൽ കൊണ്ടുപോയി ചങ്ങലയ്ക്കിടുന്നത് അവർക്ക് പുതിയ കാര്യമായി തോന്നി.

മുറ്റത്തും ഇടവഴികളിലും കൂട്ടുകാരും അയൽക്കാരും വന്നു നിറഞ്ഞപ്പോൾ തീരുമാനം അബദ്ധമായിപ്പോയെന്ന് രാമൻ സംശയിച്ചു.

ചുറ്റുപാടും നടക്കുന്നതൊന്നും അറിയാതെ തുണി കഴുകി അയലിൽ വിരിച്ചുകൊണ്ടിരുന്ന സരോജിനി ചുറ്റുംകൂടിയ ആളുകളെ ശ്രദ്ധിച്ചു തുടങ്ങുന്നതോടെ എല്ലാം അവസാനിക്കുമെന്ന് രാമൻ ഭയപ്പെട്ടു.

എല്ലാ വഴിയും അടഞ്ഞപ്പോഴാണ് സരോജിനിയെ ആശുപത്രിയിൽ കൊണ്ടു പോകുന്ന കാര്യം രാമൻ ആലോചിച്ചതു തന്നെ.

ഭ്രാന്താണെന്ന് പുരപ്പുറത്തു കയറി വിളിച്ചുപറയുന്നതു പോലെയാണ് അതെന്ന് രാമന് അറിയാമായിരുന്നു. സരോജിനിയെ അനുനയിപ്പിച്ച് ജീപ്പിൽ കയറ്റി കൊണ്ടു പോകുന്ന കാര്യം വിചാരിച്ചതുപോലെ എളുപ്പത്തിൽ നടക്കില്ലെന്ന് രാമന് ഉറപ്പായിരുന്നു.

ചളിയിൽ കുഴഞ്ഞ മണ്ണുറോഡിൽ ചാഞ്ഞും ചരിഞ്ഞും വരുന്ന ജീപ്പ് ഒരു നിമിഷം ആളുകളുടെ സംസാരം മുറിച്ചു.

കൊറ്റുറിന്റെ കാളവണ്ടി മാത്രം ഓടിയിരുന്ന വഴിയിൽ ജീപ്പിന്റെ ചക്രങ്ങൾ പതിഞ്ഞ് രണ്ട് ചുവന്ന ചാലുകൾ തെളിഞ്ഞു.

സരോജിനിയുടെ മുറ്റത്തെ വേലിച്ചെടികൾ ഞെരിച്ചുകൊണ്ട് മുറ്റത്തേക്ക് അല്പം കയറ്റി ജീപ്പ് ഒടിച്ചു നിർത്തിയിട്ട് മുരളിയും ചെല്ലപ്പനും ഇറങ്ങി.

സ്റ്റിയറിങ് പിടിക്കുന്നതായി ആക്ഷൻ കാണിച്ചുകൊണ്ട് കനാൽ റോഡു മുതൽ ജീപ്പിന് പിറകേ ഓടി കിതച്ചു വന്ന മകൻ കുഞ്ഞനെ കൃഷ്ണൻകുട്ടി ശകാരിച്ചു.

രംഗം പിടിവിട്ടു പോവുകയാണെന്ന ഭയം രാമൻ പുറത്തു കാണിച്ചില്ല. സരോജിനിയെ അനുനയിപ്പിക്കാനുള്ള ശ്രമം മീനാക്ഷി നേരത്തേ തുടങ്ങിയിരുന്നു.

അയലിൽ ഉണങ്ങിക്കിടന്ന തൂവെള്ള തോർത്തുമുണ്ട് വലിച്ചെടുത്ത് ബ്ലൗസിന്റെ വിടവിൽ തിരുകി തോളത്തേക്ക് വലിച്ചിട്ട് മീനാക്ഷി മുടി കോതി കെട്ടിക്കൊടുക്കുമ്പോൾ അനുസരണയുള്ള കുട്ടിയെപ്പോലെ സരോജിനി മിണ്ടാതെ അനങ്ങാതെ നിന്നു.

മീനാക്ഷിയുടെ ശ്വാസം നേരേ വീണു.

"എന്റെ നായരെവിടെ" എന്ന പതിവു ചോദ്യം സരോജിനി ചോദിച്ചില്ല. അടുത്തു വന്നവരെ ശൂ... എന്ന് ആട്ടിയില്ല.

ഒരുവേള അമ്മയുടെ അസുഖം മാറിയിരിക്കുമോ എന്ന് മീനാക്ഷി ചിന്തിച്ചു.

കാഴ്ച കാണാൻ വന്നവരെ നിരാശരാക്കി, അനുസരണയുള്ള കുട്ടിയെപ്പോലെ മീനാക്ഷിയുടെ കൈപിടിച്ച് സരോജിനി ജീപ്പിൽ കയറി.

ജീപ്പിന്റെ പിൻ സീറ്റിൽ സരോജിനി അനുസരണയോടെ ഇരുന്നു.

ഭയപ്പെട്ട രംഗം ഒഴിവായിപ്പോയതിന്റെ ആശ്വാസത്തിൽ രാമൻ സീറ്റിൽ അമർന്നു.

ജീപ്പിന്റെ മുൻ സീറ്റിലുള്ള ചെല്ലപ്പന്റെ ഇരിപ്പുകണ്ട് കൂടി നിന്നവർ കുശുകുശുത്തു.

"മലയന്റെ മട്ടു കണ്ടാൽ തോന്നും ....!"

പറഞ്ഞത് അല്പം ഉറക്കെ ആയിപ്പോയെന്ന് തോന്നിയപ്പോൾ പകുതിക്കു വച്ച് ചാണ്ടി നിർത്തി.

വെള്ളം കുത്തിയൊഴുകി ചാലു പിടിച്ച വഴിയിലൂടെ ഞരങ്ങിയും ചരിഞ്ഞും നീങ്ങുന്ന ജീപ്പിൽ തെറിച്ചു വീഴാതെ ഇറുകെ പിടിച്ചിരിക്കുമ്പോൾ ആരും സംസാരിച്ചില്ല.

ഒരു കൈ നീട്ടിയാൽ പുണരാവുന്ന അരികത്ത് ഭാര്യയെയും മകളെയും മരുമകനെയും ആദ്യമായി ഒന്നിച്ചു കിട്ടിയപ്പോൾ രാമന് ഒരു പോലെ ദുഃഖവും സന്തോഷവും തോന്നി. കണ്ണുകൾ നിറഞ്ഞൊഴുകാൻ കാരണമെന്തെന്ന് രാമൻ സംശയിച്ചു. മീനാക്ഷിയും ഇടയ്ക്കിടെ കണ്ണീർ തുടച്ചുകൊണ്ടിരുന്നു.

ഒന്നും കൂസാതെ ഗൗരവം പിടിച്ച് ചെല്ലപ്പൻ ഇരുന്നു.

അസമയത്ത് ചിന്തകൾ കാടുകയറാതിരിക്കാൻ രാമൻ പണിപ്പെട്ടു.

ഭ്രാന്തി സരോജിനിയുടെ പോക്കു കാണാൻ കരിമ്പിലെ നാട്ടുകാർ ഒരുങ്ങി നിന്നു.

ജീപ്പ് കവലയോടടുത്തപ്പോൾ ചൂളംവിളികൾ മുഴങ്ങി.

മീശ കിളിർത്തു തുടങ്ങിയ ചെറുക്കന്മാർ കൂക്കിവിളിച്ചു. വിചിത്ര മായ എന്തോ കാണുന്നതുപോലെ ആളുകൾ ജീപ്പിലേക്ക് തുറിച്ചു നോക്കി.

ജീപ്പ് അടുത്തുവരുന്തോറും ആർപ്പുവിളിയും ചൂളമടിയും ഉച്ചത്തിലായി.

മുരളി പല്ലിറുമ്മുന്ന ശബ്ദം മീനാക്ഷി കേട്ടു.

"സരോജിനി, ഭ്രാന്തി സരോജിനി"

ആർപ്പുവിളികൾക്കിടയിൽനിന്ന് മീനാക്ഷി അതു മാത്രം വ്യക്തമായി കേട്ടു.

കവലയിൽ റോഡിന്റെ ഒത്ത നടുവിൽ മുരളി ജീപ്പ് ചവിട്ടി നിർത്തി.

മുൻ സീറ്റിൽനിന്ന് ചാടിയിറങ്ങിയ ചെല്ലപ്പനെ കണ്ട് ചെറുക്കന്മാർ ഭയന്നു.

"കൊന്നുകളയും നായിന്റെ മക്കളേ"

കൂടി നിന്നവരുടെ നാവിറങ്ങിപ്പോയതു പോലെ അങ്ങാടി നിശ്ശബ്ദമായി.

"ചെല്ലാ..........."

പറഞ്ഞതു മുഴുമിപ്പിക്കാൻ കഴിയാതെ രാമന്റെ വാക്കുകൾ തൊണ്ടയിൽ ഉടക്കി.

എന്താണ് സംഭവിക്കുന്നതെന്ന് മീനാക്ഷിക്ക് മനസ്സിലായില്ല.

ജീപ്പ് മുന്നോട്ടെടുത്തതും മീനാക്ഷിയുടെ കൈവിടുവിച്ച് പുറത്തേക്ക് ചാടാനുള്ള ശ്രമത്തിൽ നിലതെറ്റി സരോജിനി തെറിച്ചു വീണതും ഒരുമിച്ചായിരുന്നു.

കലുങ്കിൽ ഇടിച്ചു വീണ സരോജിനിയുടെ തല പൊട്ടിയ ചോര ടാറിട്ട റോഡിൽ ഒഴുകിപ്പരന്നു.

തലമുറ മാറുന്നു

കാടോത്തി മലയുടെ ആകാശങ്ങൾക്കുകീഴെ, വേനലുകളും വർഷങ്ങളും വന്നുപോയി.

മാറുന്ന ലോകത്തിന്റെ വാർത്തകൾ ആകാശവാണിയിലൂടെ കരകൾ കടന്നെത്തി.

കരിമ്പും കരിമലയും കാടോത്തിക്കുന്നും മാറി.

കുരുമുളകിനു കുത്തിയ മുരിക്കിൻ പത്തലുകൾ വളർന്ന് വലിയ മുരിക്കു മരങ്ങളായി.

തെങ്ങുകൾ മുറ്റി വളർന്നു കായ്ച്ചു.

ജാതിയും ഗ്രാമ്പൂവും കൊക്കോയും വളർന്നു.

ചേനയും ചേമ്പും കാച്ചിലും മരച്ചീനിയും വളർന്നുനിന്ന കൃഷിയിടങ്ങൾ റബ്ബർ തോട്ടങ്ങളായി.

ഇഞ്ചിയും മഞ്ഞളും കച്ചോലവും സെന്ററുകളിലേക്ക് ചുരുങ്ങി.

മൂന്നും നാലും വീട്ടുകാർ ഒരുമിച്ച് ചേർന്ന് മരച്ചീനി അരിഞ്ഞ് പുഴുങ്ങി പാറയിൽ നിരത്തിയിട്ട് രാത്രി മുഴുവൻ ഉറങ്ങാതെ കാവലിരുന്ന കാലം പോയി.

ചെറുതും തങ്കമാളുവും രണ്ടു വട്ടി ഇഞ്ചി ചുരണ്ടുന്ന സമയം കൊണ്ട് നാലുവട്ടി ചുരണ്ടി ഇരട്ടിക്കൂലി വാങ്ങുന്ന ജെസ്സിയുടെ സാമർത്ഥ്യം ഓർമ്മയായി.

പിടിച്ചാൽ പിടിമുട്ടാത്ത ആഞ്ഞിലി മരങ്ങളും തേൻകിളിമാടന്മാർ കൂടുകൂട്ടിയ കൂറ്റൻ നാട്ടുമാവുകളും അപ്രത്യക്ഷമായി.

തേൻ രുചിയോടെ കായ്ക്കുന്ന വരിക്കപ്ലാവുകൾ ഓരോ പറമ്പിലും ഒന്നോ രണ്ടോ ആയി ചുരുങ്ങി.

മൈലുകളോളം പരന്നുകിടന്ന നെൽവയലുകളിൽ അങ്ങിങ്ങ് നേന്ത്രൻ വാഴകൾ പ്രത്യക്ഷപ്പെട്ടു.

പുതിയ പലചരക്കു കടകളും ചായക്കടകളും രണ്ടോ മൂന്നോ കുമിട്ടിക്കടകളുമായി കരിമ്പ് വലുതായി.

മജീദിന്റെ ചായക്കട ഓടിട്ട കെട്ടിടമായി.

കോയയുടെ കുമിട്ടി നിന്ന സ്ഥലത്ത് ഉപ്പു മുതൽ കർപ്പൂരം വരെ കിട്ടുന്ന നല്ലൊരു പീടിക ഉയർന്നു.

കവലയിൽനിന്ന് മുന്നൂറു വാര മാറി കിടത്തി ചികിത്സയ്ക്കു സൗകര്യമുള്ള ധർമ്മാശുപത്രി വന്നു.

കവലയിലെ വൈകുന്നേരങ്ങളിൽ ആൾത്തിരക്കേറി.

സംഘം ചേർന്നുള്ള കുറ്റം പറച്ചിലുകളും വഴക്കുകളും ഹോട്ടലിലെ ഇറച്ചിയും പലഹാരങ്ങളുമായി പുതിയ ചെറുപ്പക്കാർ കരിമ്പിലെ വൈകുന്നേരങ്ങൾ അവരുടേതാക്കി.

പാസഞ്ചർ ബസുകൾ കടന്നു പോകുന്ന ഇടവേളകൾ ചെറുതായി.

കവലയിൽനിന്ന് നൂറുവാര മാറി കാടുകയറിക്കിടന്ന കുറുപ്പന്മാരുടെ ഒരേക്കർ പറമ്പിൽ ഒരു സിനിമാക്കൊട്ടകയും ബാക്കിയുള്ള സ്ഥലത്ത് ഒരു ജൗളിക്കടയും ഉയർന്നതോടെ കരിമ്പിന്റെ ഛായ മാറി.

എല്ലാ മാറ്റങ്ങളും പുറമേക്കു മാത്രമായിരുന്നു.

പഴയ വൈരങ്ങളും ആസക്തികളും കുടിപ്പകകളും മോഹഭംഗങ്ങളും മാറാതെ കിടന്നു.

പുതിയ ചെറുപ്പക്കാർ പഴയതെല്ലാം മറന്നതുപോലെ നടിച്ചു.

ചാണ്ടിയും കുടുംബവും അവരുടെ പിന്നിൽനിന്ന് ചരടുവലിച്ച ഖദർ രാഷ്ട്രീയക്കാരും ഒരു വശത്തും ലോഡിങ്ങുകാരും കർഷകത്തൊഴിലാളികളുമായ യൂണിയൻകാർ മറുവശത്തുമായി നടന്ന വഴക്കുകൾ ഒരു വിധം അവസാനിച്ചപ്പോൾ പഴയ കുടിപ്പകകൾ പുതിയ രൂപങ്ങളിൽ പൊങ്ങി വന്നു.

മരിച്ചുപോയ കുര്യച്ചന്റെ മകൻ തങ്കച്ചനും മുരളിയും തമ്മിൽ കവലയിൽ വച്ച് ഭയങ്കരമായ അടി നടന്നു.

അതോടെ, മറന്നു തുടങ്ങിയ പഴയ കുടിപ്പകയുടെ ഓർമ്മകൾ ആളുകളുടെ മനസ്സിൽ തികട്ടി വന്നു.

രാമകൃഷ്ണന്റെയും മനയ്ക്കൽ ആന്റപ്പന്റെയും രാഘവൻപിള്ളയുടെ മകൻ ശശിയുടെയും മരിച്ചു പോയ കുര്യച്ചന്റെയും ആന്റപ്പൻ തോക്കിന്റെ പാത്തികൊണ്ട് അടിച്ചുകൊന്ന ചെറിയ രാമന്റെയും പേരുകൾ കവലയിലെ വൈകുന്നേര വർത്തമാനങ്ങളിൽ കൂടെക്കൂടെ ആവർത്തിക്കപ്പെടാൻ തുടങ്ങി.

ശിക്ഷയുടെ കാലാവധി കഴിഞ്ഞിട്ടും ശശി തിരിച്ചു വരാത്തത് പേടി കൊണ്ടാണെന്ന് ആളുകൾ അടക്കം പറഞ്ഞു.

ആന്റപ്പനും രാമകൃഷ്ണനും ശിക്ഷ കഴിഞ്ഞ് പുറത്തിറങ്ങുമ്പോൾ കൊടുക്കാനുള്ള സമ്മാനം തയ്യാറാക്കി വച്ചിട്ടുണ്ടെന്ന് തങ്കച്ചൻ പറഞ്ഞപ്പോൾ പഴയ കഥകൾ അറിയാവുന്നവർ രണ്ടിലൊന്ന് തീർച്ചപ്പെടുത്തി.

പണച്ചാക്കായ ആന്റപ്പൻ ബാംഗ്ലൂരിലെ ബന്ധുക്കളുടെ കൂടെ

പോകുമെന്ന് പലരും കരുതി. കാൽകാശിന് ഗതിയില്ലാത്ത രാമകൃഷ്ണൻ കാടോത്തിയിൽ തന്നെയെത്തുമെന്ന കാര്യത്തിൽ ആരും രണ്ടഭിപ്രായം പറഞ്ഞില്ല.

യൂണിയൻകാരുമായുള്ള വഴക്കിൽ സ്വന്തം ഭാഗത്തിനു ബലം കിട്ടാൻ ചാണ്ടിയും മക്കളും കുറുപ്പുമാരുമായുണ്ടാക്കിയ പുതിയ ചങ്ങാത്തം ഊഹാപോഹങ്ങൾ പരത്തി.

പുതിയ കൂട്ടുകെട്ട് നല്ലതല്ലെന്ന് രാമൻ, ചാണ്ടിയെ താക്കീതു ചെയ്തതോടെ, രണ്ടുപേരും തമ്മിൽ ആദ്യമായി അകന്നു.

ചെല്ലപ്പന്റെയും അയാളുടെ കൂടെ നടന്ന ചെങ്കൊടിക്കാരിൽ ഒരു കൂട്ടരുടെയും നീക്കങ്ങളെ കുറുപ്പന്മാരും പ്രമാണിമാരായ നസ്രാണികളും അപ്പോഴും സംശയത്തോടെ കണ്ടു.

കേസിൽ പെട്ട് ജയിലിലായ ശശി പിന്നീട് കീലത്തുപാറയിൽ കാലുകുത്തിയത് മലയിൽ തേനെടുക്കാൻപോയ രാഘവൻപിള്ള കടന്നൽ കുത്തേറ്റു മരിച്ചപ്പോഴാണ്.

കേസിൽ ജാമ്യം കിട്ടിയപ്പോഴും ശിക്ഷയ്ക്കിടയിൽ പരോൾ അനുവദിച്ചപ്പോഴും നാട്ടിൽ രാഘവൻപിള്ളയുടെ തറവാട്ടിലായിരുന്നു ശശിയുടെ താമസം.

ശിക്ഷ കഴിഞ്ഞ് ജയിലിൽനിന്ന് ഇറങ്ങിയപ്പോഴും കൊല്ലും കൊലയുംകൊണ്ട് സമാധാനം കെട്ട് നശിച്ച നാട്ടിലേക്ക് ഒരിക്കലും തിരിച്ചു വരരുതെന്ന് പിള്ള മകനെ ശാസിച്ചിരുന്നു.

ഉള്ളതെല്ലാം വിറ്റു പെറുക്കി നാട്ടിലേക്ക് തിരിച്ചു പോകുന്ന കാര്യം രാഘവൻപിള്ളയും ഭാര്യ ഭവാനിയമ്മയും ആലോചിച്ചു തുടങ്ങിയ സമയത്തായിരുന്നു പിള്ളയുടെ മരണം.

മുരളിയുടെ ജീപ്പിൽ പുലർച്ചെ രണ്ടുമണിക്ക് പുറപ്പെട്ട രാമൻ, പകൽ മൂന്നു മണിയോടെ ശശിയെയും ഭാര്യയെയും കൂട്ടി തിരിച്ചെത്തി.

ശശിയുടെ ഭാര്യയെ കാടോത്തിക്കുന്നുകാർ അന്നാണ് ആദ്യമായി കണ്ടത്.

മരണം കാണാൻ വന്നവരുടെ ശ്രദ്ധ പുതുപ്പെണ്ണിലായി.

കൊലക്കേസിലെ പ്രതിയായിട്ടും പിള്ളേച്ചന്റെ മകന് നല്ല കുടുംബത്തിൽനിന്ന് ബന്ധം കിട്ടിയെന്ന് പെണ്ണുങ്ങൾ തമ്മിൽ പറഞ്ഞു.

ചടങ്ങുകൾ കഴിഞ്ഞതോടെ ഭവാനിയമ്മയുടെ ചിന്ത മുഴുവൻ മകനെക്കുറിച്ചായി.

ഒരുദിവസമെങ്കിൽ ഒരുദിവസം നേരത്തേ നാട്ടിലേക്കു തിരിച്ചു പോകണമെന്ന് ഭവാനിയമ്മ ആഗ്രഹിച്ചു.

അവർ ആ നാടിനെ അത്രകണ്ട് വെറുത്തു.

ആന്റപ്പന്റെ സിൽബന്തിയായിനിന്ന് ചെയ്തുകൂട്ടിയതിന്റെയെല്ലാം ശിക്ഷ കാടോത്തിയുടെ മണ്ണിൽ തന്റെ മകനെയും കാത്തിരിക്കുന്നുണ്ടെന്ന് അവർ ഭയപ്പെട്ടു.

പഴയ കൂട്ടുകെട്ടുകൾ ശശിയെ വിടാതെ പിടിച്ചു കളയുമെന്ന പേടി

അവർ മറച്ചു വച്ചില്ല.

കുര്യച്ചന്റെ മകൻ തങ്കച്ചനു മേൽ ഒരു കണ്ണു വേണമെന്ന് രാമൻ പറഞ്ഞപ്പോൾ ശശിയുടെ മുഖം വിളറി. തങ്കൻ തന്തയ്ക്കു ചേർന്ന വിത്താണെന്ന് പിള്ളേച്ചൻ എഴുതിയ കത്തുകളിൽനിന്ന് ശശി ഊഹിച്ചിരുന്നു.

ചെന്നുകയറിക്കൊടുക്കാനുള്ള ബുദ്ധിമോശം ശശി കാണിക്കുമെന്ന് രാമൻ കരുതിയില്ല.

കുറുപ്പന്മാർ ഏഷണി കൂട്ടുമെന്നറിയുന്ന രാമന് അതേക്കുറിച്ചായിരുന്നു സംശയമത്രയും.

രാഘവൻപിള്ളയുടെ ചടങ്ങുകൾ കഴിഞ്ഞ് ഭവാനിയമ്മയേയും കൂട്ടി ശശി തിരിച്ചു പോയി.

പെട്ടെന്ന് വിറ്റാൽ സ്ഥലത്തിന് വില കിട്ടില്ലെന്നറിയുന്ന ശശി കാര്യങ്ങൾ നടത്താൻ അവറാച്ചനെ ഏല്പിച്ചു.

മറിയയുടെ കൈപിടിച്ച് യാത്ര പറയുമ്പോൾ 'ഈ നശിച്ച നാട് ഇനി കാണില്ലെ'ന്ന നിശ്ചയം ഭവാനിയമ്മ തുറന്നു പറഞ്ഞു.

ശശിയുടെ നേർക്ക് ആരും ഒന്നു വിരൽ ചൂണ്ടുകപോലും ചെയ്തില്ല.

ശശി ഒരു ചെറിയ മീനാണെന്ന് ശത്രുക്കൾ കരുതി.

അവർക്കു വേണ്ടത് ആന്റപ്പനെയും രാമകൃഷ്ണനെയുമായിരുന്നു.

പടമുരിഞ്ഞ മനുഷ്യർ

വർഷങ്ങൾ കടന്ന് പൂവാറൻതോട് ഒഴുകി. കരയിലെ കാടുകൾ തെളിഞ്ഞു. കരിമലയിലും കാടോരത്തിയിലും കളിച്ചു വളർന്ന കുട്ടികൾ മുതിർന്നു.

കൂടുതൽ പണമുണ്ടായ ക്രിസ്ത്യാനി കുടുംബങ്ങൾ, മലയിൽനിന്ന് താഴെയിറങ്ങി, സൗകര്യമുള്ള സ്ഥലങ്ങളിൽ വീട് വച്ച് താമസം തുടങ്ങി. അവരുടെ മക്കൾ പട്ടണത്തിലെ സ്കൂളുകളിൽ പോയി പഠിച്ചു. വീട്ടു മുറ്റങ്ങളിൽ സൈക്കിളുകൾ പ്രത്യക്ഷപ്പെട്ടു. കരിമ്പിലെ പ്രധാന റോഡിൽ തിരക്കേറി. കാറുകളും മോട്ടോർ ബൈക്കുകളും റോഡിലൂടെ കടന്നുപോകുന്നത് പതിവായി. കൂടുതൽ കടകളും കെട്ടിടങ്ങളും മാളികവീടുകളുമായി കരിമ്പ് വളർന്നു.

കുറുപ്പിന്റെ സ്കൂൾ വലുതായി. ജാതി നോക്കാതെ, ക്രിസ്ത്യാനി കളിൽനിന്നും നായന്മാരിൽനിന്നും പണം വാങ്ങിയ കുറുപ്പ് അവർക്ക് ഉദ്യോഗം കൊടുത്തു. പുതിയ തലമുറയുടെ പ്രതീക്ഷകൾക്ക് ചിറകുകൾ മുളച്ചു.

പത്മനാഭന്റെയും ചെല്ലപ്പന്റെയും പാർട്ടി കരിമ്പിൽ വേരുപിടിച്ച് വളർന്നു. പണിക്കാരിപ്പെണ്ണുങ്ങൾ നാവുയർത്തി അവകാശങ്ങൾ ചോദിച്ചുവാങ്ങി. കൊയ്ത്തിനു പാകമായ നെൽവയലുകളിൽ ഇടയ്ക്കിടെ ചുവന്ന കൊടികൾ ഉയർന്നു. തൊഴിലാളികൾ പറഞ്ഞത് അംഗീകരിച്ചു കൊടുത്ത നായന്മാരും ക്രിസ്ത്യാനികളും, ഒതുക്കത്തിൽ സഖാക്കളെ കുശുമ്പു പറഞ്ഞു. പത്മനാഭനും ചെല്ലപ്പനും സ്ഥലത്തെ പ്രധാന നേതാക്കളായി. ഒന്നല്ലെങ്കിൽ മറ്റൊരാവശ്യം പറഞ്ഞ്, ഡയറിയും കക്ഷത്തിൽ വച്ച്, വീടുകൾ കയറിയിറങ്ങിയ ചെല്ലപ്പനോട് മുഖം കറുത്ത് സംസാരിക്കാൻ ആരും ധൈര്യപ്പെട്ടില്ല. ഉള്ളുകൊണ്ട് ചെങ്കൊടിക്കാരെ ഭയന്ന ക്രിസ്ത്യാനികളും കുറുപ്പുമാരും ഭിന്നതകൾ മറന്നു.

ഖദറിട്ടവരുടെ ആഢ്യ കുടുംബങ്ങളിൽ കാരണവന്മാരെ അനുസരി

ക്കാത്ത പുതിയ തലമുറ വളർന്നു. അവർ തറവാടിത്തം മറന്ന് സഖാക്കളുമായി ചങ്ങാത്തം സ്ഥാപിച്ചു.

ശിക്ഷ കഴിഞ്ഞു പുറത്തിറങ്ങിയ രാമകൃഷ്ണൻ തന്റെ ജീവന് ആപത്തുണ്ടെന്ന് ഭയന്നു. ആരും അയാളെ വഴിയിൽ തടഞ്ഞില്ല. എല്ലാവരും എല്ലാം മറന്നതുപോലെ അയാൾക്കു തോന്നി.

പേടിയും സംശയങ്ങളും വെറുതെയായിരുന്നുവെന്ന് രാമകൃഷ്ണൻ സമാധാനിച്ചു.

പുതിയ ഭയങ്ങളും ആധികളും അയാളെ പിടികൂടി. ഒത്ത ആണായി വളർന്ന മുരളിയുടെ നോട്ടത്തിനു മുന്നിൽ രാമകൃഷ്ണൻ ചൂളി. പാറുക്കുട്ടിയുടെ മുഖത്തെ ഭാവങ്ങൾ അയാൾക്ക് മനസ്സിലാക്കാനായില്ല. ചീർത്തു കെട്ടിയ അവളുടെ ശരീരം തനിക്ക് പരിചയമില്ലാത്തതുപോലെ രാമകൃഷ്ണനു തോന്നി.

മുരളി മുതിർന്നതിനുശേഷം പാറുക്കുട്ടി പണിക്കു പോയിരുന്നില്ല. മുരളിയുടെ ചെലവിൽ കഴിയാൻ രാമകൃഷ്ണൻ ആഗ്രഹിച്ചില്ല. കാടോത്തിക്കുന്നിലെയും കരിമലയിലെയും ക്രിസ്ത്യാനികളുടെ പറമ്പിലും, പാടത്തും പണിക്കാരിൽ ഒരാളായി രാമകൃഷ്ണൻ ഒതുങ്ങി. പൊലീസുകാർ കയറിയിറങ്ങിയ അയാളുടെ ശരീരം ഇടയ്ക്കിടെ നീർകെട്ടി വേദനിച്ചു. കല്യാണിയോ ചെറുതോ തങ്കമാളുവോ അയാളെ പരിഹസിച്ചില്ല. പരിചയമില്ലാത്ത ആളോടെന്ന പോലെ അവർ അയാളോട് പെരുമാറി. മറിയ പഴയ സ്നേഹത്തോടെ അയാൾക്ക് കപ്പയും ചക്കയും ചോറും വിളമ്പി. കൂടെക്കൂടെ പാറുക്കുട്ടിയുടെ വിവരങ്ങൾ തിരക്കി.

അവറാച്ചന്റെ പറമ്പിൽ പണിയില്ലാത്തപ്പോൾ മാത്രം രാമകൃഷ്ണൻ മറ്റു സ്ഥലങ്ങളിൽ പണിക്കുപോയി. മറിയ ആന്റപ്പന്റെ വിവരങ്ങൾ ചോദിച്ചപ്പോഴൊക്കെ, രാമകൃഷ്ണൻ പഴയതുപോലെ വിക്കി.

രാമകൃഷ്ണൻ അങ്ങാടിയിലിറങ്ങി പേടിയില്ലാതെ നടന്നുതുടങ്ങിയതോടെ പുതിയ കാഴ്ചകൾക്കു വേണ്ടി കാത്തിരുന്നവർ നിരാശരായി. മനയ്ക്കൽ ആന്റപ്പൻ ശിക്ഷ കഴിഞ്ഞ് പുറത്തിറങ്ങിയതോടെ അവരുടെ പ്രതീക്ഷകൾക്ക് ജീവൻ വച്ചു. തിരിച്ചടി ഭയന്ന് കുടുംബവീട്ടിൽ കഴിഞ്ഞ ആന്റപ്പൻ മൂന്നും നാലും സഹായികളുടെ അകമ്പടിയോടെ വല്ലപ്പോഴും മാത്രം കരിമ്പിൽ വന്നു പോയി. പ്രത്യേകിച്ച് ഒന്നും സംഭവിക്കാതിരുന്നപ്പോൾ, എല്ലാ പകയും കെട്ടടങ്ങിയെന്ന് ആളുകൾ കരുതി. മാസങ്ങൾ പോകെ, യാത്രകളുടെ ഇടവേളകൾ ചെറുതായി വന്നു. ആന്റപ്പൻ പറമ്പിലെ കൃഷിക്കാര്യങ്ങൾ ശ്രദ്ധിച്ചുതുടങ്ങി. നരകയറി ക്ഷീണിച്ച ആന്റപ്പനെ ആരും ചെറുതാക്കി കണ്ടില്ല.

പഴയ സിൽബന്തികൾ ആന്റപ്പനുമായി ചങ്ങാത്തം കൂടാൻ മടിച്ചു. പക മനസ്സിൽ കൂട്ടിവയ്ക്കാൻ ശീലിച്ച പുതിയ തലമുറയിലെ ചെറുപ്പക്കാർക്ക് അവരുടെ കണക്കുകൂട്ടലുകൾ ഉണ്ടായിരുന്നു.

കരിമ്പിലെ പഴയകൂറുകാരുടെ പെരുന്നാൾ കൊടിയിറങ്ങിയ രാത്രി പുലർന്നപ്പോൾ, പള്ളിപ്പറമ്പിനോടു ചേർന്ന പൊന്തക്കാടുകളിലൊന്നിൽ,

ശരീരമാകെ കുത്തിപ്പിളർന്ന് മനയ്ക്കൽ ആന്റപ്പൻ ചത്തു കിടന്നു. ആളുകൾ പഴയ കഥകൾ ചേർത്തു വച്ചു.

മീനാക്ഷിയെയും വർഷങ്ങൾ മാത്രം പ്രായമുള്ള മകനെയും വിട്ട് ചെല്ലപ്പൻ കാടുകയറി. കാക്കിയിട്ട പൊലീസുകാർ ലാത്തിയും പിടിച്ച് കരിമ്പിൽ കറങ്ങി നടന്നു.

പിറ്റേന്ന് വൈകുന്നേരം ഒരു ജീപ്പു നിറയെ പൊലീസ് കരിമ്പിൽ വന്നിറങ്ങി. കൊലക്കുറ്റത്തിന് ജീവപര്യന്തം ശിക്ഷകഴിഞ്ഞ് പുറത്തിറങ്ങി, നാടുവിട്ട് കരിമ്പിലെത്തിയ രാമൻ എന്ന പുലയനെക്കുറിച്ച് അവർ തിരക്കി.

രാമന്റെ വീട് തേടി മൺപാതയിലൂടെ ജീപ്പ് നീങ്ങുമ്പോൾ ആകാശം മൂടിക്കെട്ടി നിന്നു. മഴയ്ക്കു മുൻപേ ഇടിവെട്ടി.

ചാമുണ്ഡിയുടെ രോഷം കാടോത്തിമലയ്ക്കു മുകളിൽ കറുത്ത മേഘങ്ങളായി.

കത്തുന്ന പച്ചമരം

മഴത്തുള്ളികൾ ചിതറിയ മിന്നൽ വെളിച്ചത്തിൽ കാടോത്തിക്കാവിനു മുന്നിലെ കൂർത്ത കല്ലുകൾ ചവിട്ടി രാമൻ നടന്നു. തമ്പുരാൻ കൊല്ലിയുടെ കയങ്ങളിൽനിന്ന് പൊങ്ങി വന്ന മുഴക്കങ്ങൾ അയാളുടെ കാതുകളിൽ അലച്ചുകൊണ്ടിരുന്നു. കൊല്ലിയിൽ ചാടി മരിക്കാൻ ധൈര്യം കിട്ടിയിരുന്നെങ്കിൽ എന്ന് ഒരു നിമിഷം രാമൻ ചിന്തിച്ചു.

താഴെ പൂവാറൻതോടിന്റെ ഇരമ്പലിന് ശക്തി കൂടി വന്നു.

വൃക്ഷങ്ങളുടെ ഇലകൾക്കിടയിലൂടെ കനത്ത മഴത്തുള്ളികൾ രാമന്റെ ഉച്ചിയിൽ വീണു കൊണ്ടിരുന്നു.

മലകൾക്ക് അപ്പുറത്ത് മഴ കനക്കുകയാണ്.

വിളറിയ മിന്നൽ വെളിച്ചത്തിൽ കാടോത്തി മലയ്ക്ക് അപ്പുറത്തു നിന്ന് കുന്നുകൾ തല നീട്ടി.

വേനലിൽ ആർത്തലച്ചുവന്ന മഴയ്ക്ക് തന്റെ ജീവിതവുമായി ബന്ധമുണ്ടെന്ന് രാമനു തോന്നി.

അല്ലെങ്കിൽ, തെളിഞ്ഞു നിന്ന ആകാശം പെട്ടെന്ന് കറുത്തത് എന്തിനാണ്!

നിനച്ചിരിക്കാത്ത നേരത്ത് കോരിയൊഴിച്ചതു പോലെ മഴ പെയ്തത് എന്തിനാണ്!

എന്തോ ഓർത്തിട്ടെന്നപോലെ രാമൻ നടുങ്ങി.

അയാളുടെ ശരീരം ഒന്നു വിറച്ചു.

മഴവെള്ളത്തിൽ കാലുകൾക്കിടയിലൂടെ ഒലിച്ചിറങ്ങുന്ന ചൂട് അയാൾ അറിഞ്ഞു.

കടുംതൂക്കായ പാറകൾക്കു നടുവിലെ ചവിട്ടുവഴി കണ്ടെത്താൻ രാമൻ പാടുപെട്ടു.

ഇരുട്ടിന്റെ കൂമ്പാരങ്ങൾ പോലെ ഉയർന്നുനിന്ന പാറക്കൂട്ടങ്ങൾക്ക് ഇടയിലൂടെ അയാൾ തപ്പിയും തടഞ്ഞും നടന്നു.

ഈ തോരാതെ പെയ്യുന്ന മഴയ്ക്ക് ചേറിന്റെ രുചിയുണ്ടോ? പുതുമഴയിൽ ഊത്തു കയറുന്ന കുറവ മീനിന്റെ മണമുണ്ടോ?

ഇല്ല ..!

രാമൻ സമാധാനിക്കാൻ ശ്രമിച്ചു. മഴ. മഴ മാത്രം!

കനത്ത തുള്ളികൾ ഊക്കോടെ കണ്ണുകളിൽ അലയ്ക്കുന്നത് രാമൻ അറിഞ്ഞു.

മലകയറി മരങ്ങൾക്കിടയിലൂടെ നടക്കാൻ തുടങ്ങിയിട്ട് എത്ര മണിക്കൂറുകൾ ആയെന്ന് ഓർത്തെടുക്കാൻ രാമൻ പാടുപെട്ടു.

മരിക്കാൻ മടിയില്ലാത്തവനെപ്പോലെയാണ് മഴയിലേക്ക് ഇറങ്ങിയത് കിഴക്കൻ മലവാരങ്ങളിൽനിന്ന് പാഞ്ഞുവരുന്ന ഇരുട്ടുകൾക്കുനേരെ കുതിക്കുമ്പോൾ ആരോ പിന്തുടരുന്നതുപോലെ രാമൻ വിറച്ചിരുന്നു.

പൊന്തക്കാടുകൾക്ക് ഇടയിൽനിന്ന് മുനയുള്ള ചോദ്യങ്ങൾ തന്റെ നേർക്കുയരുമെന്ന് അയാൾ ഭയപ്പെട്ടു.

മരം കോച്ചുന്ന തണുത്ത കാറ്റിൽ രാമന്റെ ശരീരം വിറകൊണ്ടു.

മിന്നലിന്റെ ഇടവേളകളിൽ കൂരിരുട്ട് കണ്ണിൽ കുത്തി.

ഭൂമിയുടെ ഉള്ളിൽനിന്നുവരുന്ന ഇരമ്പങ്ങൾ പെരുവിരലിലൂടെ കയറി ശരീരം മുഴുവൻ പടരുന്നതായി രാമനു തോന്നി.

കീലത്തു പാറയുടെ മുകളിൽനിന്ന് കൂറ്റൻ പാറക്കല്ലുകൾ ഉരുളുന്നത് രാമൻ അറിഞ്ഞു.

വൻ മരങ്ങൾ കടപറിഞ്ഞ് താഴേക്ക് ഒഴുകുന്നുണ്ടാവുമോ?

ഉരുളുകൾ ചാലുകീറി താഴ്വാരങ്ങളിലേക്ക് പായുന്നുണ്ടാവുമോ?

കുഴഞ്ഞ മണ്ണിനൊപ്പം തന്റെ ശരീരം കൊല്ലിയിലേക്ക് തെന്നിയിറങ്ങുന്നത് രാമൻ മനസ്സിൽ കണ്ടു. വഞ്ഞിക്കാടുകൾക്കിടയിൽനിന്ന് തന്റെ മുറിഞ്ഞളിഞ്ഞ ശരീരം വലിച്ചെടുത്ത് കീറിയ തഴപ്പായിൽ പൊതിഞ്ഞു കിടത്തുന്നത് അയാൾ സങ്കല്പിച്ചു നോക്കി.

രാത്രി നേരത്ത് കാടോത്തിമല കടന്ന് മേടപ്പാറ വഴി ആരും ഒറ്റയ്ക്കു നടന്നതായി കേട്ടറിവില്ല.

ആനയിറങ്ങുന്ന കാട്ടുപാതയാണ്.

ആർക്കും സങ്കല്പിക്കാൻ പറ്റാത്ത വഴിയിലൂടെയാണ് മലവെള്ളം കുത്തിയൊലിക്കുക.

മഴവെള്ളത്തിൽ കാട്ടാനകൾ ഒലിച്ചു വന്നതിന്റെ കഥകൾ കാടോത്തിയുടെ പഴംപുരാണങ്ങളിൽ എത്ര കേട്ടിരിക്കുന്നു!

ആഴങ്ങളിലേക്ക് അലച്ചു പോകുന്ന മലവെള്ളത്തിൽ നില തെറ്റി വീഴാതിരിക്കാൻ രാമൻ പാടുപെട്ടു.

മിന്നലിന്റെ ഇടവേളകൾ വലുതായി വന്നു.

മുന്നിലും പിന്നിലും ഇരുട്ട്.

പടിഞ്ഞാറെ ആകാശത്ത് ബാക്കിയുള്ള ഇത്തിരി വെളിച്ചവും മങ്ങുകയാണ്.

പെട്ടെന്ന് കാറ്റു വീശി.

കഴുത്തു വെട്ടിച്ച് മുകളിലേക്കു നോക്കിയ രാമനെ ഭയം പിടികൂടി.

കറുത്ത ആനക്കൂട്ടങ്ങൾപോലെ മേഘങ്ങൾ പാഞ്ഞു വരുന്നത് രാമൻ കണ്ടു.

ഇരുട്ട് പിന്നെയും കനത്തു.

പ്രളയത്തിന്റെ ഇരമ്പൽ.

ഭൂമി കുലുങ്ങുന്നതു പോലെ.

മുഖമടിച്ചു തെറിക്കുന്ന മഴവെള്ളത്തിൽ മലമണ്ണിന്റെ പുളിപ്പ്.

ദേഹമാകെ മാന്തിക്കീറുന്നതുപോലെ.

അടുത്ത കാൽ വയ്ക്കേണ്ടത് എവിടെയെന്നറിയാതെ രാമൻ കുഴങ്ങി.

പെട്ടെന്ന്........ അരക്കെട്ടിൽ ശക്തിയായ അടിയേറ്റ് രാമൻ തെറിച്ചു.

കൂർത്ത കല്ലായിരിക്കുമോ, അതോ ഉരുളിൽ കടമറിഞ്ഞ് ചിതറിപ്പോയ മരക്കഷണമോ?

കിടന്ന കിടപ്പിൽ രാമൻ കാലുകൾക്കിടയിൽ തപ്പി നോക്കി.!

മണ്ണിൽ കുഴഞ്ഞ കുറ്റിപ്പുല്ലുകൾക്കു മീതേ തന്റെ ശരീരം തെന്നിയിറങ്ങുന്നത് അയാൾ അറിഞ്ഞു.

നില കിട്ടാൻ പിടിച്ച തുടലി മുൾക്കമ്പുകളിൽ കോർത്ത് രാമൻ ഉലഞ്ഞു.

താഴെ, കുത്തിയൊഴുകുന്ന മലവെള്ളത്തിന്റെ ഇരമ്പൽ.

മുള്ളുകൾക്ക് ഇടയിലേക്ക് അമർന്ന രാമൻ കാലിന്റ പെരുവിരൽ ഭൂമിയിൽ കൊരുത്തു.

ശരീരം കടലാസുപോലെ കീറുകയാണെന്ന് അയാൾക്കു തോന്നി.

വേദന തോന്നാത്തതെന്തെന്ന് രാമൻ അത്ഭുതപ്പെട്ടു.

കണ്ടങ്ങളായി കീറിയ ഷർട്ട് തോളിലെ ചളിയിൽ ഇഴഞ്ഞു.

കൈവിരലുകൾ മണ്ണിൽ തുഴഞ്ഞ് നാലു കാലിൽ രാമൻ നിരങ്ങി.

കീലത്തു പാറയുടെ മുറിവിൽ കൈയിട്ട് അയാൾ നിവരാൻ ശ്രമിച്ചു.

ഇടിമിന്നലിന്റെ വെളിച്ചത്തിനുവേണ്ടി രാമൻ നിലവിളിച്ചു.

വലിയൊരു ഇരമ്പൽ മലകളെ തഴുകി താഴേക്കുപോയി.

മലവെള്ളത്തിന്റെ കാതടപ്പിക്കുന്ന മുഴക്കം.

പെരുവിരലിൽനിന്ന് ഉച്ചിയിലേക്കു കയറുന്ന മരവിപ്പ്.

കാലുകൾ ഉയർത്താനാവുന്നില്ല.

കൈകൾ ചലിക്കുന്നില്ല.

ഉറക്കെ നിലവിളിക്കാൻ ആഗ്രഹിച്ച രാമന്റെ ശബ്ദം തൊണ്ടയിൽ കുരുങ്ങി.

എല്ലാം അവസാനിക്കുകയാണെന്ന് രാമൻ ശങ്കിച്ചു.

കടപുഴകി ഒഴുകുന്ന മരങ്ങൾക്കും അലറുന്ന മലവെള്ളത്തിനും കണ്ണിൽ കുത്തുന്ന ഇരുട്ടിനും നടുവിൽ കീലത്തു പാറയിൽ കോർത്ത്

രാമൻ കിടന്നു.

നിമിഷങ്ങൾക്ക് ദൈർഘ്യം കൂടി വന്നു.

രാമന്റെ തലയ്ക്കു മുകളിലൂടെ മേഘങ്ങൾ സഞ്ചരിച്ചു.

മരവിച്ച ശരീരത്തിലേക്ക് അരിക്കല്ലുകൾപോലെ മഴത്തുള്ളികൾ തെറിച്ചുകൊണ്ടിരുന്നു.

മഴയുടെ ഇരമ്പൽ നേർത്തു.

മരങ്ങൾക്കിടയിലൂടെ കാറ്റിന്റെ ചൂളമടി ശബ്ദം എത്തിത്തുടങ്ങി.

കീലത്തുപാറയുടെ അരികിൽ തന്റെ ശരീരം ഇളക്കിയെടുക്കാൻ കഴിയാത്തതുപോലെ ഒട്ടിച്ചു വച്ചിരിക്കുകയാണെന്ന് രാമന് തോന്നി.

മലകൾക്ക് അപ്പുറത്ത് വെളിച്ചങ്ങൾ തിരിച്ചെത്തിത്തുടങ്ങി.

മഴയ്ക്കു ശക്തി കുറഞ്ഞിരിക്കുന്നു.

ആകാശം തെളിയുകയാണ്.

ഭയങ്ങൾ അകലുന്നതുപോലെ രാമനു തോന്നി.

കാടോത്തി മലയുടെ മുകളിൽ ഒരു നക്ഷത്രം പ്രകാശിക്കുന്നത് രാമൻ കണ്ടു.

പെട്ടെന്ന് ഇടിവെട്ടി.

നേർത്ത മഴയിൽ ഒരു പച്ചമരം കത്തുന്നു.

ഭൂമി പിളരുന്നതായും ചിന്നിച്ചിതറിയ തന്റെ ശരീരം മണ്ണിൽ ആണ്ടു പോകുന്നതായും രാമനു തോന്നി.

ചിന്തകൾ മായുകയാണ്.

കുഴഞ്ഞ മണ്ണിന്റെ മെത്തയിൽ രാമൻ അബോധത്തിലേക്ക് വഴുതി.

പിറ്റേന്ന് രാമനില്ലാത്ത കാടോത്തിക്കുന്നിൽ സൂര്യനുദിച്ചു.

www.ingramcontent.com/pod-product-compliance
Lightning Source LLC
LaVergne TN
LVHW100807051026
849519LV00006B/1997
* 9 7 8 9 3 9 3 4 6 8 8 0 2 *